ഹരിതാഭ

INSIGHT PUBLICA®

Nadakkavu, Kozhikode, Kerala, 673011
www.insightpublica.com
e-mail: insightpublica@gmail.com
Title: **Harithaaksharangal**
Author: **Sini Shyam**
(Malayalam)
First Edition: February 2024
Printed and Published by
InsightinPublica Printers & Publishers Pvt. Ltd.
ISBN 978-93-5517-736-0

ഹരിതാക്ഷരങ്ങൾ

സിനി ശ്യാം

INSIGHT PUBLICA®

ആലപ്പുഴ കറുകയിൽ കെ.ബി. ദാസപ്പന്റേയും ചെമ്മുകത്ത് യശോധരാദേവി(ഐഷ)യുടേയും മകൾ. സ്വാതന്ത്ര്യ സമര സേനാനിയും, സഖാവ് ടി.വി. തോമസിന്റെ ജീവചരിത്ര രചയിതാവുമായ സഖാവ്. കെ.കെ. കുഞ്ഞന്റെ പൗത്രിയുമാണ്. ആലപ്പുഴ സെന്റ് ജോസഫ്സ് സ്കൂളിലും, എസ്.ഡി. കോളേജിലും പഠനം. ഇപ്പോൾ ദാദ്ര ആൻഡ് നഗർ ഹവേലിയിലെ സിൽവാസ്സയിൽ താമസം. ഭർത്താവ്: ഘനശ്യാം വി. കെ. (ആലപ്പുഴ വെളിയിൽ കരുണാകരന്റെയും, വനജാക്ഷിയുടേയും മകൻ)

മകൻ: കരുൺ ശ്യാം.

സിനി ശ്യാം

സമർപ്പണം

അടുക്കളയിലെ ആരവങ്ങളിൽ മാത്രം കത്തിയമരേണ്ടിയിരുന്ന പാഴ്മരമായിരുന്ന.. എന്നിൽ ഗുപ്തമായിരുന്ന സർഗ്ഗാത്മകതയെ വാട്സ് ആപ്പ് മെസേജുകളിലെ വാചകങ്ങളിലൂടെ മനസ്സിലാക്കി എഴുതാൻ പ്രോത്സാഹിപ്പിച്ച പ്രിയ സുഹൃത്തിനും, പാഴ് മരത്തെ ജലവും, വളവും നൽകി അക്ഷരങ്ങളുടെ മുറ്റത്തെ തളിരുകളും ഇലകളും പൂക്കളും നിറഞ്ഞ ഫലവൃക്ഷമാക്കി മാറ്റിയ എല്ലാമെല്ലാമായ ഏകമകനും കടപ്പാടോടെ... നന്ദിയോടെ.... ഞാൻ സമർപ്പിക്കുന്ന എന്റെ തൃതീയ ചെറുകഥാസമാഹാരമായ ഹരിതാക്ഷരങ്ങൾ.

ഉള്ളടക്കം

മാധുര്യം

ടൗൺഹാളിലെ വേദിയിൽ പ്രശസ്ത പ്രാസംഗികനും, വാഗ്മിയും ആയ ക്രൃപാനന്ദിന്റെ പ്രസംഗത്തിന്റെ തുടക്കം ഇങ്ങനെയായിരുന്നു,

“ഇന്ന് ലോക മാതൃദിനം. എല്ലാ മെയ് മാസത്തിലേയും രണ്ടാമത്തെ ഞായറാഴ്ച മാതൃദിനമായി കൊണ്ടാട്ടുകയാണ്. അമ്മ എന്ന രണ്ടക്ഷരത്തെ എങ്ങനെയാണ് വിവക്ഷിക്കേണ്ടത്. എത്ര പറഞ്ഞാലും മതിയാവാത്ത സ്ഥാനം ‘അമ്മ’ എന്ന സ്നേഹത്തിന്റെ പര്യായം. അന്ന് കുത്തിവെയ്പ്പിന്റെ ചെറിയ വേദന പോലും സഹിക്കാൻ കഴിയാതെ അലറിക്കരഞ്ഞിരുന്ന അവൾ ഇന്ന് മക്കളെ പ്രസവിച്ച് പുഞ്ചിരി തൂകുന്നവളായ ത്യാഗത്തിന്റെ പ്രതിരൂപമായിരിക്കുന്നു..”

“ഖലീൽ ജിബ്രാൻ പറഞ്ഞതുപോലെ ഒരു കുഞ്ഞ് ജനിക്കുന്നതിലൂടെ അതിലും മഹിമയുള്ള ഒരാൾ കൂടി ജനിക്കുകയാണ്, ‘അമ്മ’. നിങ്ങൾ കരുതുന്നുണ്ടാകും ആരാണ് ഖലീൽ ജിബ്രാൻ എന്ന്? ലോകപ്രശസ്ത കവിയും ചിത്രകാരനും ആയിരുന്ന ഖലീൽ ജിബ്രാൻ. 1923-ൽ അദ്ദേഹം രചിച്ച പ്രവാചകൻ എന്ന കാവ്യോപന്യാസമാണ് അദ്ദേഹത്തെ ലോകപ്രശസ്തൻ ആക്കിയത്. ലെബനനിൽ ജനിച്ച അദ്ദേഹം അമേരിക്കൻ ഐക്യനാട്ടുകളിൽ ആണ് ജീവിതത്തിന്റെ ഭൂരിഭാഗവും ചിലവഴിച്ചത്. പൗരസ്ത്യദേശത്ത് നിന്നും പാശ്ചാത്യ ലോകത്ത് വിശ്വസാഹിത്യത്തിൽ ചിരപ്രതിഷ്ഠ നേടിയ അപൂർവ്വം കവികളിൽ ഒരാളായിരുന്നു ഖലീൽ ജിബ്രാൻ.”

"ഞാൻ കുട്ടിയായിരുന്നപ്പോൾ എന്റെ അദ്ധ്യാപകൻ എന്നോട് ചോദിച്ചു;

"ആരാണ് അമ്മ?"

"മൂന്ന് ദോശ കഴിക്കുന്ന ഞാൻ ദോശ തരാൻ പറയുമ്പോൾ നാലു ദോശ വച്ചിട്ട് ഒരെണ്ണം ചെറുതാണ് എന്ന് പറഞ്ഞ് എന്നെ ഇന്നും കഴിപ്പിച്ച ആളാണ് അമ്മ."

എല്ലാവരും ചിരിച്ചപ്പോൾ അദ്ധ്യാപകൻ പറഞ്ഞു;

"അതാണ് അമ്മ. താൻ കഴിച്ചില്ലെങ്കിലും സാരമില്ല തന്റെ കുഞ്ഞ് കഴിച്ചു കണ്ടാൽ വയറു നിറയുന്ന അമ്മയുടെ സ്നേഹം, കരുതൽ, ആ കരുതലോളം വരില്ല ലോകത്ത് മറ്റൊന്നും."

നമ്മുടെ സ്വപ്നങ്ങൾക്ക് നിനക്കത് സാധിക്കും എന്ന് പറഞ്ഞ് വാക്കുകൾകൊണ്ട് ആത്മവിശ്വാസത്തിന്റെ വർണച്ചിറകുകൾ തുന്നിച്ചേർത്ത് വാത്സല്യം നിറഞ്ഞ വിമർശനങ്ങൾ കൊണ്ട് ജീവിത യാഥാർത്ഥ്യങ്ങളെ നേരിടാനും, നമ്മുടെ തളർച്ചകളിൽ താങ്ങായും തെറ്റുകളിൽ കർശനമായി ശിക്ഷകൾ നൽകിയും അവയൊക്കെ മറന്ന് ലക്ഷ്യങ്ങളെ ഒന്നൊന്നായി നേടാൻ നമ്മെ പ്രാപ്തരാക്കുന്നത്, കുടുംബാംഗങ്ങളെ എവരേയും തേനീച്ചകളെപ്പോലെ ഒത്തൊരുമയോടെ നിർത്തി ജീവിതം തേൻ പോലെ മധുരിക്കുന്നതാക്കുന്നത്, സ്നേഹവാത്സല്യങ്ങളുടെ പര്യായമായ അമ്മ എന്ന ഒരൊറ്റ ആളാവും. അമ്മയ്ക്ക് തുല്യം അമ്മ മാത്രമേ ഉണ്ടാവൂ.... അതിരുകൾ ഇല്ലാതെ, ബന്ധനങ്ങൾ ഇല്ലാതെ, സ്വാർത്ഥതയില്ലാതെ ജീവിതത്തിന് നിറം പകരുന്ന ഏഴഴകുള്ള ഏറ്റവും സുന്ദരമായ വർണ്ണമാണ് അമ്മ. അമ്മ എന്ന വാക്കിനെ എത്ര വിശദീകരിച്ചാലും മതിയാവില്ല... എത്രയൊക്കെ പറഞ്ഞാലും പിന്നെയും പറയാനുള്ളത് ബാക്കിയാവും, അതാണ് അമ്മ."

"കുട്ടിക്കാലത്ത് നമ്മുടെ അവകാശബോധം ഉണർത്തുന്ന സ്ഥിരം വാക്കാണ് എന്റെ അമ്മ എന്നത്. എന്നാൽ വളർന്ന് സ്വന്തം കുടുംബം ഒക്കെ ആയി കഴിയുമ്പോൾ കണ്ട കാഴ്ചകളും കേട്ടു വളർന്ന വാക്കുകളും ഒക്കെ മറന്ന് നമ്മൾ നമ്മുടെ സഹോദരങ്ങളോടുകൂടി പറയുന്ന വാക്കാണ് നിന്റേതും കൂടിയല്ലേ അമ്മ."

"പിന്നീട് നമ്മുടെ അണുകുടുംബ സമാധാനത്തിന് വേണ്ടി മക്കൾ ഓരോരുത്തരായി അമ്മയെ ഒഴിവാക്കാൻ നോക്കുന്നു. അത് മനസ്സിലാക്കിയ അമ്മ സങ്കടങ്ങൾ നിറയുമ്പോഴും കണ്ണുകൾ നനയാതെ പുഞ്ചിരിച്ചുകൊണ്ട് മക്കൾക്കൊരു ബാധ്യതയാവാതിരിക്കാൻ സ്വയം ഒഴിവായി അച്ഛനുറങ്ങുന്ന ഈ കുടുംബം വിട്ട് ഞാൻ എങ്ങോട്ടും ഇല്ല

ഒറ്റയ്ക്ക് കഴിഞ്ഞോളാം എന്ന് പറയുന്നു. തിരക്കുകൾക്കിടയിൽ വല്ലപ്പോഴും മാത്രം കുട്ടികളെയും കൂട്ടി തറവാട്ടിൽ എത്തുമ്പോൾ കാണാം മനസ്സു തുറന്ന ആ മുഖത്തെ പുഞ്ചിരി. മനസ്സ് തുറന്ന് ചിരിക്കാൻ കഴിയണമെങ്കിൽ മനസ്സറിയുന്നവർ കൂടെ വേണം എന്ന ധ്വനി ആ പുഞ്ചിരിയിൽ ഉണ്ടായിരുന്നു എന്നു നാം മനസ്സിലാക്കുന്നത് വളരെ വൈകിയായിരിക്കും. ജീവിച്ചിരിക്കുമ്പോൾ മാതാപിതാക്കളെ നോക്കാതെ മരണശേഷം അവരുടെ ആത്മാവിന് മോക്ഷം തേടുന്ന മക്കളാണ് ലോകത്തിലെ ഏറ്റവും വലിയ സരസൻമാർ..."

"മറ്റുള്ളവരുടെ കഷ്ടപ്പാടുകൾ തിരിച്ചറിയുകയും അവരുടെ പ്രവർത്തികളെ വിലമതിക്കുകയും ചെയ്യുന്ന ഒരാൾക്ക് മാത്രമേ ജീവിതമെന്നാൽ പണവും, താനും, ഭാര്യയും, മക്കളും മാത്രം അടങ്ങുന്ന കുടുംബമാണെന്ന് സ്വാർത്ഥതയോടെ ചിന്തിക്കാതെ മാനുഷിക മൂല്യങ്ങളെ മനസ്സിലാക്കാനുള്ള അവഗാഹം ഉണ്ടാകൂ... ആ തിരിച്ചറിവിലാണ് ഞാനും. അതിനോടൊപ്പം തീർത്താൽ തീരാത്ത കുറ്റബോധവും, മാനസിക വ്യഥയും, അതെന്നെ മരണം വരെ പിന്തുടരും. അമ്മ എന്നത് മെഴുകുതിരി പോലെയാണ്. രാവു പകലാക്കി മക്കൾക്കായി മാതൃസ്നേഹം എന്ന കടമയുടെ പ്രകാശം ചൊരിഞ്ഞ് സ്വയം ഉരുകി ഇല്ലാതാകും. പിന്നീട് അമ്മയെ ഓർത്ത് ഓരോ നിമിഷവും ഉരുകുന്നത് നമ്മളാണ്. കാരണം എന്തെന്നോ മൂന്ന് വർഷം മുൻപ് വന്ന ഒരു പത്രവാർത്ത പലരുടേയും വിസ്മൃതിയിൽ ആണ്ടു പോയിട്ടുണ്ടാകും. എന്നാൽ ഓരോ ദിനവും പത്രം നിവർത്തുമ്പോൾ എന്റെ കണ്ണുകളെ ഈറനാക്കി കൊണ്ട് എന്റെ സ്മൃതിപഥത്തിൽ ആദ്യം എത്തുന്നത് ആ വാർത്തയാണ്."

"വാർദ്ധക്യം പിടിപെട്ട് ആധുനികതയുടെ ആധിക്യം മൂലം ഒറ്റയ്ക്കായിപ്പോയ അമ്മയെ ഉറുമ്പരിച്ചു. അകന്നിരുന്നാലും കാണാൻ കഴിയുന്നത് മനസ്സാണ്. എന്നാൽ അടുത്തിരുന്നാലും കാണാതെ പോകുന്നതും മനസ്സാണ്. അമ്മയ്ക്ക് ഇത്രയധികം മധുരം ഉണ്ടെന്ന് ഉറുമ്പുകൾ അറിഞ്ഞിട്ടും അറിയാതെ പോയത് അമ്മയുടെ മക്കളാണ് എന്നതാണ് മഹാസത്യം. ഇതായിരുന്നു പത്ര വാർത്ത."

"ഒരിക്കലും പിന്തിരിയാൻ ആവാത്ത നഷ്ടങ്ങളുടെ അറ്റത്ത് നിൽക്കുമ്പോഴാണ് ഇഷ്ടങ്ങളുടെ തീവ്രത നാം മനസ്സിലാക്കുന്നത്. അപ്പോഴേയ്ക്കും ആ ജൻമപുണ്യം സ്വപ്നങ്ങളില്ലാത്ത താഴ്വാരത്തിലൂടെ പുനർജനിയില്ലാത്ത നിദ്രയുടെ ആഴങ്ങളിലേയ്ക്ക് ആണ്ടു പോയിരുന്നു. ആരായിരുന്നെന്നോ പത്രവാർത്തയിലെ ആ അമ്മ? സുഖ സൗകര്യങ്ങൾക്ക് പിൻപേ പായുമ്പോൾ അമ്മയ്ക്ക് പണം മാത്രം നൽകിയാൽ എല്ലാമായി എന്ന

കരുതി സമയമില്ലായ്മയുടെ കാരണം പറഞ്ഞ് രാത്രി വളരെ വൈകി ഫോൺ ചെയ്യുമ്പോൾ വാല്യക്കാരുടെ സംഭാഷണങ്ങൾ ശ്രവിച്ച് ഉറങ്ങുന്ന അമ്മയെ ശല്യപ്പെടുത്തേണ്ട എന്ന് കരുതി ഒരിക്കലും അവസാനിക്കാത്ത തിരക്കുകളിൽ മുഴുകുമ്പോൾ അമ്മ അവിടെത്തന്നെയുണ്ടല്ലോ അമ്മയോട് സംസാരിക്കുന്നത് പിന്നീടാകാം എന്ന് കരുതി മനപൂർവ്വം മറവിയുടെ അഗാധതയിലാക്കപ്പെട്ട എന്റെയും എന്റെ നാലു സഹോദരങ്ങളുടേയും അമ്മ.... അച്ഛനോട് ചെറിയ ചെറിയ കാര്യങ്ങൾക്ക് പോലും പരാതി പറഞ്ഞ് കണ്ണീരൊഴുക്കിയിരുന്ന ആ സാധ്വി മക്കൾ ഒറ്റപ്പെടുത്തിയിട്ടും മക്കൾക്ക് ശാപമേൽക്കാതിരിക്കാൻ ഒരിറ്റുകണ്ണീർ വീഴ്ത്താതെ മനസ്സിൽ വിങ്ങിക്കരഞ്ഞിരുന്ന ഞങ്ങളുടെ പെറ്റമ്മ..."

പൊട്ടിക്കരയുകയായിരുന്നു ശ്രുപാനന്ദ്. അതോടൊപ്പം ആ വാർത്തയുടെ ശോചനീയ ഉറവിടം ബോധ്യമായ ഞെട്ടലിൽ നിന്നും മുക്തരാവാത്ത സംഘാടകരും സദസ്യരും.

തന്റെ ദുഃഖത്തെ തുവാല കൊണ്ട് പൊതിഞ്ഞ് അടക്കിയ ശേഷം ഗദ്ഗദകണ്ഠനായി അദ്ദേഹം വീണ്ടും പറഞ്ഞു;

"നിങ്ങൾ വളരുമ്പോൾ മാതാപിതാക്കളുടെ മൂല്യം അറിഞ്ഞില്ലെന്നു വരാം. എന്നാൽ നിങ്ങളുടെ കുട്ടിയെ വളർത്തുമ്പോൾ ആ മൂല്യം നിങ്ങൾ അറിഞ്ഞിരിക്കും, അതു കൊണ്ട് പുറകിലേയ്ക്ക് നോക്കി അനുഭവം കണ്ടെത്തുക, മുന്നോട്ട് നോക്കി പ്രതീക്ഷ കാണുക, മായിക ലോകത്തിന്റെ മാസ്മരികതയിൽ മയങ്ങി വളർത്തി വലുതാക്കിയവരെ വിസ്മരിക്കാതെ ചുറ്റും നോക്കി യാഥാർത്ഥ്യം കണ്ടെത്തുക, അതിന് ശേഷം അവനവന്റെ ഉള്ളിലേയ്ക്ക് നോക്കി സ്വയം കണ്ടെത്തുക, അവിടെയാണ് യഥാർത്ഥ സുഖസൗകര്യത്തോടു കൂടിയ ജീവിതം. അതാണ് മനുഷ്യത്വമുള്ളവൻ മനുഷ്യൻ എന്ന വാക്കിനെ അന്വർത്ഥമാക്കുന്ന യഥാർത്ഥ മനുഷ്യ ജീവിതം..."

അതംഗീകരിച്ചെന്നപ്പോലെ... സ്വന്തം ഇഷ്ടങ്ങൾ മാറ്റി വച്ച് മറ്റുള്ളവരുടെ ഇഷ്ടങ്ങൾക്ക് ഇടം കൊടുത്തതിന്റെ പേരായ അമ്മയുടെ ഒരിക്കലും ഉറുമ്പരിക്കാത്ത അമ്മിഞ്ഞയുടെ മാധുര്യം വീണ്ടും വീണ്ടും നുണഞ്ഞ നാവും, ചൊടികളുമായി സദസ്യർ എഴുന്നേറ്റ് നിന്ന് കരഘോഷം മുഴക്കിയപ്പോൾ ശ്രുപാനന്ദ് എന്ന മകൻ അവർക്കിടയിലൂടെ തന്റെ അമ്മയോട് മനസ്സാൽ ക്ഷമയാചിച്ചു കൊണ്ട് നടന്നു മറഞ്ഞു.

ആനപ്പേടി

ഉത്സവമേളം തകർക്കുകയായിരുന്നു. മരുത്തോർവട്ടം ധന്വന്തരി മൂർത്തിയുടെ തിടമ്പേറ്റിയ ഗജവീരന്റെ അടുക്കലേയ്ക്ക് ഞാൻ പോകുകയായിരുന്നില്ല. ദൂരെ നിന്നും ഭഗവാനെ തൊഴുതു നിന്ന എന്നെ ജനക്കൂട്ടം ഉന്തിത്തള്ളി അവിടേയ്ക്ക് എത്തിക്കുകയായിരുന്നു. ആൾക്കൂട്ടത്തിൽ പെടാതെയിരിക്കാൻ വേഗം മക്കളെ രണ്ടാളെയും രണ്ടു കൈകളിലും മുറുകെപ്പിടിച്ചു നോക്കിയത് ഗജവീരന്റെ കണ്ണുകളിലേയ്ക്ക്.

ചെറുപ്പം മുതലേ ആനയെപ്പേടിയായിരുന്ന ഞാൻ ആന എന്നെത്തന്നെ നോക്കുന്നത് കണ്ടപ്പോൾ ഭയന്നു പോയി. മക്കളേ ആന നോക്കുന്നത് നമ്മളെത്തന്നെ അമ്മയ്ക്ക് പേടിയാവുന്നു. അതു കേട്ടതും മക്കളും ആന നമ്മളെ കൊല്ലുമമ്മേ എന്ന് പറഞ്ഞ് ഉച്ചത്തിൽ കരയാൻ തുടങ്ങി. ആനയ്ക്ക് മദമിളകീന്ന് ആരോ പറഞ്ഞതും ജനങ്ങൾ നാലുപാടും ചിതറി ഓടി. അപ്പോൾ മൈക്കിൽ കൂടി അറിയിപ്പ് കേട്ടു, ആരും പരിഭ്രമിക്കേണ്ടതില്ല. ആനയ്ക്ക് ഒരു കുഴപ്പവും ഇല്ല. ഉത്സവം നശിപ്പിക്കാൻ ഏതോ കുത്സിത ശക്തികൾ മുൻധാരണയോടെ ശ്രമിച്ചതാണ്. അത് കേട്ടതും മക്കളോടൊപ്പം ഞാൻ പൂർവ്വാധികം ശക്തിയോടെ തന്നെ വീട്ടിലേയ്ക്കോടി.

ഓഫീസിൽ ഫയൽ നോക്കി കൊണ്ടിരിക്കെ കറണ്ട് പോയി. കുറച്ച് സമയം വാട്ട്സ്ആപ് നോക്കാം എന്നു കരുതിയപ്പോൾ പാർത്ഥസാരഥി ക്ഷേത്രത്തിലടക്കം മറ്റു പലയിടത്തും ആന ഇടഞ്ഞതും അനുബന്ധ സംഭവങ്ങളുടേയും വീഡിയോ കണ്ട് ഇരിക്കുമ്പോൾ ആണ് കാറ്റുവന്നതും ഫയലിലെ പേപ്പറുകൾ എല്ലാം പറന്നതും. അയ്യോ! ആന ആന എന്ന്

ഉച്ചത്തിൽ കരഞ്ഞുകൊണ്ട് ഞാൻ ചാടിയെഴുന്നേറ്റതും ബഹളം കേട്ട് എന്താ എന്താ മാഡം എന്ന് ചോദിച്ച് ഓഫീസിലുള്ളവരെല്ലാം എന്റെ ക്യാബിനിലേയ്ക്ക് ഓടിക്കയറിയപ്പോൾ ആണ് സ്ഥലകാലബോധം വീണ്ടെടുത്ത ഞാൻ എന്താ പറയേണ്ടതെന്നറിയാതെ ജാള്യതയോടെ നിന്നതും. കറണ്ട് വന്നപ്പോൾ ഫാനിന്റെ കാറ്റിൽ പറന്നു പോയ പേപ്പറുകൾ എല്ലാം ഓരോരുത്തരും പെറുക്കിയെടുത്ത് മേശപ്പുറത്ത് വച്ച് തിരിഞ്ഞു നടക്കുമ്പോൾ പറയുന്നത് കേട്ടു കറണ്ടുപോയ സമയത്ത് മാഡം ഉറങ്ങിപ്പോയെന്നു തോന്നുന്നു. സ്വപ്നത്തിൽ അലറി വിളിച്ചതാണ് പാവം!

മറ്റൊരു ദിവസം ഞാനും കൂട്ടുകാരിയും വീട്ടിലേയ്ക്കുള്ള ഇടറോഡിൽ കൂടി സ്കൂട്ടിയിൽ വരികയായിരുന്നു. അപ്പോൾ നിൽക്കുന്നു ആനയും കുറേ യാളുകളും. വീടുകളിൽ നിന്നും പറയെടുപ്പിന് വന്നതാണ്. വാഹനങ്ങൾ ഒക്കെ ഒരു വശത്തുകൂടി പൊയ്ക്കോള്ളാൻ അവർ പറഞ്ഞു. ആനയുടെ പിൻഭാഗത്തുള്ള വഴിയിലൂടെ വാഹനങ്ങൾ നീങ്ങിത്തുടങ്ങി. ഞാൻ കുറച്ചുവരെ എത്തിയിട്ട് പേടിച്ചരണ്ട മുഖഭാവത്തോടെ വീണ്ടും വണ്ടി നിർത്തിയതു കണ്ടപ്പോൾ ആനക്കാരനും മറ്റുള്ളവരും പറഞ്ഞു പേടിക്കേണ്ട പൊയ്ക്കോളൂ എന്ന്. വണ്ടി സ്റ്റാർട്ടു ചെയ്തതും ആന ഒരു തുമ്മൽ. ഞാനും കൂട്ടുകാരിയും വണ്ടിയും ദാ കിടക്കുന്നു റോഡിൽ. നിന്നവരെല്ലാം ചിരിച്ചു. ആന നടന്നു നീങ്ങി മറ്റൊരു ദിശയിലേയ്ക്ക് പോയപ്പോൾ ആണ് ഞാൻ ഉരഞ്ഞ കൈമുട്ടുകളുമായി കൂട്ടുകാരിയോടൊപ്പം വണ്ടിയോടിക്കാൻ ധൈര്യം കാട്ടിയത്. അവൾ പറഞ്ഞു നിന്റെയൊരാനപ്പേടി കാരണം ആനയെ കൗതുകത്തോടെ നോക്കി കണ്ടിരുന്ന ഞാനും പേടിച്ചു പോയി. വീട്ടിലെത്താൻ താമസിച്ചത് മാത്രമല്ല മുട്ടും പൊട്ടിയത് മിച്ചം എന്ന് പറഞ്ഞവൾ ചിരിച്ചപ്പോഴും ആനപ്പേടിയിൽ നിന്നും അപ്പോഴും മുക്തയാകാത്ത ഞാൻ ചിരിക്കാനാകാതെ വടി വിഴുങ്ങിയ പോലെ വണ്ടി ഓടിക്കുകയായിരുന്നു...

കുറേ നാളുകൾക്ക് ശേഷം ഒരു ഞായറാഴ്ചദിവസം അതിരാവിലെ കലവൂരിലുള്ള എന്റെ കുടുംബ വീടിന് രണ്ട് കിലോമീറ്റർ അകലെയുള്ള വളവ് തിരിയുമ്പോൾ ആണ് കണ്ടത് ആനയും പാപ്പാനും! എന്ത് ചെയ്യണം എന്നറിയാതെ പേടിച്ച ഞാൻ വണ്ടി റോഡരികിൽ ഉള്ള മതിലിലേയ്ക്ക് ചാരിയിട്ട് ഊരും വാരിപ്പിടിച്ച് മാരത്തോൺ ഓട്ടം ഓടി ഒരു വീട്ടിലേയ്ക്ക് കയറി. മുറ്റത്ത് പല്ലുതേച്ചു കൊണ്ടു നിൽക്കുകയായിരുന്ന ആ വീട്ടിലെ ചേച്ചി ഞാൻ വീടിന്റെ ഉള്ളിലേയ്ക്ക് ഓടിക്കയറുന്നത് കണ്ടതും പല്ലുതേച്ചത് തുപ്പുന്നതിനു പകരം വിഴുങ്ങിക്കൊണ്ട് ബ്രഷും വലിച്ചെറിഞ്ഞ് ഗയിറ്റും കടന്ന് റോഡിലേയ്ക്കോടി.

വീട്ടിനകത്തു കയറിയ എന്നെ കണ്ട് ചായ ഗ്ലാസ്സുമായി സ്വീകരണ മുറിയിലേയ്ക്ക് വന്ന ചേട്ടൻ ഇതെന്തു മറിമായം എന്ന രീതിയിൽ എന്താ കുട്ടി? നീയേതാ എന്ന് ചോദിച്ചപ്പോൾ ഞാൻ ചേട്ടനെ നോക്കി കിതച്ചു കൊണ്ട് വിക്കി വിക്കി പറഞ്ഞു ആന, ആന എന്ന്. ശബ്ദം ശരിക്ക് പുറത്തേയ്ക്ക് വരാതിരുന്നത് കൊണ്ട് ന... ന... എന്നേ ചേട്ടൻ കേട്ടുള്ളൂ.

"കുട്ടിക്ക് മലയാളം അറിയില്ലേ? ഞാൻ കരുതി മലയാളിയാണെന്ന്."

ക്യാ, ക്യാ എന്ന് അറിയാവുന്ന ഹിന്ദിയിൽ ചോദിച്ചു കൊണ്ട് ആ ചേട്ടൻ പറഞ്ഞു,

"ഘർ അകത്ത് ന... ന... പുറത്ത് ജാ... ജാ..."എന്ന്.

അപ്പോഴാണ് ആ വീട്ടിലെ ചേച്ചി കുറേ ആളുകളെക്കൂട്ടി വന്നത്. അവരുടെ വീട്ടിനുള്ളിൽ എന്തോ ഉണ്ടായി. അതു കണ്ടാണ് ഞാൻ അകത്തേയ്ക്ക് ഓടിക്കയറിയത് എന്നു കരുതി പേടിച്ച അവർ പുറത്തു നിന്നും ആളെക്കൂട്ടി വരാൻ വേണ്ടിയാണ് പുറത്തേയ്ക്ക് ഓടിയത്.

വീടിന് പുറത്തേയ്ക്ക് വന്ന ഞാൻ കണ്ടത് ഗയിറ്റിന്റെ നേരേ റോഡിൽ ആനയും ആനക്കാരനും. വീണ്ടും ഞാൻ അയ്യോ! ആന എന്നു പറഞ്ഞപ്പോൾ ആണ് കൂട്ടത്തിലുള്ള കമലാസനൻ ചേട്ടൻ പറഞ്ഞത്;

"ഇത് ഹരിതയാണ്. മഠത്തിലെ മരിച്ചുപോയ ശിവശങ്കരൻ അദ്ദേഹത്തിന്റെ ഇളയമകൾ."

"എത്ര കാലായി മോളെ കണ്ടിട്ട്? കല്യാണം കഴിഞ്ഞ് മോൾ മരുത്തോർവട്ടത്ത് പോയ ശേഷം നടാടെയാണ് ഇപ്പോൾ കാണുന്നത്. ഇവര് പുതിയ താമസക്കാരാ, അതാ മോളെ മനസ്സിലാവാണ്ടിരുന്നത്. അതിന് പണ്ടേ ആനയെപ്പേടിയാ. ആനയെ കണ്ട് ഓടിക്കയറിയതായിരിക്കും അല്ലേ മോളേ," എന്ന് ചോദിച്ചതും ഞാൻ ചമ്മലോടെ തലയാട്ടി. അത് കേട്ട് കുറേപ്പേർ ചിരിച്ചു..

ആ വീട്ടിലെ ചേച്ചി മാത്രം:

"എന്നാലും എന്റെ കൊച്ചേ മനുഷേനേ പേടിപ്പിച്ചു കളഞ്ഞല്ലോ," എന്നു പറഞ്ഞതും ആരൊക്കെയോ സാരമില്ല ചേച്ചി എന്നു പറഞ്ഞ് സമാധാനിപ്പിക്കുന്നതിനിടെ ആ ചേച്ചീടെ ഭർത്താവ് എന്നോട് പതുക്കെ പറഞ്ഞു,

"ഞാൻ കുട്ടിയോട് ഹിന്ദിയിൽ സംസാരിച്ച കാര്യം ആരോടും പറയേണ്ട. പിന്നെ ഏത് വീട്ടിൽ ബംഗാളികൾ പണിയ്ക്ക് വന്നാലും

എന്നെ വിളിക്കും അവരോട് കാര്യങ്ങൾ പറഞ്ഞ് മനസ്സിലാക്കി പണി ചെയ്യിക്കാൻ"

ചേട്ടന്റെ സംസാരം കേട്ടപ്പോൾ പൊട്ടി വന്ന ചിരിയോ, ചമ്മലോ, ആനപ്പേടിയോ എല്ലാം കൂടിക്കലർന്ന മുഖഭാവത്തോടെ ഞാൻ നിന്ന നിൽപ്പതന്നെ നിന്നപ്പോൾ പാപ്പാനോട് ആരോ പറയുന്നത് കേട്ടു ആനയേയും കൊണ്ട് പൊയ്ക്കോളാൻ.

ആന കണ്ണിൽ നിന്നും മറഞ്ഞു എന്നുറപ്പായപ്പോൾ ഞാൻ അവരോട് തലയാട്ടി കാണിച്ച് ഇറങ്ങി നടന്നു. വണ്ടിയുടെ അടുത്തെത്തിയപ്പോൾ ചത്തോ ചതഞ്ഞോ എന്നുള്ള രീതിയിലുള്ള അതിന്റെ കിടപ്പിൽ തന്നെ മനസ്സിലായി രണ്ട് ഗ്ലാസ്സുകളും പൊട്ടിത്തകർന്നിരിക്കുന്നു എന്ന്. വേഗം അനിയനെ വിളിച്ചു പറഞ്ഞു വണ്ടി ഒന്നു ശരിയാക്കി അമ്മ വീട്ടിലേയ്ക്ക് എത്തിക്കാൻ. പിന്നെ എന്റെ ആനപ്പേടിയെ ശപിച്ചു കൊണ്ട് മഠത്തിൽ വീട്ടിലേയ്ക്ക് വച്ചുപിടിച്ചു.

ഇഷ്ടം

ജീവിതസ്വപ്നം കാണാൻ പ്രായമായതു മുതൽ അറിയാതെ എന്റെ മനസ്സിൽ സ്വപ്നക്കൂടൊരുക്കി ഇഷ്ടത്തോടെ സ്വപ്നം പോലെ ഒരാൾ കൂടെയുണ്ടായിരുന്നു എന്നും...

പക്ഷേ കണ്ണു തുറന്നാൽ കാണാൻ സാധിച്ചിട്ടില്ല ഇതുവരെ...

കണ്ണടച്ചാൽ എപ്പോഴും അരികിലുണ്ടാവും... ചില ഇഷ്ടങ്ങൾ അങ്ങനെയാണ്. എന്താണെന്നറിയാതെ വിവേചിച്ചറിയാനാവാത്ത ഇഷ്ടം. എന്നാൽ വെറുതേയല്ലാ എന്നറിയുന്ന ഇഷ്ടം. മനസ്സിലെ ലോല ഭാവങ്ങളെ ആദ്യമായുണർത്തിയ ഒരിഷ്ടം... എല്ലാമറിഞ്ഞെത്തിയ വൈകിയ ഈ വേളയിൽ സ്വപ്നക്കൂട്ടിലെ ആ ആൾ എന്നോട് പറയു കയാണ്...

“ഞാനറിഞ്ഞീല നിന്നെ. ഇപ്പോൾ അറിഞ്ഞപ്പോൾ എനിക്കും ഉണ്ടായിരുന്നു നിന്നോട് നിന്നേക്കാളേറെയിഷ്ടം... എന്റെ ഇഷ്ടപ്രണയം നിന്നിൽ തീരുന്നു. ഇനി നീ കണ്ണു തുറന്നോളൂ ഞാനുണ്ടാവും നിനക്ക് ഇഷ്ടമുള്ള കാഴ്ചയായി എന്നും എപ്പോഴും.. വിശ്വസിക്കണം എന്നെ നീ... ഇനി ഞാൻ നിന്നെ ഒരിക്കലും ഇഷ്ടത്തോടെ കൈവിട്ടു കളയില്ല. ഒരിക്കലും മടുക്കാത്ത ഇഷ്ടമായി കൊണ്ടു നടന്നോളാം മരണമെന്നെ ഇഷ്ടപ്പെട്ട് കൊണ്ടുപോകുംവരെയും......”

എന്താ ഞാൻ പറയേണ്ടേ? എന്നിലും മരണമെത്തുന്നതു വരെ എന്റെ മനസ്സാൽ ഇഷ്ടത്തോടെ നിന്നെ ഇഷ്ടമല്ലെന്നു വയ്ക്കാൻ എനിക്കാവി ല്ല.. എന്നിട്ടും അന്ന് എന്റെ ഇഷ്ടത്തെ നീ എന്തേ മനസ്സിലാക്കാതെ പോയത്? ഇഷ്ടക്കുറവ് കൊണ്ടല്ല എന്നെനിക്കറിയാമായിരുന്നു.

എന്നാലും ഞാൻ പഴയതുപോലെ കണ്ണടച്ചുതന്നെ നിന്നെ കണ്ടോളാം... നിന്റെ അരികിലിരുന്നോളാം... അല്ലെങ്കിൽ നമ്മുടെ ഇഷ്ടത്തോടെ യല്ലാതെ കുടുംബക്കാരുടെ ഇഷ്ടത്തിന് വിധേയരായി വിവാഹം ചെയ്തുണ്ടായ നമ്മുടെ രണ്ടുപേരുടേയും ഇപ്പോഴുള്ള കുടുംബങ്ങളിലെ നമ്മോടുള്ള ഇഷ്ടങ്ങളാകും നമുക്ക് നഷ്ടങ്ങളാകുന്നത്... സമൂഹത്തിലെ മാന്യതയുമായിരിക്കും നമ്മെ ഇഷ്ടമല്ലാതാകുന്നത്. അതു കൊണ്ടിത് ഇഷ്ടപ്പെടേണ്ട എന്റെ സ്വപ്നക്കൂടിന്റെ നാഥാ. നമുക്ക് വിധിച്ചത് നാം ഇഷ്ടപ്പെട്ടില്ലെങ്കിലും കാതങ്ങൾക്ക് അപ്പുറത്തായാലും എത്തിച്ചേരും എന്നാൽ എത്ര ഇഷ്ടപ്പെട്ടാലും വിധിക്കാത്തത് ചുണ്ടുകൾക്കിടയിലായാ ലും നഷ്ടപ്പെടും എന്ന തത്ത്വം മനസ്സിലാക്കി കൊണ്ട് അറിഞ്ഞെത്തിയ ആത്മബന്ധത്തിന് അളവില്ലാത്ത ഇഷ്ടത്തോടെ വിട...

"സങ്കടായോ?"

"ഏയ് ഇല്ല. ആഗ്രഹിച്ച ഇഷ്ടങ്ങൾ ഒക്കെയും എന്നും എന്റെ മാത്രം നഷ്ടങ്ങൾ ആയതു കൊണ്ട് പണ്ടേ എനിയ്ക്ക് എല്ലാം ശീലമായെടോ. ചോദിച്ചുവാങ്ങിയ സങ്കടങ്ങൾക്ക് കരയാൻ എവിടെയാണ് അവകാശം? അർഹിക്കാത്ത ഇഷ്ടങ്ങളിലെ വേദനകളെ ഇഷ്ടപ്പെടാനും ബാധ്യസ്ഥ നായല്ലേ പറ്റൂ...."

"..എന്നാലും അത്യന്തം നഷ്ടബോധത്തോടെ ഞാനറിയുന്ന നാഥാ എന്നിലെ ആദ്യാവസാന അനുരാഗത്തിലെ നിന്നിലെ നിന്നെയാ.... നിന്നെയാണെനിക്കേറെ ഇഷ്ടം എന്ന്."

"അതു മതിയെനിയ്ക്ക്, ഞാനും നിന്നെപ്പോലെ ഇനി എന്നും കണ്ണടച്ചു തന്നെ നിന്നെ ഇഷ്ടത്തോടെ കാണാനും... അരികിലിരിക്കാനും... ഒരു ജൻമത്തിലെ ഇഷ്ട സാഫല്യമായി പ്രിയേ എനിയ്ക്ക് നീ ഇഷ്ട സാഫ ല്യമായി... ഞാനും അറിയുന്ന നിന്നിലെ നിന്നെയാ നിന്നെയാണ് എനിക്കേറെയിഷ്ടം എന്ന്. ഇനിയുള്ള എത്ര ജൻമങ്ങൾ വേണമെങ്കിലും ഞാൻ ഇഷ്ടത്തോടെ കാത്തിരിക്കാം നിനക്കായ് മാത്രം. ജനിക്കുമോ നീ എനിക്കു വേണ്ടി ഒരിക്കലെങ്കിലും ഇഷ്ടത്തോടെ?..."

ആയുസ്സ്

പടിപ്പുരയിൽ എത്തിയപ്പോഴേ കേട്ടു അമ്മമാരുടേയും ശ്രീക്കുട്ടിയുടേയും നാമജപം.

എന്നെ കണ്ടതും എഴുന്നേറ്റ് വരാൻ തുനിഞ്ഞ ശ്രീക്കുട്ടിയോട് അവിടെയിരുന്നോളൂ എന്ന അംഗവിക്ഷേപത്തോടെ നിറഞ്ഞു കത്തുന്ന നിലവിളക്കിനെ നോക്കി തൊഴുത ശേഷം കോലായിക്കിപ്പുറമുള്ള എന്റെ മുറിയിലേയ്ക്ക് നടന്നു. കുളി കഴിഞ്ഞു വന്നപ്പോഴും നാമജപം തുടരുകയാണ്.

ഗോവണി കയറി മുകളിലത്തെ കോലായിൽ പോയിരുന്നു. ഇവിടെയിരുന്നാൽ നല്ല കാറ്റാണ്. മഴയുള്ള സമയത്ത് പുറത്തേയ്ക്ക് നോക്കിയിരുന്നാൽ മഴ തീർന്നാലും മരങ്ങൾ പെയ്യുന്നത് കാണുന്നത് പ്രത്യേക സുഖമാണ്. പക്ഷികളുടെ കൊഞ്ചലും കാറ്റിന്റെ മർമ്മരവും, ചീവിടിന്റെ കരച്ചിലും ഒക്കെ വിവേചിച്ചറിയാം. പണ്ടൊക്കെ എന്റെ സ്ഥിരം ഇരിപ്പ് ഇവിടെത്തന്നെയായിരുന്നു. ഒരു പക്ഷേ ജീവിതത്തിൽ ഞാൻ ഏറെ ഇഷ്ടപ്പെട്ട ഇതുപോലൊരു സ്ഥലം വേറെയില്ലാന്ന് തന്നെ പറയാം.

വെറുതേ എന്നറിയാമെങ്കിലും എത്ര തേടിയാലും കണ്ടെത്താനാവാത്ത സന്തോഷങ്ങൾ ഉണ്ട്. ചില നിമിഷങ്ങളിലെ മാത്ര നേരത്തെ ആവേശത്താലുണ്ടായ മിഥ്യാധാരണകൾ കൊണ്ട് ഞാൻ തന്നെ നഷ്ടപ്പെടുത്തിയ എന്റെ സന്തോഷങ്ങൾ... സ്നേഹിക്കാൻ മാത്രമായി ഒരുപാട് ഓർമ്മകളും..... ഓർമ്മിക്കാൻ മാത്രമായി ഒരുപാട് നഷ്ടങ്ങളും.... നഷ്ടങ്ങൾക്ക് മാത്രമായി ഒരുപാട് ജീവിതങ്ങളും... അതിലൊരാളായി

ഞാനറിഞ്ഞ ഞാനും, തിരശ്ശീലയിലെന്നപോലെ ഓരോ മുഖങ്ങളും മനോമുകുരത്തിൽ കളിയാടാൻ തുടങ്ങി...

അച്ഛനില്ലാത്ത ദുഃഖം അറിയിക്കാതെ വളർത്തിയ അമ്മയും, വല്യമ്മയും. വല്യമ്മ വിവാഹം ചെയ്തിട്ടില്ല. എന്താ കാരണം എന്ന് എനിക്കിന്നും അറിയില്ല.

ഒരു വൈകുന്നേരം ഇതുപോലെ ഇരിക്കുമ്പോൾ ആണ് രണ്ടമ്മമാരും അരികിൽ വന്നിരുന്നത്.

"നെനക്കിന്നൊരു അലോചനയുമായിട്ട് വിജയനോപ്പ വന്നിരുന്നു. കുട്ടി മറ്റാരുമല്ല നമ്മുടെ ഗീതുമോൾ തന്നെ. അധികം പഠിപ്പില്ലാന്ന് ഒരു കുറവേയുള്ളവൾക്ക്. ശ്രീത്വവും, അടക്കവുമൊതുക്കവും ശരിക്കുണ്ട്. ഗീതുവിനെ നീ വിവാഹം ചെയ്തുച്ചാൽ പിന്നെ ഓപ്പയേയും കൂടെ ഇങ്ങട്ട് കൊണ്ടു വരാം. അവർക്ക് കഷ്ടപ്പാടുകളിൽ നിന്നും ഒരു മോചനവും ആകും.. എന്താ നിന്റെ അഭിപ്രായം നന്ദാ?"

നർത്തനയുടെ കാര്യം അമ്മമാരോട് അവതരിപ്പിച്ചപ്പോൾ പറഞ്ഞു.

"അന്യനാട്ടിൽ ജീവിച്ച വളർന്ന കുട്ടിയല്ലേ. അതിന് നമ്മുടെ ചര്യകളുമായി യോജിച്ച പോകാൻ പ്രയാസായിരിക്കും."

"ഇല്ലമ്മേ നർത്തന അങ്ങനെ ഒരു കുട്ടിയേയല്ല. അവൾക്കിവിടെ വരാൻ കൊതിയാണെന്നാണ് പറയുന്നത്."

"അതൊക്കെ ഇപ്പോൾ പറയും നന്ദാ. അവരുടെ കൈയ്യിൽ അധികാരോം, അവകാശോം വന്നു കഴീമ്പഴാ? ഒന്നാമത് ആ കുട്ടിയുടെ അമ്മയും അച്ഛനും ഭിന്ന ജാതിയിൽപെട്ടവർ. ഏത് സംസ്കാരത്തിൽ ആണോ കുട്ടി വളർന്നിട്ടുണ്ടാവുക?..... തന്നേയുമല്ല അച്ഛനും അമ്മയും വേർപെട്ടു കഴിയുന്നവർ. ആ കുട്ടിക്ക് ബന്ധങ്ങളുടെ മൂല്യം എന്താണെന്നറിയ്യോ ആവോ? അഴകുള്ള രൂപങ്ങൾ ചിലപ്പോൾ കണ്ണിനും, മനസ്സിനും ചില മാത്രകളുടെ ആഹ്ലാദമായേക്കാം. എന്നാൽ ആത്മാർത്ഥതയുള്ളവർ ജീവിതകാലം മുഴുവൻ ആശ്വാസമാകുന്ന കുളിർ മഴയായി ആനന്ദത്തിലാറാടിക്കും. അത് മനസ്സിലാക്കുമ്പോഴേയ്ക്കും ജീവിതം തിരിച്ചുപിടിക്കാൻ സാധിക്കാത്ത വിധം പിടിവിട്ടു പോയിരിക്കും നന്ദൂട്ടാ."

"അതു കൊണ്ട് കൂടിയാ വല്യമ്മേ ഞാൻ പറഞ്ഞത് അവൾക്ക് എന്നോട് ആത്മാർത്ഥ സ്നേഹം തന്നെയാണ്. ഒറ്റയ്ക്ക് ഹോസ്റ്റലുകളിൽ മാറി മാറി കഴിയുന്ന അവൾക്ക് നമ്മളെയൊക്കെ കിട്ടുമ്പോൾ വലിയ സന്തോഷാവും. എന്നെ ശരിയായി മനസ്സിലാക്കിയ അവൾ ബന്ധങ്ങളുടെ മൂല്യമറിഞ്ഞ് എന്റെ രണ്ടമ്മമാരേയും അവളുടെ രണ്ടു കണ്ണുകൾ

പോലെ നോക്കിക്കോളും. അതെനിയ്ക്ക് അവൾ ഉറപ്പ തന്നിട്ടുണ്ട്. അതാ ഞാനവളെ കൂടുതൽ ഇഷ്ടപ്പെട്ടതും."

"ന്താച്ചാലും നിന്റെ ഇഷ്ടം അതാച്ചാൽ ഞങ്ങൾ എതിർക്കണില്ല. ഞങ്ങൾ രണ്ടാളും ജീവിക്കണതേ നിനക്ക് വേണ്ടീട്ടല്ലേ."

വിവാഹശേഷം ഇവിടേയ്ക്ക് വന്ന നർത്തന എട്ടുകെട്ടും, ചാവടിപ്പുര യും, തൊടിയും, കുളപ്പടികളും കയ്യാലയ്ക്കപ്പുറമുള്ള നാഗത്താൻകാവും, തെക്കേപറമ്പിലെ തിരിവയ്ക്കുന്ന അച്ഛന്റെ അസ്ഥിമാടവും ഒക്കെ വളരെ കൗതുകത്തോടെയാണ് നോക്കി കണ്ടത്.

അമ്മമാരാണ് ഭക്ഷണം പാകം ചെയ്തിരുന്നത്.

വിവാഹത്തിന്റെ മൂന്നാമത്തെ മാസം മുതൽ ഇവിടുത്തെ വീടും, പരിസരവും, ഭക്ഷണവും ഒന്നുമവൾക്ക് പിടിക്കാതായി.

ഗർഭാലസ്യത്തിന്റെ മാറ്റങ്ങൾ ആവാം എന്നാണ് കരുതിയത്. ഏതു സമയവും അവൾ ലാപ്പിലും, മൊബൈലിലും ഒക്കെ ശ്രദ്ധിച്ചു. അമ്മയും വല്യമ്മയും അവളുടെ അടുത്ത് വന്ന് സംസാരിക്കുന്നതും, പുരാണകഥകൾ പറയുന്നതും ഭാഗവത പാരായണം ചെയ്യുന്നതും ഒക്കെ അവൾക്ക് അലോസരമായി.

അവളുടെ മമ്മിക്കും ഡാഡിക്കും അവരുടേതായ പുതിയ രണ്ടു കുടും ബങ്ങൾ ഉള്ളതുകൊണ്ട് അവരുടെയടുത്തും പോകാൻ സാധിക്കാത്ത അവസ്ഥയാണവൾക്ക്. സ്നേഹത്തിന് വേണ്ടി കേഴുന്ന അവളുടെ ആ കഥ കേട്ടപ്പോൾ ആണ് എനിക്കവളോട് തോന്നിയ സഹതാപം പിന്നീട് സ്നേഹമായി മാറിയത്.

നർത്തനയുടെ മാതാപിതാക്കളുടെ ഡിവോഴ്സ് കേസ് എന്റെ ഗുരുനാഥൻ ആയ അഡ്വക്കേറ്റ് ജീവൻ തോമസ് സാറിന്റെ ബഞ്ചിലായി രുന്നു. അദ്ദേഹത്തിന്റെ ജൂനിയർ ആയ നന്ദഗോപൻ എന്ന ഞാനാണ് അത് വാദിച്ചത്.അപ്പോഴാണ് ഞാൻ നർത്തനയെ കാണുന്നതും അവളുടെ നൊമ്പരങ്ങളും, എന്നോടുള്ള പ്രത്യേക ഇഷ്ടവും മനസ്സിലാക്കി യതും എന്റെ ഓർമ്മകളുടെ തളിർച്ചില്ലയിൽ പ്രണയത്തിന്റെ നിറമുള്ള സ്വപ്നമായവൾ മാറിയതും.

നർത്തന ടൗണിൽ വീടെടുത്ത് താമസിക്കാൻ എന്നെ നിർബന്ധി ച്ചു കൊണ്ടിരുന്നു. ഞാനത് തമാശയായി കണ്ട് അവളോട് പറഞ്ഞു "വാശിയും, ദേഷ്യവും നിനക്ക് മാത്രമല്ല. എനിക്കും ഉണ്ട്. മുത്തല്ലേ, പൊന്നല്ലേ, പഞ്ചാരയല്ലേന്ന് വയ്ക്കുമ്പോൾ തലയിൽ കയറിയിരുന്ന് പൊറോട്ടയടിക്കുന്നോ? അസ്ഥിക്ക് പിടിച്ചു പോയി അല്ലെങ്കിൽ

ഞാനെടുത്ത് കിണറ്റിലിട്ടേനേ." അവൾ ചിരിക്കും എന്നാണ് കരുതിയത്. പക്ഷേ എന്റെ പ്രതീക്ഷയെ അസ്ഥാനത്താക്കി കൊണ്ട് അവൾ മുറിയിൽ കയറി കതകടച്ചു.

എനിയ്ക്ക് വന്ന വൈറൽ ഫീവർ അമ്മമാർക്കും വന്നപ്പോൾ അവരുടെ ചുമ അവൾക്കും ഗർഭസ്ഥ ശിശുവിനും വരും, അതുകൊണ്ട് ഏതെങ്കിലും ഹോട്ടലിൽ മുറിയെടുക്കാൻ പറഞ്ഞു. പിന്നീടവൾ ഞങ്ങളോട് മൂന്നുപേരോടും മിണ്ടാതായി.

"നീ ആരോടും മിണ്ടാതെ തന്നിഷ്ടം കാട്ടി നടന്നോളൂ. വയസ്സായി ആരും നമ്മുടെ അഭിപ്രായങ്ങൾക്ക് വില കൽപ്പിക്കാത്ത ഒന്നുറക്കെ ചുമച്ചാൽ പോലും അതൊരു ശല്യമായി തോന്നുന്ന വീട്ടിലെ കാലിളകിയ കസേരയ്ക്ക് തുല്യമായിത്തീരുന്ന ഒരവസ്ഥയിലേയ്ക്ക് നമ്മളും എത്തുമെന്ന ബോധം ഉള്ളിലുറച്ചാൽ അന്നും തീരും നിന്റെ അഹംഭാവം."

ഞാനത് പറഞ്ഞതോടെ അവൾ നിരാഹാരവും തുടങ്ങി. അതോടെ അമ്മമാർക്ക് വെപ്രാളമായി.

"ആ കുട്ടീടെ വയറ്റിൽ നിന്റെ കുഞ്ഞാണ് ഉള്ളത്. അതു കൊണ്ട് നർത്തന എന്താണോ പറയുന്നത് അതുപോലെ നീ ചെയ്യൂ നന്ദാ. ഞങ്ങൾ രണ്ടാളില്ലേ ഇവിടെ? കൂടാതെ പുറംപണിക്കാരും ഇല്ല്യേ? നിനക്ക് എപ്പളാച്ചാലും ഞങ്ങളെ വന്നു കാണാല്ലോ. ന്തായാലും ടൗണിൽ ഒരു വാടകവീട് തരാക്കുന്ന കാര്യത്തില് ഇനി അമാന്തം ഒന്നും വേണ്ട. നാളെത്തന്നെ നോക്കിക്കോളൂ നന്ദാ." എന്നു പറഞ്ഞാ നിസ്വാർത്ഥ സ്നേഹങ്ങൾ നടന്നു നീങ്ങിയപ്പോൾ ഞാനറിയുകയായിരുന്നു മനസ്സ് പറയുന്നത് ചെയ്യാതെ മറ്റുള്ളവർ പറയുന്നത് ചെയ്യുമ്പോൾ ആണ് നമ്മൾ ശരിക്കും തോറ്റു പോകുന്നത് എന്ന്.

ടൗണിലെ വാടക വീട്ടിൽ എത്തിയപ്പോൾ അമ്മമാരെ ഉപേക്ഷിച്ച് പോരേണ്ടി വന്ന ഞാൻ ഹൃദയം നുറുങ്ങുന്ന വേദനയോടെ മൗനത്തിലേയ്ക്കാണ്ടുപോയി. കീ കൊടുത്താൽ ചലിക്കുന്ന പാവയെപ്പോലെയായിത്തീർന്നപ്പോൾ നർത്തന ആരോടൊക്കെയോ ധാരാളം ചിരിക്കുകയും, സംസാരിക്കുകയും ഒക്കെ ചെയ്ത് ആർത്തുല്ലസിക്കുകയായിരുന്നു. ഹോട്ടൽ ഭക്ഷണവും ഓൺലൈൻ ഭക്ഷണവും മാത്രം കഴിച്ച് സുഹൃത്തുക്കളുമായി ജീവിതം ആഘോഷമാക്കുകയായിരുന്നു. ഞാൻ വീട്ടിൽ വരുമ്പോഴും അവൾ എത്തിയിട്ടുണ്ടാവില്ല. അനുസരിച്ചു ശീലിച്ചവരെയല്ലേ അനുസരിപ്പിക്കാൻ സാധിക്കൂ........

സമയം കിട്ടുമ്പോൾ ഒക്കെ ഞാൻ അമ്മമാരുടെ അടുത്ത് ചെല്ലും. അവരെ ഓർത്താൽ കണ്ണുനിറയും. ഓർത്തില്ലെങ്കിൽ ഹൃദയം പിടയും.

അവരുടെ കൈകൾ കൊണ്ടുണ്ടാക്കിയ ഭക്ഷണം അമൃത് പോലെയാണ് എനിക്കപ്പോൾ തോന്നിയത്? ശോഷിച്ച കൈകൾ കൊണ്ട് വാത്സല്യത്തോടെ വിളമ്പിത്തരുമ്പോഴും ആ നാലു കണ്ണുകളിലും ഊറിയ നനവ് ഞാനറിയാതെയിരിക്കാൻ പൊടി കണ്ണിൽ വീണതുപോലെ മേൽമുണ്ടിന്റെ കോന്തലയിൽ ചാലിക്കുമ്പോഴും ഞാൻ എന്നെത്തന്നെ നഷ്ടപ്പെടുത്തിയതോർത്ത് ഉള്ളാലെ വിതുമ്പുകയായിരുന്നിട്ടും പുഞ്ചിരിയാൽ വഴിമാറ്റപ്പെടുന്ന സ്നേഹമായി മാറുകയായിരുന്നു അവരുടെയടുത്ത്.

പ്രസവവേദന സഹിക്കാൻ തന്നെക്കൊണ്ടു പറ്റില്ല എന്ന് ഡോക്ടറോട് പറഞ്ഞ് നർത്തന നിർബന്ധപൂർവ്വം സിസേറിയൻ ചെയ്യിപ്പിച്ചു.

ശ്രീക്കുട്ടി എന്ന പേരും അവൾക്കിഷ്ടമായില്ല. അവൾ മോളെ ശ്രിയ എന്നു വിളിച്ചു. അവളെപ്പോലെ തന്നെ മോളെയും ആംഗലേയഭാഷ പറഞ്ഞ് വളർത്താൻ തുടങ്ങിയപ്പോൾ ഞാൻ എതിർത്തതിന് ശേഷം അവൾ മോളുടെ കാര്യങ്ങളും നോക്കാതായി.

പെട്ടെന്ന് ഒരു ദിവസം അവൾ എന്നോടും മോളോടും സ്നേഹത്തോടെ പെരുമാറാൻ തുടങ്ങി. അവളുടെ സുഹൃത്തും ഭാര്യയും വീട്ടിൽ വന്നപ്പോൾ അവരുമായി തറവാട്ടിൽ പോയി അമ്മമാരെ കണ്ടിട്ട് വരാം എന്നു പറഞ്ഞു. ഒന്നും സംഭവിക്കാത്തതുപോലെ അതുവരെയില്ലാത്ത സ്നേഹത്തോടെയും, വിധേയത്വത്തോടെയും ആണ് അമ്മമാരോടും അവൾ പെരുമാറിയത്. അന്നുച്ചയ്ക്ക് ഊണു കഴിഞ്ഞ് മുകളിലത്തെ കോലായിൽ ഇളം കാറ്റേറ്റ് കിടന്നപ്പോൾ ഞാൻ അറിയാതെ ഉറങ്ങിപ്പോയി.ആ ഉച്ച ഉറക്കത്തിലും ഞങ്ങൾ തിരികെ തറവാട്ടിലേയ്ക്ക് വന്നതായി സ്വപ്നവും കണ്ടു. തിരിച്ചെത്തിയ അവളുടെ ആവശ്യം എന്നെ ഞെട്ടിക്കുന്നതായിരുന്നു.

“ഞാനറിഞ്ഞു നിങ്ങളുടെ കുടുംബത്തിലുള്ള സ്ത്രീകളുടെ ആയുസ്സ് എൺപത് എൺപത്തിയഞ്ച് വയസ്സുവരെയാണെന്ന്. തൻമൂലം അമ്മമാർ മരിച്ചിട്ട് വീട് വിൽക്കാം എന്ന ധാരണയിൽ ജീവിച്ചാൽ വയസ്സാംകാലത്തായിരിക്കും നഗരത്തിൽ സ്വന്തമായി ഒരു വീട് സ്വന്തമാക്കാൻ കഴിയുന്നത്. അതു കൊണ്ട് നിങ്ങൾ അമ്മമാരോട് പറയുക വീട് വിൽക്കുന്ന കാര്യം. നിങ്ങൾക്ക് പറ്റില്ലെങ്കിൽ ഞാൻ പറയാം. ഇപ്പോഴുള്ള ജോലിക്കാരിയെ പറഞ്ഞുവിട്ട ശേഷം അമ്മമാർ നമ്മുടെ കൂടെ ശ്രിയയെ നോക്കി നിന്നോട്ടെ. അവൾ സ്വന്തമായി കാര്യങ്ങൾ ചെയ്യാറാകുന്ന സമയത്ത് അവരെ ഏതെങ്കിലും വൃദ്ധമന്ദിരത്തിൽ ആക്കാം. അതല്ല അപ്പോൾ അവർക്ക് നാട്ടിൽ തന്നെ

നിൽക്കണമെങ്കിൽ എവിടെയെങ്കിലും ഒരഞ്ചുസെന്റ് സ്ഥലം വാങ്ങി രണ്ടു മുറിയും അടുക്കളയും ആയി ഒരു വീട് വച്ച് കൊടുക്കാം. ഇപ്പോൾ വന്ന എന്റെ സുഹൃത്തുക്കൾക്ക് തറവാടും സ്ഥലവും ഇഷ്ടമായി. ഇതു പോലെ അധികം ആരുടേയും ശ്രദ്ധയിൽ പെടാത്ത ഒരു സ്ഥലമാണ് അവർ നോക്കി നടന്നിരുന്നത്. ഗ്രാമീണ ഭംഗി ആസ്വദിക്കാൻ എത്തു ന്നവർക്കായി ഹോം സ്റ്റേ നടത്താനാണ്. അവരുടെ വരുമാനത്തിന്റെ മൂന്നിലൊരു ഭാഗം എനിയ്ക്കും ലഭിക്കും. അങ്ങനെയൊരു രേഖ ഉണ്ടാക്കി യതിനുശേഷം ആണ് രജിസ്ട്രേഷൻ നടത്തുന്നത്. പറയുന്ന വില തരും" പറഞ്ഞ് തീർന്നതും മുഖമടച്ച് ഒന്നു കൊടുത്തവൾക്ക്.

"ഒരിക്കൽ ഒറ്റപ്പെട്ടപ്പോൾ നിറവായി തോന്നിയ എന്റെ സ്നേഹം ബാധ്യതയായി തോന്നിത്തുടങ്ങിയെങ്കിൽ വിട്ടിട്ട് പോടീ."

"എന്നാൽ ഈ ബാധ്യതയും വച്ചേക്കുന്നില്ല" എന്നു പറഞ്ഞവൾ എന്നെയും തല്ലി.

മോൾ വാവിട്ട് കരയാൻ തുടങ്ങിയപ്പോൾ അതിനെയുമെടുത്ത് ഞാൻ ബെഡ് റൂമിൽ കയറി കതകടച്ചു. കരച്ചിൽ ഒന്നടങ്ങിയപ്പോൾ ശ്രീക്കുട്ടി എന്നോട് ചോദിച്ചു,

"അച്ഛാ മമ്മ പറയുന്ന പോലെ ആ മുതുക്കത്തിമാരുടെ ആയുസ്സ് എടുക്കാൻ വിഷം കൊടുത്ത് ആരെയെങ്കിലും കൊണ്ട് കൊല്ലിക്കാം."

"എടീ.." എന്ന നിയന്ത്രണം വിട്ടുള്ള എന്റെ വിളിയിൽ വീടു നടുങ്ങി. കതകു തുറന്ന് പുറത്തേയ്ക്ക് വന്ന ഞാൻ ഒരിടത്തും നർത്തനയെ കണ്ടില്ല. കാറുമെടുത്ത് അവൾ പോയിരുന്നു. കേട്ട വാക്കുകളുടെ ഞെട്ടലിൽ കുറേ സമയം തരിച്ചിരുന്നു പോയി. സമനില വീണ്ടെടുത്ത് തിരികെ ബെഡ്റൂ മിലേയ്ക്ക് വന്നപ്പോൾ മോളേയും കണ്ടില്ല. എന്റെ അലർച്ചയിൽ ഭയന്നു പോയ കുഞ്ഞ് കട്ടിലിനടിയിൽ കയറിയിരുന്നപ്പോൾ ഉറങ്ങിപ്പോയി. പാവം കുട്ടി. മോളെയുമെടുത്ത് ഉറങ്ങാൻ കിടന്നപ്പോൾ ഓർത്തു. ഉറക്ക ത്തിൽ കാണുന്നതല്ല സ്വപ്നം. ഉറക്കം കെടുത്തുന്ന സ്വപ്നങ്ങൾ ആണ് യഥാർത്ഥ സ്വപ്നം എന്ന്.

ഒരാഴ്ചത്തേയ്ക്ക് നർത്തനയെകുറിച്ച് ഒരറിവും ഉണ്ടായിരുന്നില്ല. പറഞ്ഞ വഴി കേട്ടില്ലെങ്കിൽ പോയ വഴി പൊയ്ക്കോട്ടെ എന്ന് കരുതി തന്നെ ഞാനുമിരുന്നു. മാറി നിൽക്കേണ്ട സാഹചര്യങ്ങളിൽ മാറി നിൽക്കുക തന്നെ ചെയ്യണം. അല്ലെങ്കിൽ നമ്മൾ വെറും കോമാളികൾ ആയിപ്പോകും.... രാത്രി ഏറെ വൈകി വന്ന ഫോൺ ആണ് എന്നെ ഉണർത്തിയത്. ഇവിടുത്തെ കുന്നംകുളം ലോക്കൽ പോലീസ് സ്റ്റേഷ നിൽ നിന്നാണ്. കൊച്ചിയിൽ ഏതോ സുഹൃത്തുമായി മദ്യപിച്ചു വരുന്ന

വഴിക്ക് നർത്തനയുടെ കാർ നിയന്ത്രണം തെറ്റി മറിഞ്ഞു. കൂടെയുള്ള സുഹൃത്ത് തൽക്ഷണം മരിച്ചു. നർത്തന ആശുപത്രിയിൽ ആണ്.

ഹോസ്പിറ്റലിൽ എത്തുമ്പോൾ അത്യാസന്ന നിലയിൽ ആണ് നർത്തന എന്നാണ് പറഞ്ഞത്. ഡോക്ടറെ കാണാൻ ചെന്നപ്പോഴാണറിയുന്നത് മരിച്ച സുഹൃത്ത് അന്ന് വീട്ടിൽ വന്ന അയാൾ തന്നെയായിരുന്നു. പെൺവാണിഭ സംഘത്തിലെ അംഗമാണ് അയാൾ എന്നത് അപ്പോൾ കിട്ടിയ അറിവായിരുന്നു. നർത്തനയെ വെന്റിലേറ്ററിൽ ആക്കിയാലും കുറച്ച് ദിവസത്തേയ്ക്ക് കൂടി ആയുസ്സ് വിലയ്ക്കു വാങ്ങാം എന്നല്ലാതെ വലിയ ഫലം ഒന്നുമില്ല. ജനനത്തിന് സ്വാഭാവികമായ മരണവും ഉണ്ട്. അതാവും ഈ അവസ്ഥയിൽ ഉത്തമവും എന്ന് ഞാൻ പറയാതെ തന്നെ വക്കീലിന് അറിയാമല്ലോ എന്ന് ഡോക്ടറും, പരിചയമുള്ള എസ്.പിയും ചോദിച്ചപ്പോൾ ഞാൻ യാന്ത്രികമായി തലയാട്ടി. ജീവൻ തോമസ് സാറും അതു തന്നെ പറഞ്ഞു.

തിരികെ പോലീസ് സ്റ്റേഷനിലെത്തി അവിടുത്തെ കാര്യക്രമങ്ങൾക്കായി ഇരിക്കുമ്പോൾ നർത്തന എന്ന നുണയാലും അഹങ്കാരത്തിനാലും, തന്നിഷ്ടത്തിനാലും കുറുക്കിയെടുത്ത അഴിഞ്ഞാട്ടക്കാരിയായ പഞ്ചസാര മിഠായിയോടായിരുന്നല്ലോ എന്റെ പ്രണയവും, വിവാഹവും.... എന്തിനാണ് കാലമെന്നെയിങ്ങനെയൊരു കടങ്കഥയാക്കിയത്? അതോ കളിപ്പാട്ടമോ? ഖേദിച്ചിരിക്കുമ്പോൾ കേട്ടു, വിഷക്കോപ്പ മോന്തുന്നതിന്റെ തലേരാവിൽ സോക്രട്ടീസിനെ കാണാൻ ഭാര്യ തടവറയിൽ എത്തി. കണ്ണീരോടെ അവൾ കുമ്പസരിച്ചു.

"ഞാനിന്നോളം നിങ്ങളെ സ്നേഹിച്ചിട്ടില്ലായിരുന്നു"

അതു കേട്ടപ്പോൾ സോക്രട്ടീസ് പറഞ്ഞു,

"സാന്താപ്പാ നീ വെറുതേ കള്ളം പറയുകയാണ്. നിന്റെ കലഹങ്ങൾക്കും, പരുഷതകൾക്കും പിന്നിൽ നീ ഒളിപ്പിച്ചത് നിന്റെ സ്നേഹം തന്നെയായിരുന്നുവല്ലോ." അതു കേട്ടപ്പോൾ അവൾ ബോധരഹിതയായി വീണു.

മനുഷ്യർ തങ്ങളുടെ സ്നേഹം ഒളിപ്പിച്ചു വയ്ക്കുകയാണ് ഏതൊക്കെയോ മുഖപടങ്ങൾക്ക് പിന്നിൽ... ജീവിതം ഒരു വീടുപോലെയാണ്. സ്നേഹം കൊണ്ട് അടിത്തറ കെട്ടി വിശ്വാസം കൊണ്ട് ചുമരുകളും മേൽക്കൂരയും ഉണ്ടാക്കണം. അതിൽ ഞാനും നീയും എന്ന ഭാവം ഇല്ലാതെ നമ്മളായി ജീവിക്കാൻ സാധിച്ചാൽ വിജയിക്കാം.

"എസ് സർ," എന്നു പറഞ്ഞ് യൂട്യൂബിൽ വിരസത മാറ്റിയിരുന്ന പോലീസുകാരൻ ഫോൺ ഓഫ് ചെയ്ത് അകത്തേയ്ക്ക് പോയി.

എല്ലാ നടപടിക്രമങ്ങൾക്കും ശേഷം വിട്ടുകിട്ടിയ നർത്തനയുടെ മൃതദേഹത്തിനരുകിൽ ഇരുന്നപ്പോൾ ഓർത്തു, ഒരു ജീവൻ ഭൂമിയിലേയ്ക്ക് വരുന്നുണ്ടെന്ന് ഒൻപതു മാസം മുൻപേ അറിയാൻ കഴിയും, എന്നാൽ ഒരു ജീവൻ ഭൂമി വിട്ട് പോകുന്നു എന്നറിയാൻ ഒൻപത് സെക്കന്റിന് മുൻപു പോലും അറിയാൻ സാധിക്കില്ല. അവിടെയാണ് പരമമായ ശക്തിയുടെ ലീലാവിലാസം. അമ്മമാരുടെ ജീവൻ പൊലിയാൻ കാത്തിരുന്ന അവളറിഞ്ഞില്ല അവളുടെ ജീവനാണ് പൊലിയാൻ പോകുന്നതെന്ന്. തറവാട്ടിൽ അച്ഛന്റെ അസ്ഥിമാടത്തിന് സമീപമായി നർത്തനയെ ദഹിപ്പിച്ചു കഴിഞ്ഞപ്പോൾ തന്നെ തിരക്കഭിനയിച്ച് അവളുടെ മമ്മിയും ഡാഡിയും പോയി.

“മമ്മയ്ക്ക് ഉവ്വാവാണോ അച്ഛാ? മമ്മ എന്താ വഴക്കിടാത്തെ? മമ്മയെ തീയിൽ വച്ചാൽ മമ്മയ്ക്ക് പൊള്ളത്തില്ലേ? മരിച്ചെന്നു പറഞ്ഞാൽ എന്താ?”

“ഇല്ല മോളേ മമ്മയുടെ ആയുസ്സ് തീർന്നതുകൊണ്ട് മമ്മയ്ക്ക് പൊള്ളില്ല.”

“മമ്മയുടെ ആയുസ്സും മമ്മ അമ്മുമ്മമാരെ കൊല്ലാൻ പറഞ്ഞവരെ കൊണ്ട് കൊല്ലിച്ചതാണോ? മമ്മ ഇനി നമ്മളേയും...” അവൾ പറഞ്ഞു മുഴുമിപ്പിക്കുന്നതിന് മുൻപേ ഞാനവളുടെ വായ പൊത്തി, ബന്ധുക്കളിൽ ചിലർ അവിടേയ്ക്ക് വരുന്നുണ്ടായിരുന്നു.

“നിന്റെ ചിരിച്ച മുഖം മാത്രം കണ്ടിരുന്ന ഞങ്ങളാരും കരുതീല്ല നന്ദാ നിനക്ക് ഇത്രയേറെ പ്രശ്നങ്ങൾ ഉണ്ടായിരുന്നൂന്ന്.”

“ചിരിച്ചു നിൽക്കുന്ന മുഖങ്ങൾക്ക് പിന്നിൽ സങ്കടങ്ങൾ ഇല്ലെന്ന് കരുതരുത്. മറ്റൊരാൾക്ക് പറഞ്ഞു മനസ്സിലാക്കാൻ കഴിയാത്ത കടലോളം സങ്കടങ്ങൾ ഒളിപ്പിച്ചു വച്ചിട്ടുണ്ടാകും ആ മനസ്സിൽ. ഒരു പക്ഷേ മറ്റാരോടും പറയാൻ ആഗ്രഹിക്കാത്ത ഒരായിരം സങ്കടങ്ങൾ അല്ലേ നന്ദാ. അതാണ് ഇന്നത്തെ അണുകുടുംബ തലമുറയുടെ ശാപം. അവർ ആരോടുമൊന്നും പറയുകയുമില്ല അന്വേഷിക്കുകയും ഇല്ല. ഇനീപ്പോ പറഞ്ഞിട്ടെന്താ കാര്യം. ഏടത്തിമാര് ഏങ്ങനെ വളർത്തിയ കുട്ടിയാ നന്ദാ നീയ്.??ഒന്നുമോർത്തു വിഷമിക്കാതെ ഒക്കെ വിധിയുടെ നിശ്ചയം എന്നു കരുതി സമാധാനിക്കു കുട്ടീ എന്നാൽ ഞങ്ങൾ ഇറങ്ങുകയായി....

“നന്ദാ കഞ്ഞി കഴിക്കാറായില്ലേ?”

അമ്മയുടെ ശബ്ദമാണ് ഓർമ്മകളിൽ നിന്നുണർത്തിയത്. ഗോവണി

കയറിയാൽ അമ്മയ്ക്ക് ശ്വാസം മുട്ടും. അതോണ്ട് താഴെ നിന്നിട്ടാണ് വിളിക്കുന്നത്. താഴേയ്ക്ക് വന്നു കൈകൾ കഴുകി ഊൺതളത്തിലേയ്ക്ക് വന്നപ്പോൾ, "ഇതെന്തുപറ്റി അമ്മേ എവിടെപ്പോയി എല്ലാവരും? വല്യമ്മേ, ശ്രീക്കുട്ടീ."

"ഞങ്ങൾ എല്ലാവരും ഇവിടെയുണ്ട്. അടുക്കളയിലേയ്ക്ക് വരൂ നന്ദാ. ഇന്ന് കഞ്ഞിയും, കായമുളകുഷ്യവും കാലാക്കിയത് ശ്രീക്കുട്ടിയാണ്. നന്നായിട്ടില്ല്യേന്ന് ഒരൽപ്പം രുചിച്ചു നോക്കു നന്ദാ."

"ഉപ്പിത്തിരി കൂടിപ്പോയോ അച്ഛാ?"

ഒരൽപ്പം രുചിച്ചു നോക്കിയിട്ട്,

"സാരമില്ല മോളേ ആദ്യായിട്ട് ഉണ്ടാക്കിയതല്ലേ. കഞ്ഞിക്ക് ഉപ്പ് ഇത്തിരി കൂടി. അതിലേറെ അസാരം കൂടിപ്പോയി മുളകുഷ്യത്തിനും. അതോ എന്റെ ബ്ലഡ് പ്രഷർ കുറഞ്ഞതുകൊണ്ട് എനിയ്ക്ക് തോന്നിയ താണോ? എന്താ വല്യമ്മേടെ അഭിപ്രായം?"

"അച്ഛൻ തമാശ പറയ്വാ?"

"ജീവിതവും ആയുസ്സും ഒരു തമാശയാണ് ശ്രീക്കുട്ടീ. ഒന്നുമില്ലാതെ വന്ന് എല്ലാത്തിനും വേണ്ടി മത്സരിച്ച് ഒന്നുമില്ലാതെ പോകുന്ന നല്ലൊരു തമാശ. അതിനിടയിലുള്ള സ്നേഹമോ ഉപ്പിനെ പോലെയാണ്. പാകത്തിന് കൊടുത്തില്ലെങ്കിൽ പണിയും കിട്ടും, അതും ഒരു തമാശ അല്ല്യോടി," എന്നു വല്യമ്മ പറഞ്ഞപ്പോൾ, അമ്മ അതു സമ്മതിച്ച് തലയാട്ടിക്കൊണ്ട് കഞ്ഞിയിൽ ഉപ്പില്ലാതെ വേവിച്ച ചെറുപയർ പരിപ്പ് ചേർത്ത് കഞ്ഞിയിലെ ഉപ്പു പാകത്തിന് ആക്കുകയായിരുന്നു. മുളകുഷ്യ ത്തിൽ ചേനയും വേവിച്ച് ചേർത്തു. കഞ്ഞിത്തവി ഉയർത്തിപ്പിടിച്ച് ഒരു ജേതാവിനെപ്പോലെ,

"ഇനിയും ഇനിയും ഞാൻ കഞ്ഞിയും, കായമുളകുഷ്യവും വയ്ക്കും, അതും പാകത്തിന് ഉപ്പിട്ട് വല്യമ്മുമ്മ പറഞ്ഞ പണി കിട്ടാതെ തന്നെ. ഒന്നിനു മുന്നിലും പരാജയപ്പെട്ടിട്ടില്ല എന്നതിനേക്കാൾ എത്രയോ മനോഹര മാണ് ഒരു പരാജയത്തിനു മുൻപിലും തോൽക്കില്ല ഈ ഞാനെന്ന ശ്രീക്കുട്ടിയും എന്നത്."

അതു കേട്ടപ്പോൾ വല്യമ്മയും ഞാനും അമ്മയും ചിരിച്ചു പോയി.

"അതു തന്നെയാവേണ്ടത് ശ്രീക്കുട്ട്യേ..... ജീവിതമെന്ന പുസ്തക ത്തിലെ ചില താളുകൾ മോശമായിരിക്കാം എന്നു കരുതി വായന നിർത്തരുത് കുട്ട്യേ.... വായിച്ചു കൊണ്ടിരിക്കുക. തുടർന്നുള്ള താളുകൾ നല്ലതായിരിക്കും. ഞാൻ പറഞ്ഞതിന്റെ അന്തരാർത്ഥം മനസ്സിലായോ കുട്ടിക്ക്?"

“മനസ്സിലായിരിക്കണ എന്റെ ചുന്ദരി വല്യമ്മുമ്മേ. അടുത്തത് പറയാൻ പോകുന്നത് ഇതല്ലേ, അഭിനയിക്കാതെ ജീവിക്കുക, ആശ്രയിക്കാതെ സ്നേഹിക്കുക, പ്രതിരോധിക്കാതെ കേൾക്കുക, അപമാനിക്കാതെ സംസാരിക്കുക,” എന്നവൾ പറഞ്ഞതും അമ്മ വാത്സല്യത്തോടെ അവളുടെ നെറുകയിൽ തടവിക്കൊണ്ടിരുന്നു. അപ്പോഴും ഞാൻ അതുവരെയില്ലാത്ത ആത്മഹർഷത്തോടെ നോക്കി കാണുകയായിരുന്നു... നാട്ടിൻ പുറത്തെ നൻമകൾ നിറച്ച് രണ്ടമ്മമാർ വളർത്തിയെടുത്ത പക്വമതിയായ എന്റെ എല്ലാമെല്ലാമായ ശ്രീക്കുട്ടിയെ...

ഇടംപിരിശംഖ് (ഡെക്സ്റ്റൽ)

വിവാഹത്തിന് വന്നവരെല്ലാം പള്ളിയിലെ സൽക്കാരം കഴിഞ്ഞപ്പോൾ തന്നെ തിരികെപ്പോവാൻ തയ്യാറായി. ഞങ്ങളിൽ ചിലർ മാത്രം ടെസ്സയുടേയും, അലോഷിയുടേയും വീട്ടുവരെ അനുഗമിച്ചു. അവിടുത്തെ ചടങ്ങുകളും കഴിഞ്ഞ ശേഷം ആണ് തിരികെ പോന്നത്.

മരിച്ചുപോയ മാത്യൂച്ചായന്റെ മകളുടെ വിവാഹം നടത്താൻ വേണ്ടി നാട്ടിൽ എത്തിയിട്ട് ഒരു മാസമായി. അപ്പനും അമ്മയും ഇല്ലാത്ത ടെസ്സമോൾ ഒരിക്കലും അവരുടെ അഭാവം അറിയരുത് എന്നത് എന്നോടുള്ള അമ്മച്ചിയുടെ അപേക്ഷയായിരുന്നു. അഞ്ച് വർഷമായി നാട്ടിലേയ്ക്ക് വന്നിട്ട്. അമ്മയുടെ കൂടെയായിരുന്നു ടെസ്സമോൾ. അവളുടെ വിവാഹം ഗംഭീരമായി തന്നെ നടത്തി. അപ്പോഴും അമ്മച്ചി പറഞ്ഞു നിനക്ക് നിന്റെ കെട്ടിയോളെയും കൂടെ കൂട്ടാമായിരുന്നു എന്ന്. അവൾ വന്നാൽ ഇതുപോലെ കൂടുതൽ ദിവസം ഇവിടെ നിൽക്കാൻ പറ്റില്ല എന്ന് പറഞ്ഞപ്പോൾ അമ്മച്ചി ഒന്നും പറഞ്ഞില്ല. എന്തായാലും ടെസ്സമോളും, ചെറുക്കനും അമ്മച്ചിയുടെ കൂടെത്തന്നെ നിൽക്കും. അതിനവർക്ക് കുടുംബവീട് എഴുതിക്കൊടുക്കേണ്ട നടപടിക്രമങ്ങൾ കൂടി ചെയ്തു തീർത്തിട്ടു വേണം യുഎസ്സിലേയ്ക്ക് തിരികെ പോകാൻ. ഇനിയും പത്ത് ദിവസങ്ങൾ കൂടി ബാക്കിയുണ്ട്. അതിനുമുൻപ് സുഹൃത്തുക്കളെ ഒക്കെ കാണണം എന്നു കരുതി യാത്ര തിരിച്ചു.

അവിചാരിതമായി കോളേജ് ഗ്രൂപ്പിലെ ചാറ്റിങ്ങിനിടയിൽ ആണ് ഒരു ചോദ്യം,

“ക്രിസ്റ്റഫർ എന്നെ അറിയുമോ?”

പുതിയ ആൾ ആരാണെന്ന് മനസ്സിലാവാതിരുന്നതുകൊണ്ട് അഡ്മിൻ പ്രദീഷിനോട് ചോദിച്ചു, "ആരാടാ അത്?"

"എടാ നീ ഓർക്കുന്നില്ലേ നമ്മുടെ ക്ലാസ്സിൽ ഉണ്ടായിരുന്ന ധനജ."

പെട്ടെന്ന് അവളുടെ ചോദ്യത്തിന് മറുപടി കൊടുത്തു.

"അറിയാം. ക്ലാസ്സിലെ ബാക്ക് സീറ്റിൽ ഇരുന്നിരുന്ന ധനജയല്ലേ. സൈലന്റ് ആയ കുട്ടിയായിരുന്നു."

"ശരിക്കും സന്തോഷമുണ്ട് ക്രിസ്റ്റഫർ, താനെന്നെ ഓർത്തിരിക്കുന്നതിൽ."

അവളുടെ പ്രൊഫൈൽ എടുത്തു നോക്കി. വെളുത്തു കൊലുന്നനെയുണ്ടായിരുന്ന അവളിപ്പോൾ തടിയൊക്കെ വച്ച് ശരിക്കും ഒരു വീട്ടമ്മ.

പിന്നീടുള്ള ദിവസങ്ങളിൽ ഗ്രൂപ്പിൽ അവളെ കണ്ടില്ല.

പേർസണൽ മെസേജ് അയച്ചപ്പോൾ അവൾ പറഞ്ഞു. കഷണ്ടിയൊക്കെ കയറിയ എന്റെ പ്രൊഫൈൽ കണ്ടപ്പോൾ അവളും അത്ഭുതപ്പെട്ടത്രേ.

തിരക്കുകൾക്കിടയിൽ വല്ലപ്പോഴും മാത്രം ഉള്ള മെസേജിൽ ഒരിക്കൽ കണ്ടു,

"ഓർമ്മകളുടെ മഴത്തുള്ളികൾ പെയ്തൊലിച്ചപ്പോൾ എപ്പോഴെങ്കിലും കണ്ടിരുന്നോ ഈ ചെറുമഴത്തുള്ളിയെ? ഇല്ല അല്ലേ? ഗ്രൂപ്പ് എന്ന നദിയിൽ എത്തിയപ്പോൾ ആണ് സ്മൃതികളിൽ എവിടെയോ ഗുപ്തമായിരുന്ന ചെറുമഴത്തുള്ളിയെ കണ്ടുമുട്ടിയതും ഓർമ്മ വന്നതും അല്ലേ? നല്ലൊരു മഴയുടെ കുളിരുള്ള ജീവിതം കൈയ്യിലുള്ളപ്പോൾ എവിടെ ഓർക്കാൻ അല്ലേടോ?"

"താനിപ്പോൾ സാഹിത്യമൊക്കെയാണല്ലോ തട്ടി വിടുന്നത്? തന്റെ കുടുംബത്തെ കുറിച്ച് പറഞ്ഞില്ല"

"ഭർത്താവ് രാജ് കുമാർ ശർമ്മ. രാജശ്രീ മിൽസിന്റെ എം.ഡി. ഒരു മകൾ; പഠിക്കുന്നു. സന്തുഷ്ട കുടുംബം."

"ഭാഗ്യവതിയാണല്ലോ താൻ. വർക്ക് ചെയ്യുന്നുണ്ടോ? അന്നത്തെ പഠിപ്പിസ്റ്റ് ആയിരുന്നല്ലോ?"

"വർക്ക് ചെയ്യുന്നുണ്ടോ എന്ന് ചോദിച്ചാൽ ജോലിയുണ്ട്. ഭർത്താവിന്റെ സ്ഥാപനത്തിലെ സ്റ്റാഫാണ്. എന്നാൽ പോകണ്ട. രണ്ടു പേരും തിരക്കുപിടിച്ച ജീവിതമായാൽ ശരിയാവില്ല എന്നാണ് അദ്ദേഹത്തിന്റെ ഭാഷ്യം. അതു കൊണ്ട് വീട്ടിലെ പണികൾ ചെയ്ത് വീട്ടിലിരിക്കുന്നു.

പിന്നെ നീ പറഞ്ഞ ഭാഗ്യവതി..."

"ബന്ധുര കാഞ്ചന കൂട്ടിലാണെങ്കിലും ബന്ധനം ബന്ധനം തന്നെ പാരിൽ... ഞാൻ എല്ലാവരുടെ മുന്നിലും സൗഭാഗ്യവതിയാണ്. ഇപ്പോൾ നിന്റെ മുന്നിലും ഭാഗ്യവതി... സത്യം ഒരു ശസ്ത്രക്രിയ പോലെയാണ് ക്രിസ്റ്റഫർ അത് വേദനിപ്പിക്കുന്നു. പിന്നെ സുഖപ്പെടുത്തുന്നു. എന്നാൽ നുണ ഒരു വേദനസംഹാരി പോലെയാണ്. തൽക്കാല ആശ്വാസം തരുന്നു. പിന്നീട് പാർശ്വഫലങ്ങൾ ഉളവാക്കുന്നു. സത്യം നീയെന്ന ക്രിസ്റ്റഫറും നുണ രാജ്കുമാർ ശർമ്മ എന്ന എന്റെ ഭർത്താവും ആണ്."

"നിനക്കെന്തു പറ്റി ധനജാ?"

മറുപടി ഉണ്ടായില്ല എന്നു മാത്രമല്ല കുറേ നാളത്തേയ്ക്ക് ഒരറിവും ഉണ്ടായിരുന്നില്ല.

ഒരു ദിവസം മെസേജ് വന്നു,

"സുഖമല്ലേ ക്രിസ്റ്റീ?'

അത്ഭുതപ്പെട്ടു പോയി എന്നെ വീട്ടിൽ വിളിക്കുന്ന പേര് അവൾക്കെങ്ങനെ അറിയാം എന്നോർത്ത്.

"സുഖമാണെടോ?"

"ഇന്നത്തെ മനുഷ്യർക്ക് നന്നായി സ്നേഹിക്കാൻ അറിയാവുന്നത് തന്റെ ഫോണിനേയും, ലാപ് ടോപ്പിനേയും, വാഹനത്തിനേയും വസ്ത്രത്തിനേയും ഒക്കെയാണ്. ഈ ഫോണിന് കൊടുക്കുന്ന പ്രാധാന്യം എങ്കിലും കൂടെയുള്ളവർക്ക് കൊടുത്തിരുന്നെങ്കിൽ ജീവിതം എത്ര മനോഹരമായിരുന്നേനേ അല്ലേ?"

"എന്തു പറ്റിയെടോ?"

"എന്തു പറ്റി എന്ന് ചോദിക്കാൻ ഒരാളുണ്ടാവുക, ചോദിച്ചാൽ ഒന്നും മറച്ചുവയ്ക്കാതെ ഉത്തരം പറയാനുള്ള മനസ്സുണ്ടാവുക, അതല്ലേ ആത്മാർത്ഥ സ്നേഹം?"

"നിനക്കെന്തെങ്കിലും വിഷമം ഉണ്ടോ ധനജേ? എന്താണെങ്കിലും പറയൂ?"

"ഇന്ന് ഞാൻ എന്റെ ഭർത്താവിനോട് ഒന്ന് അമ്പലത്തിൽ കൊണ്ടുപോകാമോ എന്ന് ചോദിച്ചു. ഒറ്റയ്ക്ക് എവിടെയും പോകാൻ അനുവാദമില്ലെനിയ്ക്ക്."

"മോളും ഹോസ്റ്റലിൽ ആയ ശേഷം വർഷങ്ങളായി മനം മടുപ്പിക്കുന്ന ഏകാന്തതയാണ്. അതിൽ നിന്നൊരു മോചനം ആണ് അമ്പലങ്ങൾ.

മനസ്സറിഞ്ഞ് വിളിച്ചാൽ എവിടെയോ ഒരു ശക്തി അതു കേൾക്കുന്നുണ്ട് എന്ന വിശ്വാസത്തിലൂടെയുള്ള ആശ്വാസമില്ലേ അതാണെനിയ്ക്ക് ദൈവം.”

“വിവാഹത്തിന് മുൻപേയുള്ള ആഗ്രഹം ആയിരുന്നു, ഇഷ്ട പുരുഷനോടൊത്ത് വിവാഹശേഷം കന്യാകുമാരിയിൽ പോകണം എന്ന്. അദ്ദേഹം അമ്പലത്തിൽ കയറുകയില്ല എങ്കിലും തൊഴാൻ പോയ എന്നെ സ്നേഹത്തോടെ കാത്തു നിൽക്കുന്നതും, അദ്ദേഹത്തോടൊപ്പം മൂന്നു കടലുകളെ സാക്ഷി നിർത്തിയുള്ള ഉദയാസ്തമയം കാണുന്നതും വിവിധ നിറത്തിലുള്ള മണ്ണുകളും, കക്കകളും, ഒക്കെ ശേഖരിക്കുന്നതും അവിടെ നിന്നും പ്രകൃതി നിർമ്മിച്ച ഏകവാദ്യമായ ഒരു ഇടം പിരി ശംഖുവാങ്ങി വീട്ടിൽ വയ്ക്കുന്നതും. ശംഖ് എന്ന വാക്കിന്റെ അർത്ഥം പോലെ അതായത് പ്രകാശപൂർണമായ ആകാശം പോലെ തന്നെ നിർമ്മലമായ ഒരു ജീവിതവും ഒക്കെ ഒരു സ്വപ്നം തന്നെയായിരുന്നു.”

വിവാഹ ശേഷം പല പ്രാവശ്യം ഭർത്താവിനോട് ആഗ്രഹം പറഞ്ഞു.

“ഞാൻ കന്യാകുമാരിയിൽ പോയിട്ടുണ്ട്. എല്ലായിടത്തും ഉള്ള കടൽ തന്നെ അവിടെയും, അല്ലാതെ അത്രയ്ക്ക് വിശേഷിച്ച് കാണാൻ ഒന്നും ഇല്ല”.

വീട്ടിൽ നിന്ന് എല്ലാവരും കൂടി പോയപ്പോഴും എന്നെ വിളിച്ചു. അപ്പോഴും വിട്ടില്ല. സുനാമിക്ക് ശേഷം അത് പറഞ്ഞായി ഭയപ്പെടുത്തൽ.

“എപ്പോഴാണ് സുനാമി വരികാന്നറിയില്ല. അതുകൊണ്ട് കടലിന്റെ ഭാഗത്തേയ്ക്കേ പോകണ്ട. നീ വീടിനുള്ളിൽ ഇരുന്ന് എനിയ്ക്ക് വേണ്ട കാര്യങ്ങൾ ഒക്കെ നിർവ്വഹിച്ച് ഒരു ഭാര്യയുടെ ധർമ്മം നിർവ്വഹിക്കൂ. അമ്പലത്തിൽ പോകാതെ ഇവിടെയിരുന്ന് പ്രാർത്ഥിച്ചാൽ മതി. നിനക്കും മോൾക്കും മാന്യമായി കഴിയാനുള്ളത് ഞാൻ ഉണ്ടാക്കി തരുന്നില്ലേ? അതിൽ തൃപ്തിപ്പെട്ട് ജീവിച്ചോളൂ. ഭാര്യ ജീവിക്കേണ്ടത് ഭർത്താവിന്റെ ഇഷ്ടത്തിനനുസരിച്ചാണ്. ഇരുപത്തിയഞ്ച് വർഷമായിട്ടും നിനക്കെന്താ ഒന്നും മനസ്സിലാവാത്തത്?...”എന്നു പറഞ്ഞപ്പോഴും ഞാൻ മനസ്സിൽ പറഞ്ഞു.

അപ്പോൾ മേഘവിസ്ഫോടനം ഉണ്ടായാലോ? വിദ്യാലയത്തിൽ പോയി നമ്മൾ പഠിച്ചു... കുന്നും, മരവും, പുഴകളും എല്ലാം ഉണ്ടെങ്കിലേ മഴ ഉള്ളൂ എന്ന്. എന്നാൽ വിദ്യാഭ്യാസം കൂടിയപ്പോൾ മരവും, കുന്നും, പുഴയും എല്ലാം കൊണ്ട് സമ്പാദിക്കാം എന്നു പഠിച്ചു. സമ്പാദിച്ച് സമ്പാദിച്ച് നേടിയതെല്ലാം മഴ വന്ന് കൊണ്ടു പോയപ്പോൾ സമ്പന്നൻ വീണ്ടും എത്തിയത് പഴയ ആ വിദ്യാലയത്തിലേയ്ക്ക്... ഇപ്പോൾ അതിന്റെ പേര്

ദുരിതാശ്വാസ ക്യാമ്പ്. നമ്മൾ നല്ലതായാൽ മതി. മറ്റുള്ളവരെ ബോധ്യപ്പെടുത്താൻ ശ്രമിച്ച് സമയം വെറുതേ കളയരുത് രാജകുമാരശർമ്മേ... നിങ്ങൾക്ക് ഭാര്യയുടെ സന്തോഷം എഴുതാൻ കഴിയുന്ന പെൻസിൽ ആകാൻ ഒരിക്കലും കഴിയില്ല എങ്കിലും അവരുടെ ദുഃഖം ഇല്ലാതാക്കാൻ ഒരു ഇറേസർ ആവാനും കഴിയില്ല. ഒരു നല്ല മധുരം കഴിഞ്ഞാൽ പിന്നെ വലിച്ചെറിയുന്ന മാങ്ങയണ്ടിയെ തന്റെ ഹൃദയത്തിൽ ചേർത്തു നിർത്തി വെള്ളവും വളവും ഏകി വളർത്തി വലുതാക്കുന്ന മണ്ണായി മാറണം. അതുപോലെയാകണം ഒരു നല്ല ഭർത്താവ്. സ്നേഹത്തിന് ഒരു മുഖമേയുള്ളൂ, അതിൽ സത്യത്തിന്റെ പവിത്രതയുണ്ട്... കരുതലിന്റെ പ്രതീക്ഷയുണ്ട്... നിഷ്കളങ്കതയുടെ നൈർമല്യം ഉണ്ട്. കാത്തിരിപ്പിന്റെ നോവുണ്ട്. നഷ്ടപ്പെടലിന്റെ വേവലാതിയുണ്ട്...

"ഞാനെന്തിനാ ക്രിസ്റ്റീ നിന്നോടിതൊക്കെ പറഞ്ഞത്? ഒരു പക്ഷേ അമ്പലത്തിൽ പോകുന്ന കാര്യം പറഞ്ഞപ്പോൾ തികട്ടി വന്ന പഴയതും പുതിയതുമായ എല്ലാം നിന്നോട് പറഞ്ഞതാകാം അല്ലേ? ഒക്കെ തുറന്ന് പറയാൻ പറ്റിയ ആളായിട്ട് നിന്നെ കണ്ടതുകൊണ്ടാവാം അല്ലേ?"

"എന്തിനാ ധനജേ നീയിങ്ങനെ വിഷമിക്കുന്നത്? ഞാൻ നാട്ടിൽ വരട്ടെ. നിന്നെ ഞാൻ കൊണ്ടുപോകാം കന്യാകുമാരിക്ക്."

"എന്നെയോ ക്രിസ്റ്റീ, കന്യാകുമാരിക്കോ... കുറേ നാളായി നല്ല ഒരു തമാശ കേട്ടിട്ട്. എനിയ്ക്ക് ചിരിയും കരച്ചിലും ഒരുമിച്ച് വരുന്നു..."

രാജശ്രീ മിൽസ് എം.ഡിയുടെ വീട് ചോദിച്ചതുകൊണ്ട് അവളുടെ വീട് കണ്ടു പിടിക്കാൻ പ്രയാസമില്ലായിരുന്നു. കാളിംഗ് ബൽ അടിച്ച് കാത്തു നിൽക്കുമ്പോൾ മനസ്സിൽ വിവേചിച്ചറിയാനാവാത്ത ഭാവഭേദങ്ങളുടെ തിരയിളക്കം ആയിരുന്നു.

വാതിൽ തുറന്നു വന്ന പെൺകുട്ടിയെ കണ്ടപ്പോൾ ഞെട്ടിപ്പോയി. ഞാൻ കണ്ടിരുന്ന കാലത്തെ ധനജ. ദാവണി മാറ്റി ചുരിദാർ ധരിച്ച എന്നൊരു വ്യത്യാസം മാത്രം.

"അകത്തേയ്ക്കു വരൂ അങ്കിൾ."

"ഇരിക്കൂ."

"മോളേ ധനജ?"

"ഞാൻ ധനജയുടെ മോളാണ്. ക്രിസ്റ്റി അങ്കിൾ അല്ലേ?"

"അതേ മോൾക്കെങ്ങനെ എന്നെ മനസ്സിലായി?"

"അമ്മയുടെ ഫോണിൽ അങ്കിളിന്റെ പ്രൊഫൈൽ ഞാൻ കണ്ടിട്ടുണ്ട്."

"ധനജ ഇവിടെ ഇല്ലേ മോളേ?"

പെട്ടെന്ന് അവളുടെ കണ്ണു നിറഞ്ഞു.

"അങ്കിൾ അമ്മ പോയി" എന്തു പറ്റി മോളേ എന്ന ചോദ്യം മനസ്സിൽ ഉയർന്നെങ്കിലും നിശ്ചലമായ നാവുയർത്താനാവാതെ സ്തബ്ധനായിരുന്നു ഞാൻ. അതവൾക്ക് മനസ്സിലായതുപോലെ പറഞ്ഞു തുടങ്ങി.

"ബ്ലഡ് പ്രഷർ അധികരിച്ച് നിയന്ത്രണാതീതമായി തലയിലെ ഞരമ്പുകൾക്ക് ക്ഷതം പറ്റി ഇന്റേണൽ ബ്ലീഡിംഗ് ഉണ്ടായി.. ഇന്നലെ അമ്മയുടെ നാൽപ്പത്തിയൊന്നായിരുന്നു."

കേട്ട വാർത്തയുടെ ഞെട്ടലിൽ നിന്നും മുക്തനാവാതെയിരിക്കുന്ന എന്നോട് അവൾ ചോദിച്ചു.

"അങ്കിളിനെന്താ കുടിക്കാൻ?"

"ഒന്നും വേണ്ട മോളേ."

"അത് പറ്റില്ല. അമ്മയുണ്ടാക്കി വച്ച നറുനീണ്ടി സിറപ്പ് ഉണ്ട്. അതിനി ഒരിക്കലും കുടിക്കാൻ പറ്റില്ലാലോ. നമുക്ക് രണ്ടുപേർക്കും എടുക്കാം. എന്താ അങ്കിൾ?"

"ശരി മോളേ."

"അച്ഛൻ എവിടെ മോളേ?"

"അച്ഛൻ ഇന്നു മുതൽ ഒരാഴ്ചത്തേയ്ക്ക് ബിസിനസ് ടൂറിലാണ്."

സർബ്ബത്തുമായി വന്ന മോളുടെ കൈയ്യിൽ നിന്നും വിറയ്ക്കുന്ന കരങ്ങളോടെ ഗ്ലാസ്സ് വാങ്ങി കുടിച്ചു തുടങ്ങിയപ്പോൾ,

"നന്നായിട്ടില്ലേ അങ്കിൾ?"

ഉവ്വെന്ന് ഒരു പാവയെപ്പോലെ തലയാട്ടി.

"എന്താ മോൾടെ പേര്?"

"കൃഷ്ണസതി. അമ്മയുടെ ഇഷ്ട ദൈവം ആണ് കൃഷ്ണൻ, അച്ഛമ്മയുടെ പേരാണ് സതി. രണ്ടു പേരുടേയും ഇഷ്ടത്തിന് ഇട്ട പേരാണ് കൃഷ്ണ സതി."

"കൃഷ്ണ മോൾ ഇപ്പോൾ എന്ത് ചെയ്യുന്നു."

എം.എ കഴിഞ്ഞു. മലയാളത്തിൽ മനസ്സും സ്നേഹവും എന്ന തീസീസ് ചെയ്യുന്നു. അമ്മ എന്നെ വിളിച്ചിരുന്നത് കൃഷ്ണ സതി എന്നത് ചുരുക്കി ക്രിസ്റ്റി എന്നാണ്. അങ്കിളും എന്നെ അങ്ങനെ വിളിച്ചാൽ മതി."

വീണ്ടും ഞെട്ടലായി.

"അങ്കിൾ യു.എസിൽ ആണല്ലേ. അങ്കിളിന്റെ ഭാര്യ അവിടത്തുകാരിയാണല്ലേ? അമ്മ മരിച്ചതിനുശേഷം ഞാൻ അമ്മയുടെ ഫോൺ നോക്കി. മരിക്കുന്ന അന്നും അമ്മ അങ്കിളിന് മെസേജ് എഴുതിയിരുന്നു. അയച്ചിട്ടില്ല. അമ്മയുടെ നാൽപ്പത് കഴിഞ്ഞ് അങ്കിളിന് അതയച്ചു തരാം എന്ന് കരുതിയിരിക്കുകയായിരുന്നു ഞാൻ.

അങ്കിളിനയച്ച മെസേജിൽ നിന്നാണ് കന്യാകുമാരിയിൽ പോകാനുള്ള അമ്മയുടെ ആഗ്രഹത്തെ കുറിച്ച് ഞാൻ മനസ്സിലാക്കിയത്. ആരോടും ഒന്നും തുറന്നു പറയാത്ത ആളായിരുന്നു അമ്മ. ചിരിക്കുന്ന മുഖത്തോടെയല്ലാതെ ആരും അമ്മയെ കണ്ടിട്ടേ ഇല്ല. പാവം എന്റെ അമ്മ എന്നും ഉള്ളിൽ കരഞ്ഞുകൊണ്ട് മറ്റുള്ളവരുടെ ഇഷ്ടത്തിന് വേണ്ടി മാത്രം ജീവിച്ചു."

"അച്ഛനോട് ഞാൻ പറഞ്ഞാലും കേൾക്കില്ല. ഞാനും അച്ഛൻ പറയുന്നത് ഒക്കെ കേൾക്കും. എനിയ്ക്ക് ശരിയെന്ന് തോന്നുന്നത് മാത്രം അനുസരിക്കും. അല്ലാത്തത് അനുസരിക്കില്ല. അതച്ഛന് നന്നായറിയാം. അതുകൊണ്ടാണ് എന്റെ നിർബ്ബന്ധത്തിന് വഴങ്ങി അമ്മയുടെ അസ്ഥി കുംഭം കന്യാകുമാരിയിൽ നിമജ്ജനം ചെയ്തത്."

അകത്തെ മുറിയിൽ മാലയിട്ടു വച്ചിരിക്കുന്ന ധനജയുടെ ഫോട്ടോ മോൾ കാണിച്ചു തന്നു. അധികനേരം നോക്കിനിൽക്കാൻ ശക്തിയില്ലാതെ മോളോട് യാത്ര പറഞ്ഞിറങ്ങി.

കന്യാകുമാരിയിലെ അസ്തമന സൂര്യനെ നോക്കി നിന്നപ്പോഴും ഫോണിലേയ്ക്ക് ധനജയുടെ മോളയച്ച മെസേജ് ഒന്നുകൂടി വായിച്ചു.

ഹൃദയത്തിന്റെ അരികിലായ് ഒരു ഒറ്റ വാതിൽ മുറിപണി കഴിപ്പിച്ച് എന്റെ ഇഷ്ടങ്ങളെ അന്നും നഷ്ടങ്ങളെ ഇന്നും ആരുമറിയാതെ അതിൽ പൂട്ടി വച്ചു. എപ്പോഴൊക്കെയോ പൂട്ടിയ വാതിൽ മലർക്കെ തുറന്നിട്ട് ഇഷ്ടത്തിന്റെ ആത്മാവുമായി അടുത്തു. അൻപതുകളിൽ എത്തിയിട്ടും പതിനാറിലെ ഇഷ്ടത്തിന് മാറ്റുകൂടിയതേ ഉള്ളൂ എന്ന സത്യമറിഞ്ഞപ്പോൾ... നമ്മെ അങ്ങേയറ്റം ആഹ്ലാദിപ്പിക്കാനും, സാന്ത്വനിപ്പിക്കാനും സ്നേഹത്തിന് മാത്രമേ കഴിയൂ, അതുകൊണ്ടാണ് സ്നേഹം മറ്റു വികാരങ്ങളേക്കാൾ മികവുറ്റതായിരിക്കുന്നത് എന്ന സത്യവും അറിഞ്ഞപ്പോൾ.... ആ സ്നേഹസാമ്രാജ്യത്തിലേയ്ക്ക് ചിറകരിഞ്ഞ് കാഞ്ചന കൂട്ടിലാക്കിയ കിളിക്ക് കൂടുതകർത്ത് ഒരിക്കലും പറന്നുയരാൻ ആവില്ല എന്ന നിസ്സഹായതയിൽ...... നമുക്ക് അർഹതയില്ലാത്ത ഒന്നിനേയും കൂടുതൽ സ്നേഹിക്കരുത്. അത് നമുക്ക് വേദന മാത്രേ തരൂ എന്നറിഞ്ഞു കൊണ്ട് തന്നെ വീണ്ടും എന്റെ ഒറ്റ വാതിൽ ഇനി ഒരിക്കലും തുറക്കാനാവരുതേ എന്ന

പ്രാർത്ഥനയോടെ തഴുതിട്ട ശേഷം താക്കോൽ മനസ്സാകുന്ന അലയാഴിയിലേയ്ക്ക് എറിഞ്ഞു കളഞ്ഞു. തപ്തനിശ്വാസത്തോടെ ഇനിയൊരു മടക്കയാത്രയില്ലെന്ന വിശ്വാസത്തോടെ എല്ലാം മറന്ന്.

ചില സാഹചര്യങ്ങളിൽ നമുക്ക് തോന്നും എല്ലാം ഉണ്ട്, എല്ലാവരും ഉണ്ട് എന്ന്. പക്ഷേ അതൊരു തോന്നൽ മാത്രമാണ്. ചില സമയത്ത് ചില കാര്യങ്ങൾ നമ്മെ വല്ലാതെ വേദനിപ്പിക്കും. ആ വേദന നമുക്ക് നൽകുന്നത് വലിയൊരു പാഠമായിരിക്കും. ഈ ജീവിതത്തിൽ നമ്മൾ തനിച്ചായിരിക്കും. മടക്കയാത്രയും തനിച്ചായിരിക്കും. മൗനത്തിലും മരണത്തിലുമെന്നപോലെ ജീവിതത്തിലും ഒറ്റയ്ക്കാണെന്ന് മനസ്സിനെ പഠിപ്പിച്ചാൽ പിന്നെ കൂടെയുള്ളവരുടേയും, സ്നേഹിച്ചിരുന്നവരുടേയും ഒറ്റപ്പെടുത്തലിൽ നാം തളരാതാവും.

വായിച്ചു കഴിഞ്ഞപ്പോൾ മെല്ലെ നടന്നു കരയിലെത്തിയ തിരകളിൽ കാൽ നനച്ചു നിന്നു. അസ്തമിക്കാൻ വെമ്പുന്ന ചുവന്നു തുടുത്ത സൂര്യബിംബത്തോടായി പറഞ്ഞു,

“ധനജേ, എത്ര തുഴഞ്ഞാലും കര പറ്റാത്ത ഒരു സ്വപ്നം എനിയ്ക്കും ഉണ്ടായിരുന്നു. നീയെന്ന സ്നേഹത്തിന്റെ വിത്ത് ക്ലാസ്സ് മുറിയിൽ വച്ച് കാറ്റിനെപ്പോലെ ആകസ്മികമായി എന്നിലേയ്ക്കെത്തുകയായിരുന്നു. എന്റെ നെറുകയിൽ പറ്റിച്ചേർന്ന് ഹൃദയത്തിന്റെ ഉള്ളറകളിലേയ്ക്ക് വേരുകൾ ആഴ്ത്തുകയായിരുന്നു. പറിച്ചെറിയാൻ പലവുരു ശ്രമിച്ചപ്പോഴാണറിയുന്നത് ഒരിക്കലും വേരുകൾ അറുത്തുമാറ്റാൻ ആവാത്ത വിധം അത്രമേൽ ആഴ്ന്നിറങ്ങിയിരിക്കുകയാണ് നീയെന്ന്. ഒരിക്കലും നീയിത് അറിയരുത് എന്ന് കരുതിയെങ്കിലും നിന്റെ ഫോണിലൂടെയുള്ള സാമീപ്യം എന്നെ ദുർബലനാക്കി. എനിയ്ക്ക് ഭയമായിരുന്നു. നിന്റെ കുടുംബത്തെ കുറിച്ച് ചിന്തിക്കുമ്പോൾ എന്നിൽ എവിടെയൊക്കെയോ അസൂയയും ദുഃഖവും മുളപൊട്ടി. ഞാൻ വീണ്ടും ആത്മധൈര്യം ഇല്ലാത്തവനായി. മനസ്സിൽ എപ്പോഴും ചോദിച്ചു, ആ ചെറുപ്രായത്തിൽ നീ എന്തിനാ എന്റെ മനസ്സിലേയ്ക്ക് ഓടിക്കയറിയത്? അവധി ദിവസങ്ങളിൽ ഒന്നു കണ്ടിരുന്നെങ്കിൽ എന്നാശിച്ച് ഒരു പെരുന്നാൾ ദിവസം നമ്മുടെ കടൽപ്പുറത്തിരുന്നപ്പോൾ നീയും കുടുംബവും അവിടെ വന്നതും നീയറിയാതെ നിന്നെ നോക്കിയിരുന്നതും ദൈവത്തിന്റെ അനുഗ്രഹമായി കരുതി. മനസ്സിൽ വിലക്കിപ്പൂട്ടിയിരുന്ന നീ എന്തിനാണ് വീണ്ടും ആ വിലക്കുകൾ ഒക്കെ പൊട്ടിച്ച് മെസേജുകളുടെ രൂപത്തിൽ പടർന്നു കയറിയത്? നിന്റെ കാര്യത്തിൽ മാത്രം ഞാനെന്താ ദുർബലൻ ആകുന്നത്? അറിയില്ലെനിക്കതിന്റെ ഉത്തരം. ഞാനെന്നും പരിശുദ്ധ

മനസ്സോടെയേ നിന്നെ സ്നേഹിച്ചിരുന്നുള്ളൂ. പക്ഷേ നിന്നോട് അത് പറയാനുള്ള ധൈര്യം അന്നെനിക്കില്ലാതെ പോയതിൽ ഇപ്പോഴും ഞാൻ പരിതപിക്കുകയാണ്...

നിനക്കറിയ്യോ ആർക്കുമറിയാത്ത ഒരു കാര്യം? എന്റെ ഭാര്യയായിരുന്ന അറോറ ഇപ്പോൾ എനിയ്ക്ക് ശേഷം നാലാമത്തെ ഭർത്താവിനെ തിരഞ്ഞെടുത്തിരിക്കുകയാണ്. അത് പറഞ്ഞ് അമ്മച്ചിയെ വിഷമിപ്പിക്കാനും മറ്റുള്ളവരുടെ സഹതാപം ഏറ്റുവാങ്ങാനും എനിക്കാവില്ല. ഒത്തിരിയേറെ നീറ്റലുണ്ടാക്കിയ നോവോർമ്മകൾ ആരേയും അറിയിക്കാനുള്ളതല്ല. നമ്മിൽ മാത്രം ഒതുങ്ങി നിൽക്കേണ്ടതാണ്. ഇനി ആരും അതറിയുകയും വേണ്ട മനസ്സിലാക്കുകയും വേണ്ട."

പെട്ടെന്നാണ് കാലിൽ എന്തോ തട്ടി തടഞ്ഞത്. ഒഴിഞ്ഞു പോയ തിര കൊണ്ടുവന്ന ഒരു ഇടംപിരിശംഖ്. ഏതോ ഉൾപ്രേരണയാൽ അതെടുത്ത് ഞാൻ നടന്നു. എനിക്കറിയാമായിരുന്നു അത് ധനജയാണെന്ന്. ആ വിശ്വാസത്തിൽ നമ്മെ അങ്ങേയറ്റം ആഹ്ലാദിപ്പിക്കാനും സാന്ത്വനിപ്പിക്കാനും സ്നേഹത്തിന് മാത്രമേ കഴിയൂ... അതുകൊണ്ടാണ് സ്നേഹം മറ്റു വികാരങ്ങളേക്കാൾ വ്യത്യസ്തമായിരിക്കുന്നത് എന്ന ധനജയുടെ വാക്കുകൾ ഓർത്ത് ഇടംപിരി ശംഖ് നെഞ്ചോട് ചേർത്തു പിടിച്ച് ഞാൻ നടന്നു.

ചക്കച്ചുളയും വട്ടക്കണ്ണനും

“എന്നോട് നീയെന്താ പറഞ്ഞത് വട്ടക്കണ്ണാ To be abbreviate don’t to be elaborate എന്നോ? നീയും എന്താണ് എന്നെക്കുറിച്ച് കരുതിയിരിക്കുന്നത്? എനിയ്ക്ക് വട്ടാണെന്നാണോ?”

“എന്റെ ഭർത്താവും വീട്ടുകാരും ചെമ്പരത്തിപ്പട്ടം ചാർത്തി തന്നതാണ് വട്ടെന്ന്. അങ്ങനെ ഞാൻ എവിടെ ചെമ്പരത്തി കണ്ടാലും ഉള്ളിൽ തേങ്ങിക്കൊണ്ട് കണ്ണു നിറയുന്നവളായി മാറി. ചെമ്പരത്തി കണ്ടാൽ കണ്ണുനിറയുന്ന വട്ടുള്ളവളായി മാറി.”

“ഞാനൊന്നു ചോദിക്കട്ടേടാ? കുട്ടിക്കാലം തൊട്ട് അറിയാവുന്നതല്ലേ എന്നെ നിനക്ക്? ഒരു മുറ്റമുള്ള രണ്ടു വീട്ടിലെ കുട്ടികൾ ആയിരുന്നല്ലോ നമ്മൾ. പണ്ട് വട്ടു കളിച്ചപ്പോൾ പോലും നിനക്ക് തോന്നിയിരുന്നോ എനിയ്ക്ക് വട്ടായിരുന്നെന്ന്?”

“ഇതാണോ ശരിക്കുള്ള വട്ട് എന്ന് എന്റെ ഭർത്താവിനേയും വീട്ടുകാരെയും പോലെ നിനക്കും ഇപ്പോൾ തോന്നുന്നുണ്ടോ വട്ടക്കണ്ണാ? നീയെന്താ ഒന്നും പറയാതെ മിഴിച്ചു നിൽക്കുന്നത്? അപ്പോൾ എനിയ്ക്ക് വട്ടാണല്ലേ? വട്ട് മാത്രമല്ല എനിയ്ക്ക്. കല്യാണത്തിന് മുൻപേ ഉള്ളതാണത്രേ എന്റെ നടുവ് വേദന. നിനക്കറിയ്യോ എനിക്കങ്ങനെ ഒരു അസുഖം ഉള്ളതായിട്ട്? എത്ര ആരോഗ്യവതിയായിരുന്ന ഞാൻ. എത്ര മാത്രം പണികൾ ആണ് ചെയ്തിരുന്നത്? അന്നത് കണ്ടിട്ട് എത്ര പേരാ പറഞ്ഞിരിക്കുന്നത് തൃഷ പത്തു പെണ്ണുങ്ങൾടെ പണിയാ ചെയ്യുന്നതെന്ന്. പിന്നൊരു കാര്യം കേൾക്കണോ നിനക്ക്? ഒരു കുട്ടി മാത്രം മതീന്ന് വച്ചത് കുഞ്ഞുങ്ങളെ പാലൂട്ടിയാൽ എന്റെ സൗന്ദര്യം പോകും

എന്ന് കരുതീട്ടാണത്രേ. ഒരുപാട് കുട്ടികളുടെ അമ്മയാവാൻ എനിയ്ക്കും ഉണ്ടായിരുന്ന ആഗ്രഹം. ഒരു കുട്ടി മതി അല്ലെങ്കിൽ അവരെ വളർത്താനും പഠിപ്പിക്കാനും എത്രയാ ചിലവാകുന്നത് എന്ന് പറയുന്ന എന്റെ ഭർത്താവിനോട് ചോദിക്കണം. അല്ലാതെ ഇല്ലാക്കഥകൾ ചമച്ചുണ്ടാക്കി എന്നെ കുറ്റക്കാരിയാക്കുന്നത് എന്തിനാണ്?

ഞാൻ തിരിച്ച് ഒന്നും പറയില്ല എന്ന കരുതീട്ടുള്ള കളിയാണത്. ഞാൻ ചിലതൊക്കെ വിളിച്ച പറഞ്ഞാൽ വലിയ കുടുംബക്കാരാണ് എന്നു പറയുന്നവരൊക്കെ തലയിൽ മുണ്ടിട്ട് നടക്കേണ്ടി വരും. എന്റെ സ്വർണ്ണം വിറ്റ് ഞങ്ങളുടെ ഓഹരി സ്ഥലത്ത് സ്വന്തമായി വീട് വച്ചിട്ടും അവിടെയും വന്ന് അധികാരം കാട്ടി എന്ത് ചെയ്താലും കുറ്റം പറഞ്ഞ് ഞങ്ങൾ അവിടെ താമസിക്കരുത് എന്ന് പറയുന്നത് എവിടുത്തെ ന്യായം ആണ്? അവരവർക്ക് കിട്ടിയിടത്ത് അടങ്ങിക്കഴിഞ്ഞാൽ പോരേ? എവിടെയാണ് ചേട്ടൻമാരും ചേട്ടത്തിമാരും പോരെടുക്കുന്നത് കേട്ടിട്ടുള്ളത്. എല്ലാ വിധത്തിലും ദ്രോഹിച്ചപ്പോൾ അവസാനം സഹിക്കാൻ സാധിക്കാതെ ഒന്നെതിർത്തു പറഞ്ഞതിന് എല്ലാം എല്ലാവരും അറിയും എന്നായപ്പോൾ അവസാനത്തെ അടവെടുത്തതാണ് എനിയ്ക്ക് വട്ടാണെന്ന് പറഞ്ഞ് ഞങ്ങളുടെ വീടിന്റെ നടവാതിൽക്കൽ ചുവന്ന ചെമ്പരത്തിപ്പൂവും മൊട്ടുകളും ഉള്ള ചെമ്പരത്തിക്കമ്പ് നട്ടുവച്ചത്. ഒരു നുണ പത്തു പ്രാവശ്യം ആവർത്തിച്ചാൽ അത് മറ്റുള്ളവർ വിശ്വസിക്കുന്ന സത്യമാകുന്നതു പോലെ നീയും കരുതുന്നോ വട്ടക്കണ്ണാ എനിയ്ക്ക് വട്ടാണെന്ന്? എന്നാൽ ഞാൻ പറയുന്ന, ചതിവും വഞ്ചനയും കൈമുതലാക്കിയ അവരുടെ സ്വാർത്ഥ ലാഭത്തിന് വേണ്ടി എനിയ്ക്ക് വട്ടാണെന്ന് വരുത്തിത്തീർത്ത അവർക്കൊക്കെയാണ് വട്ട്. മറ്റുള്ളവരെ പറഞ്ഞിട്ടെന്തിനാ സ്വന്തം ഭാര്യയെ ആരുടെ കാൽക്കീഴിലേയ്ക്കും തട്ടാനിട്ടു കൊടുത്ത് അവരൊക്കെ അവളെ എന്തും പറയുമ്പോഴും, അധിക്ഷേപിക്കുമ്പോഴും മാത്രം അന്ധനും ബധിരനും മൂകനും ആയിപ്പോകുന്ന എന്റെ ഭർത്താവെന്ന വ്യക്തിയെ പറഞ്ഞാൽ മതിയല്ലോ.. അയാൾ അറിയുന്നില്ല അയാളുടെ ജീവിതമാണ് മനസ്സാക്ഷിയില്ലാതെ മനസ്സാക്ഷിയുണ്ടെന്ന് നടിക്കുന്ന കുടിലതയുടെ കേദാരമായ അവർക്കൊക്കെ തട്ടിക്കളിക്കാനിട്ടു കൊടുക്കുന്നതെന്ന സത്യം. അത് മനസ്സിലാക്കി വരുമ്പോഴേയ്ക്കും എന്റെ ഭർത്താവിന് സ്വന്തം ജീവിതം കൈവിട്ടു പോയിട്ടുണ്ടാവും."

"എല്ലാവരും കൂടി മനപൂർവ്വം പാഴ്ജന്മമാക്കി മാറ്റിയ എനിയ്ക്ക് ശരിക്കും വട്ടാണോടാ? എന്താ നിന്റെ അഭിപ്രായം വട്ടക്കണ്ണാ?"

"ജീവിച്ച പോന്ന വഴികളിൽ എല്ലാം ആരും ഞാൻ മൂലം വേദനിക്കാൻ ഇടയാവരുതേ എന്ന കരുതി സ്നേഹത്തിന്റെ വിത്തുപാകിയത് കൊണ്ടാവാം ഒന്നുമറിയാതെ മുളപൊട്ടിയ എന്നുടെ ഇഷ്ടങ്ങളുടെ മേൽ അവർ അവരുടെ ദുഷ്ടതയുടെ ചെമ്പരത്തി മലരുകൾ ചാർത്തിയത്. പക്ഷേ എനിയ്ക്ക് മാത്രം ഞാൻ കൈവിട്ടു കളഞ്ഞു എന്ന് എന്നെത്തന്നെ വിശ്വസിപ്പിക്കുന്ന ആ ഓർമ്മകൾ എന്റെ ഏകാന്തതകളിൽ എനിയ്ക്ക് കൂട്ടായി വരുമ്പോൾ മാത്രമാണ് ഞാൻ അറിയുന്നത് എന്റെ ഓർമ്മകളെ ഞാൻ എത്ര കൈവിട്ട് കളയാൻ ശ്രമിച്ചാലും അതെന്നെ ഒരിക്കലും കൈവിട്ടു കളയാതെ എന്നിലേയ്ക്ക് കൂടുതൽ ഞെരിഞ്ഞമരുകയാണെന്ന്.......അതെന്നെ വെറുമൊരു ചെമ്പരത്തിയുടെ ചിത്രത്തിൽ കൂടിയോ, ഒരു വാട്സ്ആപ്പ് മെസേജിൽ കൂടിയോ പോലും കണ്ണുനനയിച്ച് ഒരിക്കലും ഉണങ്ങാത്ത വിധം ഹൃദയത്തെ മുറിവേൽപ്പിക്കുന്ന ഓർമ്മകൾ ആയി നീ ഒരു ചെമ്പരത്തി ഭ്രാന്തിയായി തന്നെ പിന്തുടർന്നേ മതിയാവൂ എന്നെനിയ്ക്ക് കാട്ടിത്തരികയാണെന്ന്...

എന്റെ ഭർത്താവിനും വീട്ടുകാർക്കും പരസ്പരപൂരകങ്ങളായി എല്ലാ കാപട്യങ്ങളുടേയും, വൃത്തികേടുകളുടേയും കൂടാരമായി വർത്തിച്ചേ മതിയാകൂ എന്നുണ്ടായിരുന്നെങ്കിൽ എന്തിനെന്നെ വിവാഹം എന്ന ചടങ്ങിലൂടെ അവർക്കിടയിലേയ്ക്ക് വലിച്ചിഴച്ചു? അവരുടെ ശരികേടുകളെ അംഗീകരിക്കാത്തതിന് ഇത്രയധികം ശിക്ഷയേൽപ്പിക്കാൻ ഞാൻ ചെയ്ത തെറ്റ് എന്താണ്? അതോ എന്റെ മുജ്ജന്മദോഷമോ?"

"നിന്റെ കണ്ണെന്താ നിറഞ്ഞിരിക്കുന്നത് വട്ടക്കണ്ണാ? എന്തിനാ നീ കരയുന്നത്? എനിയ്ക്ക് വട്ടായീന്ന് കരുതീട്ടാ? അതോണ്ടാ നിന്റെ ഭാര്യയേയും മക്കളേയും എന്റെയടുക്കൽ കൊണ്ടുവരാത്തത്? അവർക്കും പേടിയാ എന്നെ?"

"ഒന്നുമല്ലെടീ.... അവരൊരു കല്യാണത്തിന് പോയതുകൊണ്ടാണ് ഞാനവരെ നിന്റെയടുക്കൽ കൊണ്ടു വരാതിരുന്നത്. നീയെന്തിനാ ഇങ്ങനെ വിഷമിക്കുന്നേ? കുട്ടിക്കാലം മുതൽ എനിയ്ക്ക് നിന്നെ അറിയാവുന്നതല്ലേ? അന്നത്തെപ്പോലെ നിന്നെ ശുണ്ഠിപിടിപ്പിക്കാൻ വേണ്ടിയാണ് നീ ഒരുപാട് സംസാരിച്ചപ്പോൾ ഞാൻ To be abbreviate don't to be elaborate എന്ന് പറഞ്ഞ് നിന്നിലെ പഴയ നിന്നെ ഒന്നുകൂടി കണ്ട് നമ്മുടെ ബാല്യകാലത്തെ കുറച്ച് സമയത്തേയ്ക്കെങ്കിലും തിരികെ കൊണ്ടുവരാൻ വേണ്ടി മാത്രമാ ഞാനങ്ങനെ പറഞ്ഞത്. പണ്ട് നീ ആരെങ്കിലും ആയി സംസാരിച്ചു കഴിയുമ്പോൾ എന്നോട് പറയാറില്ലായിരുന്നോ 'നമുക്ക് അവരുമായി കൂട്ടുകൂടേണ്ടടാ. അവര് മൈനസ്

ത്രീയും പ്ലസ്സ് ഫോറും ആണെന്ന്.' നിന്റെ കോഡുഭാഷയായിരുന്നു അത്. മൈനസ് ത്രീ എന്നു പറഞ്ഞാൽ വിവരം ഇല്ലാത്തവർ. പ്ലസ്സ് ഫോർ എന്നു പറഞ്ഞാൽ അഹങ്കാരം കൂടിയവർ. എന്നിട്ട് നിനക്ക് അതുപോലെയുള്ള ആളുകളെ തന്നെ ബന്ധുക്കളായി കിട്ടി. വിവരമില്ലാത്ത, വിവേകവും, സദ്ബുദ്ധിയും നശിച്ച അവരൊക്കെ എന്തെങ്കിലും പറഞ്ഞാലോ ചെയ്താലോ അതുപോലെ ആകുന്നതാണോ നമ്മൾ?..... ഒരിക്കലും അല്ല. എനിയ്ക്ക് നന്നായറിയാം ചെമ്പരത്തി വച്ച് നിന്നെ അവഹേളിക്കാൻ ശ്രമിച്ച മനസ്സാക്ഷിയില്ലാത്ത ആ അധമരെ. അവർ ചെയ്ത പ്രവൃത്തിയുടെ ഫലം അവരും ദൈവവും കൂടി തീർക്കട്ടെ. നിന്നെ ദ്രോഹിക്കുകയും വിഷമിപ്പിക്കുകയും ചെയ്ത് നിന്റെ നന്മ കാംക്ഷിക്കാത്ത തേളിന്റെ ഗണത്തിൽപ്പെട്ട അവരെ നീ ഇനി മുതൽ ബന്ധുവായി പരിഗണിക്കാതെയിരുന്നാൽ മതി. അതിൽ ഒട്ടും മനസ്താപപ്പെടേണ്ട കാര്യം ഇല്ല. നമ്മുടെ ഒരവയവത്തിന് അർബുദം ബാധിച്ചാൽ അത് നമ്മെ നശിപ്പിക്കാതിരിക്കാൻ വേണ്ടി മുറിച്ച് മാറ്റാറില്ലേ. അതു പോലെ കരുതിയാൽ മതി. രക്തബന്ധവും, സ്വന്ത ബന്ധവും ഒന്നുമല്ല കാര്യം. നിന്നോട് കാപട്യമില്ലാതെ സ്നേഹമസൃണമായി പെരുമാറി മനസ്സിനെ വേദനിപ്പിക്കാത്ത ആരാണോ നിന്റെ ജീവിതത്തിൽ ഉള്ളത് അവരാണ് ഇനി മുതൽ നിന്റെ ബന്ധുക്കൾ. അവരുമായി സഹകരിക്കുക. ഇനി ആരും നിന്റെ ജീവിതത്തിൽ കയറി കൂടുതൽ കളിച്ച് നിന്നിലെ വ്യക്തിത്വത്തേയും സ്വത്വത്തെയും അപമാനിക്കാൻ നിന്റെ ഭർത്താവെന്നല്ല മറ്റാരേയും അനുവദിക്കരുത്. അത് നിന്റെ ഉറച്ച തീരുമാനം ആയിരിക്കണം. നിന്റെ ഭർത്താവിനെ അവരുമായി സഹകരിക്കുന്നതിന് നീ വിലക്കേർപ്പെടുത്തേണ്ട കാര്യവുമില്ല."

"ഓരോ വ്യക്തിയുടെ ജീവിതത്തിലും ഏതൊരു നല്ല കാലത്തേയും ഓർക്കാൻ ഒരു ചീത്തക്കാലം ഉണ്ടാവും. അതുപോലെ ഏതൊരു ചീത്തക്കാലത്തേയും മറക്കാൻ നല്ലൊരുകാലവും ഉണ്ടാവും. അവിടെയാണ് ദൈവത്തിന്റെ മഹത്വം."

"നമ്മുടെ ചിന്തകൾ ആണ് നമ്മെ നയിക്കുന്നത്. വിജയകരമായ ജീവിതത്തിന് വേണ്ടത് വസ്തുനിഷ്ഠമായ ചിന്താശേഷിയാണ്. നമ്മുടെ ചിന്തയും ഭാവനയും ആണ് നമ്മുടെ വഴികാട്ടികൾ. അല്ലാതെ മറ്റുള്ളവർ അല്ല. നിനക്ക് ശരിയെന്നു തോന്നുന്ന കാര്യങ്ങളിൽ നീ ഉറച്ചു നിൽക്കൂ. ആരേയും ഭയപ്പെടേണ്ടതില്ല. സ്ത്രീസംരക്ഷണം ഉറപ്പാക്കുന്ന നിയമവ്യവസ്ഥകൾ ഇന്ന് കൂടുതൽ ദൃഢമാണ്. ജീവിതത്തെക്കുറിച്ച് എപ്പോഴും പോസിറ്റീവ് ആയി ചിന്തിക്കൂ... അത് നമുക്ക് ആത്മവിശ്വാസം നൽകും."

“നിന്റെ വീട്ടിൽ വന്ന് അവകാശവും അധികാരവും കാട്ടി നിന്നെ മാനസ്സികമായി പിഢിപ്പിച്ച അവർക്കെതിരെ നീ പരാതി കൊടുത്തില്ലല്ലോ, ഒന്ന പൊട്ടിത്തെറിച്ചതല്ലേ ഉള്ളൂ. അണ്ണാക്കിൽ കൈയ്യിട്ടാൽ കടിക്കാത്തവരുണ്ടോ? അങ്ങനെയെങ്കിലും പ്രതികരിച്ചില്ലെങ്കിൽ ആണ് വട്ട്. ജീവിതാനുഭവങ്ങളാൽ കൂടുതൽ പക്വതയാർജ്ജിച്ച നിനക്ക് വട്ടില്ലെടീ ചക്കച്ചുളേ. നമ്മൾ ആ പഴയ കളിക്കൂട്ടുകാർ തന്നെയാടീ... ഇരട്ടപ്പേരുള്ള നീയെന്ന ചക്കച്ചുളയും ഞാനെന്ന വട്ടക്കണ്ണനും.” എന്നു പറഞ്ഞവൻ വാത്സല്യത്തോടെ കുട്ടിക്കാലത്തേതുപോലെ അവളുടെ ചെവിയിൽ കിഴുക്കിയപ്പോൾ തൃഷയുടെ മനസ്സിൽ നിറഞ്ഞ സന്തോഷത്തിന്റെ... അംഗീകാരത്തിന്റെ... മധുരത്തുണ്ടു നുണഞ്ഞതിന്റെ ആധിക്യത്താലാണോ എന്തോ കണ്ണുകളെ ഈറനണിയിച്ച നീർമണികൾ അവളുടെ കവിൾത്തടത്തിലൂടെ വട്ടു പോലെ ഉരുണ്ടുരുണ്ടുരുണ്ടു വീണുകൊണ്ടിരുന്നു.

കണ്ണും കരളും

അച്ഛന്റെ പട്ടാളത്തിലെ പെട്ടി തുറന്ന് ഓരോരോ സാധനങ്ങളായി പുറത്തേയ്ക്ക് എടുത്തു വയ്ക്കുമ്പോൾ ആണ് സാമാന്യം വലിപ്പത്തിൽ ഉള്ള ഡയറി എന്റെ കണ്ണിൽ പെട്ടത്. അതെടുത്തു തുറന്നതും ഒട്ടിച്ചു വച്ചിരിക്കുന്ന ഞങ്ങളുടെ കുട്ടിക്കാലത്തുള്ള കുടുംബ ഫോട്ടോയ്ക്ക് താഴെയായി അടിക്കുറിപ്പ്.

കാലത്തിന്റെ ചിതലരിക്കാത്ത തണലും, സുഗന്ധവും, ആശ്വാസവുമേകുന്ന എന്നും നെഞ്ചോട് ചേർത്തു വയ്ക്കുന്ന പൂമരമാണ് എന്റെ കുടുംബം.

പിന്നീടുള്ള പല പേജുകളിലും പല തിയതികളിലെ പ്രധാനപ്പെട്ട കുടുംബ കാര്യങ്ങളും, ഒഫീഷ്യൽ കാര്യങ്ങളും, കൂട്ടുകാരെ കുറിച്ചും, അവരുടെ ഒക്കെ അഡ്രസ്സുകളും ഫോൺ നമ്പറുകളും ഒക്കെ എഴുതിയിട്ടുണ്ട്. ഒരു പേജിൽ കണ്ടു ഒട്ടിച്ചുവച്ചുണങ്ങിയ റോസപ്പൂവ്. അതിന് താഴെ എന്റെ കണ്ണും കരളും എന്നെഴുതിയിരിക്കുന്നു.

കണ്ടപ്പോൾ കണ്ണു നിറഞ്ഞു പോയി. അച്ഛൻ പോയി. മരിച്ചുപോയവരുടെ സാധനങ്ങൾ ഒക്കെ മാറ്റണം എന്നു പറഞ്ഞതുകൊണ്ടാണ് പെട്ടി തുറന്നത്. അച്ഛന്റെ മിലട്ടറി യൂണിഫോമുകളും, മെഡലുകളും, എന്തിനേറെ മഫ്ളറുകളും, തൊപ്പിയും ബെൽറ്റും വരെയുണ്ടതിൽ. ഈ പൂവ് ഇതെനിക്കറിയാം. ഞാൻ കൊടുത്തതാണ് അച്ഛന് ഈ പൂവ്.

എന്റെ അമ്മ സുന്ദരിയും, കാര്യപ്രാപ്തിയുള്ളവളും, ഫലിതപ്രിയയും ആയിരുന്നു.

അമ്മ പറഞ്ഞുകേട്ടിട്ടുണ്ട് അച്ഛന് ഒരു പ്രണയിനി ഉണ്ടായിരുന്നതായി.

അച്ഛനെപ്പോഴും പാടിക്കൊണ്ട് നടന്നിരുന്ന വരികൾ ആയിരുന്നു

"ആനന്ദവല്ലീ..... നീ തന്നെയല്ലേ...... പ്രേമമെന്തെന്നതെന്നോട്ട ചൊല്ലീ......"

അത് കേൾക്കുമ്പോഴേ അമ്മ പറയും,

"ആര്യക്കുട്ടീ നിന്റെ അച്ഛൻ തുടങ്ങീട്ടുണ്ട്. ഞങ്ങൾക്കറിയാം ആനന്ദവല്ലി തന്നെയാ ഇങ്ങേർക്ക് പ്രേമം ചൊല്ലിത്തന്നതെന്ന്. അവരിപ്പോൾ പോസ്റ്റ് ഓഫീസിൽ ഇരുന്ന് വരുന്ന കത്തുകൾക്കും, പാഴ്സലുകൾക്കും ഒക്കെ സീൽ ചെയ്തോണ്ട് ഇരിക്കുകയായിരിക്കും," എന്ന് പറഞ്ഞ് ചിരി തുടങ്ങി.

"പോടി ഒന്ന്. പിള്ളാരുടെ മുൻപിൽ വച്ച് പറയാവുന്ന ഒരു കാര്യം," എന്നു പറഞ്ഞ് അച്ഛനും ഒരു ചമ്മിയ ചിരി ചിരിച്ച് അവിടെ നിന്നും സ്കൂട്ടാവാൻ നോക്കുമ്പോൾ അമ്മ പറയും:

"ഒഴുകുന്നത് പുഴയല്ല ജലമാണ്..

വിടരുന്നത് പൂവല്ല ഇതളാണ്...

സ്നേഹിക്കുന്നത് നാമല്ല നമ്മുടെ ഹൃദയം ആണ്...

ആരോ എഴുതിയ തിരക്കഥയിൽ നാം അഭിനയിച്ചുകൊണ്ടിരിക്കുന്നു. കൊതിച്ച വേഷം ഇന്നും അകലെ... ഇതാണല്ലോ ജീവിതം..."

ഒരിക്കൽ ഞാനും അമ്മയും ബസിൽ വരുമ്പോൾ ആണ് വെളുത്ത് നല്ല ഉയരമുള്ള മുടിയൊക്കെ പുട്ട് അപ് ചെയ്ത് ഒരു വശത്ത് ചുവന്ന റോസാപ്പൂ ചൂടി വളരെ ഭംഗിയായി വസ്ത്രധാരണം ചെയ്ത സ്ത്രീ ബസിൽ കയറിയത്. അവരെ കണ്ടതും അമ്മ എന്നോട് പറഞ്ഞു, "ആര്യക്കുട്ടീ ഇതാണ് നിന്റെ അച്ഛന്റെ ആനന്ദവല്ലി."

രണ്ട് സ്റ്റോപ്പ് കഴിഞ്ഞപ്പോൾ അവർ ഇറങ്ങി.

പിന്നീട് മുല്ലയ്ക്കൽ ചിറപ്പിന്റെ വെടിക്കെട്ട് കാണാൻ നിൽക്കുമ്പോൾ അവരും കുടുംബവും വന്നു. അവർ അച്ഛനെ മാത്രമേ കണ്ടുള്ളൂ. കുറച്ച് മാറി നിന്ന ഞങ്ങളെ കണ്ടില്ല. അവരുടേയും അച്ഛന്റെയും കണ്ണുകൾ കൂട്ടിമുട്ടുന്നതും വെടിക്കെട്ടിലെ തീപ്പൊരി പോലെ ചിതറുന്ന അവരുടെ രണ്ടു പേരുടേയും മുഖഭാവവും ശ്രദ്ധിച്ച വലിയമ്മയുടെ മകൾ ദർശന ചോദിച്ചു,

"ആരാ കുഞ്ഞമ്മേ ആ ആന്റി, കൊച്ചച്ഛന്റെ ഗേൾഫ്രണ്ടാണോ?"

അന്നും അമ്മ ചിരിച്ച് വലിയ ലാഘവത്തോടെ പറഞ്ഞു,

"ആ മോളേ ബുള്ളറ്റും, ബസ് ടിക്കറ്റുമില്ലാതെ അത്രമേൽ സുന്ദരമായ ചില യാത്രകളുണ്ട് തലയിണയുടേയും പുതപ്പിന്റെയും അകമ്പടിയോടെ... ആരോ വിളിച്ചുണർത്തിയതിന്റെ പേരിൽ. നിന്റെ കൊച്ചച്ഛന്റെ ആ ദിവാസ്വപ്ന യാത്രയിലെ ക്ലൈമാക്സ് കാണാതെ പോയ നീ ചോദിച്ച ഗേൾഫ്രണ്ട് തന്നെയാണത്."

അമ്മമ്മയ്ക്ക് സുഖമില്ലാതെ ഹോസ്പിറ്റലിൽ അമ്മ നിന്നപ്പോൾ എന്റെ അച്ഛന്റെ ചേട്ടന്റെ ഭാര്യയാണ് ഞങ്ങൾക്ക് കൂട്ടുകിടക്കാൻ വന്നത്.

അന്ന് ഞങ്ങൾ വലിയമ്മച്ചിയോട് എന്താ ആ കല്യാണം നടക്കാതെ പോയത് എന്ന് തിരക്കിയപ്പോൾ വലിയമ്മച്ചി പറഞ്ഞു,

"ആഹാ! കൊള്ളാമല്ലോ ഈ കഥയൊക്കെ നിങ്ങൾക്കും അറിയാമോ? പഠിക്കുന്ന സമയത്ത് ആനന്ദവല്ലി രവിയുടെ കൂട്ടുകാരി യാണെന്ന് പറഞ്ഞ് ഇവിടെയും വന്നിട്ടുണ്ട്. രവി മിലട്ടറിയിൽ പോയി തിരികെ വന്നപ്പോൾ വീട്ടുകാരുടെ നിർബന്ധത്തിന് വഴങ്ങേണ്ടി വന്ന അവളുടെ വിവാഹം കഴിഞ്ഞിരുന്നു. അന്നത് രവിക്ക് വലിയ ഷോക്കാ യിരുന്നു. പിന്നത്തെ വരവിനാണ് നിങ്ങളുടെ അമ്മ ബാലയുമായുള്ള വിവാഹം നടന്നത്."

ഞാൻ ബി.കോം ഫസ്റ്റ് ഇയറിന് ട്യൂഷന് പോകുന്ന ട്യൂട്ടോറിയലിൽ ബി.എ ഇക്കണോമിക്സ് ഫൈനൽ ഇയർ പഠിക്കുന്ന കുട്ടികളും ഉണ്ടായി രുന്നു. അവർക്കും ഞങ്ങൾക്കും സ്റ്റാറ്റിസ്റ്റിക്സ് ക്ലാസ് ഒരുമിച്ചായിരുന്നു.

ഞങ്ങളുടെ കൂടെ പഠിച്ചിരുന്ന കൃഷ്ണേന്ദു എന്ന ചേച്ചിയുടെ കല്യാണം ആയിരുന്നു. ചേച്ചി ക്ഷണക്കത്ത് അയയ്ക്കാൻ വേണ്ടി എന്റെ കൈയ്യിൽ നിന്നും അഡ്രസ്സ് വാങ്ങി,c/o ഞാൻ അച്ഛന്റെ പേരും വച്ചിട്ടുണ്ടായിരുന്നു.

കുറച്ച് ദിവസങ്ങൾക്ക് ശേഷം കൃഷ്ണേന്ദു ചേച്ചി ഒരു ചുവന്ന റോസപ്പൂവ് തന്നിട്ട് പറഞ്ഞു,

"അമ്മ ആര്യയ്ക്ക് തരാൻ പറഞ്ഞു എന്നോട്."

"ശരി ചേച്ചി. എന്താ ചേച്ചിയുടെ അമ്മയുടെ പേര്?"

"ആനന്ദവല്ലീന്നാ അമ്മയുടെ പേര്. ആര്യ കണ്ടുകാണും. നമ്മുടെ മെയിൻ പോസ്റ്റ് ഓഫീസിലാ അമ്മയ്ക്ക് ജോലി. ഇന്നലെ എന്റെ കൂടെ ക്ലാസ്സ് കഴിഞ്ഞ് ഇറങ്ങിയപ്പോൾ അമ്മ ആര്യയെ കണ്ടത്രേ. അമ്മയ്ക്ക് ഒരുപാടിഷ്ടം തോന്നി ആര്യയോട്. അതാ പൂവ് തന്നു വിട്ടത്. കല്യാണ ത്തിന് വരണം എന്ന് പ്രത്യേകം പറയാൻ പറഞ്ഞു."

"അമ്മയോട് എന്റെ നന്ദിയറിയിച്ചേക്കു ചേച്ചി. തീർച്ചയായും വരാൻ ശ്രമിക്കാം."

ഞാനന്ന് ട്യൂഷൻ കഴിഞ്ഞ് ചെല്ലുമ്പോൾ സ്റ്റൂളിൽ കയറി നിന്ന് അച്ഛൻ ചുമരിലെ വലിയ ക്ലോക്കിന് കീ കൊടുക്കുകയായിരുന്നു.

അതു കഴിഞ്ഞ് അച്ഛൻ വന്നപ്പോൾ ഞാൻ അച്ഛന് ആ പൂവ് കൊടുത്തിട്ടു പറഞ്ഞു,

"ഇതെനിയ്ക്ക് ആര് തന്നതാണെന്നറിയുമോ അച്ഛാ?"

"ആരാടാ മോനേ?"

"ആനന്ദവല്ലി ആന്റി. ആന്റിയുടെ മോൾ കൃഷ്ണേന്ദുചേച്ചി എന്റെ കൂടെ പഠിക്കുന്നുണ്ട്. ചേച്ചിയുടെ വിവാഹം ആണ്. ക്ഷണക്കത്ത് അയയ്ക്കാൻ കൊടുത്ത അഡ്രസ്സിൽ നിന്നും ആന്റിയറിഞ്ഞു ഞാൻ ആരുടെ മകളാണെന്നത്. ആന്റി ചേച്ചിയുടെ കൈയ്യിൽ കൊടുത്തുവിട്ടതാണ് എനിയ്ക്ക് ഈ പൂവ്. ഇത് എനിക്കുള്ളതല്ല അച്ഛനെടുത്തോ."

"പോടാ ഒന്ന്," എന്നു പറഞ്ഞ് അച്ഛൻ ചിരിച്ചു കൊണ്ട് ആ പൂവുമായി അകത്തെ മുറിയിലേയ്ക്ക് പോകുന്നത് കണ്ടു.

ഞാനാകാര്യം ആരോടും പറഞ്ഞില്ല. പിന്നീടത് മറവിയിലേയ്ക്കാണ്ടു പോയി.

ഇന്ന് ഈ പൂവു കണ്ടപ്പോൾ മനസ്സിലായി അച്ഛനത് ബുക്കിനുള്ളിൽ വച്ച് ഉണക്കി ഡയറിയിൽ ഒട്ടിച്ചു വച്ചിരുന്നു എന്ന്. അതിന്റെ താഴെ എഴുതിയ കണ്ണും കരളും എന്ന സിനിമ അവർ ഒരുമിച്ച് കണ്ടതായിരുന്നു എന്ന് അമ്മ പറഞ്ഞ് എനിക്കറിയാമായിരുന്നു.

അതു പറഞ്ഞ് അമ്മ അച്ഛനെ കളിയാക്കിയ കൂട്ടത്തിൽ ഇതും കൂടി പറഞ്ഞു, അന്നവര് രണ്ടുപേരും കൂടി കണ്ണും കരളും കണ്ടു കഴിഞ്ഞ് ഒരു ചായ വാങ്ങി ഒരുമിച്ചു കുടിക്കുകയും ചെയ്തു അല്ലേ മനുവേട്ടാ?"

"എന്നാൽ അച്ഛാ നിങ്ങൾക്ക് കുട്ടിക്കുപ്പായം കണ്ടാൽ പോരായിരുന്നോ?" എന്നു ഞാൻ കളിയാക്കിയപ്പോൾ,

"ബാലേ നിന്റെ കാര്യം കൊണ്ട് ഞാൻ തോറ്റല്ലോടി" എന്നു പറഞ്ഞ് അച്ഛനും ഞങ്ങളുടെ ചിരിയിൽ പങ്കു ചേർന്നു.

അച്ഛന്റെയും അമ്മയുടേയും വിവാഹം ആദ്യത്തെ കളർ ചിത്രം ചെമ്മീൻ റിലീസായ ദിവസം ആയിരുന്നു. പിന്നീട് അച്ഛന്റെ ഡയറിലെ മറ്റൊരു പേജിൽ ഞാൻ കണ്ടു ആനന്ദവല്ലിയെ കാൻസർ കൊണ്ടുപോയി.

ആർക്കും ആരേയും സ്നേഹിച്ച് മതിയാവില്ല. സ്നേഹം നൽകി ആർക്കും ആരേയും തൃപ്തിപ്പെടുത്താനും ആവില്ല. സ്നേഹം ഒരനുഭവമാണ്... അകലും തോറും ഒരുപാട് സ്നേഹിച്ചിരുന്നു എന്ന് നമ്മെ മനസ്സിലാക്കിത്തരുന്ന തിരിച്ചറിവ്... സ്നേഹം ഒരു വിശ്വാസം ആണ് താൻ സ്നേഹിക്കുന്നവർ തന്നെ മറക്കില്ല എന്ന അമിത വിശ്വാസം...

അവകാശവാദങ്ങൾ ഒന്നുമില്ലാതെയുള്ള ചില ആത്മബന്ധങ്ങൾ ഉണ്ട്. മണ്ണിന്നാഴങ്ങളിൽ മുറുകെ പിടിക്കുന്ന വേരുകൾ പോലെ മനസ്സിന്നാഴങ്ങളിൽ ചേർന്നുനിൽക്കുന്നവർ. സ്നേഹം ഹൃദയത്തിൽ നിന്നുള്ളതാണെങ്കിൽ ദൈവം അതിനെ വളർത്താൻ തുടങ്ങിയാൽ അകലം ഒരിക്കലും ആ ബന്ധത്തെ നശിപ്പിക്കുകയില്ല.

കണ്ണുനീർ ഡയറിയെ നനച്ചപ്പോൾ ഞാനെഴുന്നേറ്റ് ഒരു വെള്ള പേപ്പറിൽ ആ ഡയറി പൊതിഞ്ഞ് അതിന്റെ മുകളിൽ കണ്ണും കരളും എന്നെഴുതി എന്റെ മാറോട് ചേർത്തു പിടിച്ചു നിന്നപ്പോൾ, "എടാ പോടാ കുട്ടാ," എന്ന് പറഞ്ഞ് എന്റെ തോളിൽ തട്ടി അച്ഛൻ ഒരു മായ പോലെ പോകുന്നത് ഞാൻ കണ്ടു. ഞാനത് ഭദ്രമായി അലമാരയിൽ അമൂല്യ വസ്തുക്കളുടെ കൂടെവച്ച് എന്റെ അലമാര അടച്ചു വരുമ്പോൾ ഉണ്ണിക്കുട്ടൻ ഉറക്കത്തിൽ നിന്നും എഴുന്നേറ്റ് പറഞ്ഞു,

"അമ്മേ ഞാൻ അപ്പൂപ്പനെ സ്വപ്നം കണ്ടു ഞാൻ മൊബൈലിൽ നോക്കി കൊണ്ടിരുന്നപ്പോൾ അപ്പൂപ്പൻ പറയുവാ ഞങ്ങളുടെ ഒക്കെ ബാല്യകാലത്ത് ത്രിജിയും, ഫോർജിയും, ഫൈവ്ജിയും ഒന്നുമുണ്ടായിരുന്നില്ല ആകെയുണ്ടായിരുന്നത് പിതാജിയും, മാതാജിയും, ഗുരുജിയും മാത്രമായിരുന്നു. അവരിൽ നിന്നും ഇടയ്ക്കിടെ രണ്ടെണ്ണം കിട്ടുമ്പോൾ എല്ലാ നെറ്റവർക്കും ലഭിക്കുമായിരുന്നു എന്ന്." നിറകണ്ണുകളോടെ ഉണ്ണിക്കുട്ടന്റെ തലയിൽ തടവി ഞാൻ അടുക്കളയിലേയ്ക്ക് നടന്നു. മരണാനന്തരചടങ്ങിനോട് അനുബന്ധിച്ച് എന്നും വൈകിട്ട് നടത്തുന്ന പ്രാർത്ഥനക്കാർക്കായുള്ള ചുക്കുകാപ്പി തയ്യാറാക്കുമ്പോൾ ചിന്തിച്ചു ചില ഓർമ്മകൾക്ക്, വ്യക്തികൾക്ക്, അനുഭവങ്ങൾക്ക് മരണമില്ല നമ്മുടെ ജീവിതത്തിൽ... ഒരു മരവിപ്പ് മാത്രമായി മാറും അവ... ആദ്യമൊക്കെ എന്നും എപ്പോഴും പിന്നീട് വല്ലപ്പോഴും.

അപഭംഗം

"അമ്മേ ദേ അമ്മ പറഞ്ഞതുപോലെ ഇന്നത്തെ എല്ലാ പത്രങ്ങളും വാങ്ങിയിട്ടുണ്ട്. എന്തിനാ അമ്മയ്ക്ക് ഇത്രയധികം പത്രങ്ങൾ?"

"അതൊക്കെ ഞാൻ പിന്നീട് പറയാം രേഖമോളേ. ഞാനിവയൊക്കെ ഒന്നു നോക്കട്ടെ."

"അമ്മ വാക്കു മാറില്ലല്ലോ ഇന്നമ്മയുടെ കഥ എന്നോട് പറയാം എന്നാണ് പറഞ്ഞിരിക്കുന്നത്. എന്റെ മരിച്ചു പോയ അമ്മയുടെ ഛായയാണ് ഈ ലൂതു അമ്മയ്ക്കും. അതാ ഞാൻ അമ്മയുടെ കൂടെ കിട്ടുന്ന സമയമെല്ലാം ചിലവഴിക്കുന്നത്." എന്നു പറഞ്ഞ് നടന്നു നീങ്ങുന്ന രേഖാ മാഡത്തിനെ കണ്ടപ്പോൾ പാവം കുട്ടി ഇവിടുത്തെ മേട്രനായി പുതുതായി ചാർജ്ജെടുത്ത് വന്നതാണെങ്കിലും അങ്ങനെ ഒരു ഭാവമേയില്ല. ഓരോ പത്രങ്ങൾ ആയി എടുത്തു നോക്കി. ഇന്ന് വിവാഹിതർ ആകുന്നു എന്ന പേജിൽ കണ്ടു സാമാന്യം വലിപ്പത്തിൽ ഉള്ള ഫോട്ടോ. ഉറപ്പുവരുത്താൻ പേര് വായിച്ചു നോക്കി.

നൈപുണ്യ, ഡോട്ടർ ഓഫ് മിസ്റ്റർ ആൻഡ് മിസ്സിസ്സ് വരദരാജൻ, ശ്രീ നിലയം, കഴക്കൂട്ടം വെസ്റ്റ്.

അരവിന്ദ്, സൺ ഓഫ് മിസ്റ്റർ ആൻഡ് മിസ്സിസ്സ് സുന്ദരേശൻ മംഗലമഠം, കൽപ്പാത്തി.

ആർത്തിയോടെ വീണ്ടും വീണ്ടും നോക്കി ദൈവത്തിന് നന്ദി പറഞ്ഞു.

"അമ്മേ എന്തിനാ അമ്മ കരയുന്നത്?" എന്ന ചോദ്യത്തിനൊപ്പം രേഖ എന്റെ കൈയ്യിലെ പേപ്പർ വാങ്ങി നോക്കി.

"ഫോട്ടോയാകെ നനഞ്ഞല്ലോ! ആരാമ്മേ ഇത്?"

"മിസ്റ്റർ ആൻഡ് മിസ്സിസ്സ് വരദരാജൻ ഇവരുടെ വകയാണ ല്ലോ ഇന്നിവിടുത്തെ സദ്യ. അമ്മയ്ക്ക് അറിയ്യോ ഇവരെ? അമ്മയുടെ ബന്ധുവാണോ? ഇത്രയധികം ധനസ്ഥിതി ഉള്ള ഇവരുടെ ബന്ധുവാ ണെങ്കിൽ അമ്മയെന്തിനാ ഈ മഹിളാമന്ദിരത്തിലെ അന്തേവാസി യായത്? എന്തിനാ അമ്മ കരയുന്നത്? പറയൂ അമ്മേ."

"ആരാ മോളേ വരദരാജൻ സാർ വന്നാണോ ഇവിടുത്തെ സദ്യയ്ക്ക് പണം തന്നത്? സാർ വന്നിരുന്നോ മോളേ ഇവിടെ?"

"അല്ലമ്മേ അവരുടെ കമ്പനി മാനേജർ ആണ് വിളിച്ചത്. അവരേർ പ്പാടാക്കിയ ഭക്ഷണം ഇന്ന് പന്ത്രണ്ട് മണിയോടെ ഇവിടെ എത്തിക്കും എന്നാണ് പറഞ്ഞിരിക്കുന്നത്."

"അമ്മ പറയൂ അമ്മയുടെ ആരാണിവർ?"

"പറയാം മോളേ... പറഞ്ഞാൽ നീയും എന്നെ വെറുക്കുമോ?"

"ഇല്ലമ്മേ. എന്താണെങ്കിലും അമ്മ പറയൂ."

"അമ്മയും, ചേട്ടനും മാത്രം ഉണ്ടായിരുന്ന ഒരു സാധാരണ കുടുംബ ത്തിലെ അംഗമായിരുന്ന ജ്ഞനന്ദ എന്ന എന്നെ വിവാഹം ചെയ്തത് ഞങ്ങളേക്കാൾ വളരെയധികം ധനസ്ഥിതിയുള്ള കുടുംബത്തിലെ ശാന്തിലാൽ ആയിരുന്നു. എന്റെ ഭാഗ്യം എന്ന് എല്ലാവരും പറഞ്ഞു. അദ്ദേഹത്തിന് അമ്മയും വിരൂപയും മുടന്തിയുമായ പ്രകാശിനി എന്ന സഹോദരിയും ആണുണ്ടായിരുന്നത്.

ആദ്യമൊക്കെ ശാന്തിലാൽ എന്നോട് സ്നേഹത്തോടെയാണ് പെരുമാറിയിരുന്നത്. ഞാൻ ഗർഭിണിയാണെന്ന് അറിഞ്ഞപ്പോൾ, പ്രകാശിനി ചവിട്ടിത്തുള്ളി അകത്തെ മുറിയിലേയ്ക്ക് പോയി എന്തൊ ക്കെയോ വലിച്ചെറിയുന്ന ശബ്ദം കേട്ടു.

"നാണമില്ലല്ലോ നിനക്ക്, നിന്റെ ഭാര്യയേക്കാളും പ്രായമുള്ള പെങ്ങൾ കെട്ടാ മങ്കയായി നിൽക്കുമ്പോൾ നീ പിള്ളാരും പിറുങ്ങ ണികളുമായി നിന്റെ കാര്യം നോക്കുകയാണല്ലേ. മനസ്സാക്ഷിയുണ്ടോ നിങ്ങൾക്ക്?"

എന്നു പറഞ്ഞ് അമ്മ ഭിത്തിയിൽ തലിയിട്ടടിക്കാൻ തുടങ്ങി.

ആത്മാവിന്റെ കാരാഗൃഹമാണ് അസൂയ. അത് അസമാധാനത്തെ ക്ഷണിച്ചു വരുത്തി കുടുംബസ്വസ്ഥതയെ കാർന്നുതിന്നും എന്ന് അമ്മ യുടേയും മകളുടേയും പെരുമാറ്റ വൈചിത്ര്യത്തിലൂടെ ഞാൻ അറിയുക യായിരുന്നു.

അന്ന് ശാന്തിലാൽ എന്നോട് പറഞ്ഞു,

"സ്ത്രീധനം മോഹിച്ച് പ്രകാശിനിയെ വിവാഹം ചെയ്യുന്നവർ അവളെ വിഷമിപ്പിച്ചാലോ അതു കൊണ്ട്,

"ഋതുനന്ദാ നീയൊരു കാര്യം ചെയ്യ നമുക്ക് സമാധാനമായി ജീവിക്കണമെങ്കിൽ നിന്റെ ചേട്ടനെ കൊണ്ട് പ്രകാശിനിയെ വിവാഹം ചെയ്യിപ്പിക്കണം. നിന്നെ കണ്ട് ഇഷ്ടമായപ്പോൾ അങ്ങനെ നുണ പറഞ്ഞാണ് ഞാൻ നമ്മുടെ വിവാഹം നടത്തിയത്. നാളെ തന്നെ നീ വീട്ടിൽ പോയി അമ്മയോടും ചേട്ടനോടും പറയണം."

ആദ്യത്തെ ഞെട്ടലിൽ നിന്നും മുക്തയാകാത്ത ഞാൻ അതുകൂടി കേട്ടപ്പോൾ ഇടിവെട്ടേറ്റവനെ പാമ്പുകടിച്ച എന്നതു പോലെയായി... ഈശ്വരാ! എന്റെ ചേട്ടൻ ഋത്വികിന് പഠിക്കുന്ന സമയത്തേ ഒരു പ്രണയം ഉണ്ട്. അതെനിയ്ക്കും അമ്മയ്ക്കും അറിയാം. രണ്ട് വിവാഹവും ഒരുമിച്ച് നടത്താം എന്ന് അമ്മ ചേട്ടനോട് പറഞ്ഞപ്പോൾ എന്റെ വിവാഹം നടത്തിയ കടബാധ്യതകളിൽ നിന്നും ഒഴിവായിട്ട് മതിയെന്നു പറഞ്ഞിരിക്കുകയാണ് ചേട്ടൻ. ആ ചേട്ടനോടും അമ്മയോടും ഞാനെങ്ങനെയാണ് ഈ കാര്യം അവതരിപ്പിക്കുന്നത്? അഥവാ അങ്ങനെ ഇല്ലെങ്കിൽ കൂടി ചേട്ടനുമായി യോഗ്യതയിൽ അജഗജാന്തരമുള്ള പ്രകാശിനിയെ വിവാഹം ചെയ്യാൻ ഞാൻ ഒരിക്കലും പറയില്ല. ഗർഭിണിയാണെന്നറിഞ്ഞ നിമിഷം ഒരുപാട് സന്തോഷമായിരുന്നു. ആ സന്തോഷം ഒക്കെ ഇവിടെയുള്ള മൂവരുടേയും ഉള്ളിലിരുപ്പ് അറിഞ്ഞപ്പോൾ കെട്ടടങ്ങി.

ശാന്തിലാൽ എന്നോട് വീട്ടിൽ പോകാൻ തയ്യാറാകാൻ പറഞ്ഞപ്പോൾ ഞാൻ ചേട്ടന്റെ പ്രണയകാര്യം പറഞ്ഞിട്ട് ഞാനൊരിക്കലും എന്റെ ചേട്ടന്റെ ഇഷ്ടത്തിന് എതിരായി പ്രവർത്തിക്കില്ല എന്നും പറഞ്ഞു.

രണ്ടു ദിവസം ശാന്തിലാൽ എന്നോട് മിണ്ടിയില്ല. മൂന്നാം ദിവസം വളരെ സ്നേഹത്തോടെ വന്നപ്പോൾ ഞാൻ മിണ്ടാൻ പോയില്ല.

"എന്താ നന്ദക്കുട്ടീ നിന്നോടിത്തിരി പരിഭവം കാണിക്കാതെങ്ങനെയാ ഇണങ്ങുക. എന്നാലല്ലേ ആ ഇണക്കത്തിനും നിന്നോളം ആഴം എന്നിൽ തീർക്കാൻ കഴിയൂ. വിഷമിക്കാതെ ഞാനില്ലേ നിനക്ക്. നമുക്ക് പിറക്കാൻ പോകുന്ന കുഞ്ഞിന് നിന്റെ മാനസിക സംഘർഷം ബാധിക്കരുത്. അതു കൊണ്ട് ഇപ്പോൾ പെയ്യുമെന്ന കാർമേഘം പോലെയിരിക്കാതെ ചിരിക്കെടീ കഴുതേ."

"ഒത്തിരി അടുത്തവർ ഇത്തിരി അകലം കാണിക്കുമ്പോൾ അതൊത്തിരി സങ്കടം തന്നെയാകും. ഇപ്പോഴെങ്കിലും എന്നെ മനസ്സിലാക്കി വന്നല്ലോ, സമാധാനമായി എനിയ്ക്ക്."

വിശദമായ പരിശോധനക്കെന്നും പറഞ്ഞ് എന്നെ ഹോസ്പിറ്റലിൽ കൊണ്ടുപോയി. കൂടെ അമ്മയും വന്നപ്പോൾ എനിക്കാശ്വാസമായിരുന്നു. അവരുടെ മനസ്സ് മാറിയല്ലോ. വീട്ടിലെ ആദ്യത്തെ കുഞ്ഞല്ലേ അതോർത്തായിരിക്കും എന്ന് ചിന്തിച്ചു. ഒക്കെ കഴിഞ്ഞപ്പോൾ ആണ് ഞാനറിഞ്ഞത് അബോർഷൻ ചെയ്യിക്കുകയായിരുന്നു എന്ന്.

വീട്ടിൽ വന്ന ശേഷം ഞാൻ ശാന്തി ലാലിനോട് ചോദിച്ചു,

"എന്തിനാ എന്നോടിങ്ങനെ ചെയ്തത്? നിങ്ങൾക്ക് ആദ്യമായുണ്ടായ കുഞ്ഞല്ലേ? അതിനെ നശിപ്പിക്കാൻ എങ്ങനെ മനസ്സു വന്നു നിങ്ങൾക്ക്?"

"എന്താ നീ പറഞ്ഞത്? എനിയ്ക്ക് ആദ്യമായുണ്ടായ കുഞ്ഞെന്നോ? അതിനെ നശിപ്പിക്കാൻ എങ്ങനെ തോന്നി എന്നോ? അങ്ങനെയുള്ള തോന്നലില്ലായിരുന്നെങ്കിൽ എനിക്കൊരുപാട് കുഞ്ഞുങ്ങൾ കണ്ടേനേ പലയിടത്തും. നീയെന്താ ശാന്തിലാലിനെ കുറിച്ച് കരുതിയത്? എന്നെ സംബന്ധിച്ച് വിവിധങ്ങളായ നിറവും, മണവും, രുചിയും, ഷേപ്പും ഉള്ള പഴവർഗ്ഗങ്ങൾ പോലെയാണ് നിങ്ങൾ സ്ത്രീകളും. എന്നും ഒരു പഴം തന്നെ തിന്നാൽ മടുക്കില്ലേ? അതു കൊണ്ട് ഫ്രൂട്ട് സലാഡാണ് എനിക്കിഷ്ടം. പിന്നെ നിന്നെ കെട്ടിയത് നിന്റെ ആങ്ങള ഋത്വികിനെ കൊണ്ട് എന്റെ പെങ്ങളെ കെട്ടിക്കാം എന്ന ഉദ്ദേശ്യത്തിൽ തന്നെ. അവൻ അവിടെ അവളെ വേദനിപ്പിക്കാൻ ശ്രമിച്ചാൽ അതിലധികം നീയിവിടെ അനുഭവിക്കും എന്നറിയാവുന്നത് കൊണ്ട് പ്രകാശിനിക്ക് സ്വസ്ഥമായി കഴിയാം എന്നു കരുതി തന്നെയാണ് നിന്നെ ഇവിടേയ്ക്ക് കെട്ടിയെടുത്തത്. അതിനി സാധ്യമല്ലാത്തതു കൊണ്ട് ഇന്നുമുതൽ നീ ഇവിടെ നടന്നതൊന്നും ആരോടും പറയാതെ വേലക്കാരിയെപ്പോലെ അടങ്ങി ഒതുങ്ങിക്കഴിഞ്ഞോളണം. അല്ലെങ്കിൽ ഭ്രാന്താശുപത്രിയിൽ ആക്കും നിന്നെ ഞാൻ. പണത്തിന് മീതെ ഒരു പരുന്തും പറക്കില്ല ഈ നാട്ടിൽ. ഇനിമേൽ നീ ഫോണിൽ സംസാരിക്കുന്നതെല്ലാം എന്റെ ഫോണിലും കേൾക്കാൻ കഴിയും. എന്തെങ്കിലും ആരെങ്കിലും അറിഞ്ഞാൽ ഒരു സംശയത്തിനും ഇടനൽകാതെ നിന്റെ ചേട്ടൻ അപകടത്തിൽ മരിക്കും. ആ ദുഃഖത്തിൽ നിന്റെ അമ്മ ആഹാരത്തിൽ വിഷം കലർത്തി ആത്മഹത്യ ചെയ്യും. അതിന് ശേഷം നിനക്ക് വട്ടാകും. അതെങ്ങനെ വേണമെന്ന് ഞങ്ങൾക്കറിയാം. അതറിഞ്ഞതുകൊണ്ടാണ് എന്റെ

അച്ഛൻ അമ്മയുടെയും, എന്റെയും, അനുവാദം ഇല്ലാതെ അച്ഛൻ പെങ്ങൾക്ക് മകളുടെ വിവാഹം നടത്താൻ കൈപ്പട്ടുരുള്ള സ്ഥലം എഴുതി കൊടുക്കാം എന്നു സമ്മതിച്ച കാര്യം ഇവിടെ വന്നു പറഞ്ഞു. അന്ന് ഉറങ്ങാൻ കിടന്ന അച്ഛൻ പിന്നീട് ഉണർന്നില്ല. ആർക്കും ഒരു സംശയവും ഇല്ലായിരുന്നു അച്ഛന്റെ മരണത്തിൽ. രാഘവൻ പുണ്യവാൻ ആണ്. അതല്ലേ നല്ല മരണം കിട്ടിയത് എന്ന് എല്ലാവരും പറഞ്ഞു."

പിന്നീട് എനിയ്ക്കാ വീട്ടിൽ അവഗണയുടേയും ഭർത്സനങ്ങളുടേയും തോരാമഴയായിരുന്നു. ആ പ്രളയത്തിൽ ഞാൻ അറിയുകയായിരുന്നു, മനസ്സ് മരവിച്ച ആരുടേയും മനസ്സ് മരിക്കുകയായിരുന്നില്ല. അത്രമേൽ പ്രിയപ്പെട്ടവരെന്ന് കരുതിയവർ കൊന്നുകളയുകയായിരുന്നു എന്ന്.

ഒരു ദിവസം ചേട്ടൻ വിളിച്ചപ്പോൾ പറഞ്ഞു ശാന്തിലാലും അമ്മയും ഇന്ന് വീട്ടിൽ വന്നിരുന്നു. നീയെന്താ വരാതിരുന്നത് എന്ന് ചോദിച്ചപ്പോൾ പറയുവാ ഇറങ്ങാൻ നേരം പൂച്ച കുറുകെ ചാടി. എന്തെങ്കിലും അനർത്ഥം സംഭവിക്കും എന്ന് കരുതി നീ പോന്നില്ലാത്രേ. പല്ലി ചിലച്ചാൽ ഫലം, കാക്ക കരഞ്ഞാൽ വിരുന്നുകാർ വരും, രണ്ട് മൈനയെ കണ്ടാൽ നല്ലതാണ്, ത്രിസന്ധ്യയ്ക്ക് ഉറങ്ങരുത്. രാത്രിയിൽ തൈര് കഴിക്കരുത്, ചൂളം കുത്തരുത് ഇങ്ങനെ കുട്ടിക്കളി മാറാത്ത ഓരോരോ വട്ടുകൾ ആണത്രേ നിനക്ക്. ഡോക്ടറെ കാട്ടണമത്രേ. ഞാനപ്പോൾ തമാശയായി പറഞ്ഞു. അളിയാ ജീവിതമാകുമ്പോൾ ഇതു പോലെയുള്ള ഇത്തിരി വട്ടൊക്കെ വേണം. വല്യ നോർമൽ ആയി നടന്നാൽ ആളുകൾ കരുതും നമുക്ക് വട്ടാണെന്ന്. നമുക്ക് സന്തോഷവും, മറ്റുള്ളവർക്ക് ബുദ്ധിമുട്ടുകളും ഉണ്ടാക്കാത്തതുമായ വട്ടുകൾ ചികിത്സിച്ച് ഭേദമാക്കണമെന്നു നിർബന്ധമില്ല. വട്ടുകളായി തോന്നുന്നത് അവർക്കും, നമുക്കും നൻമകളാണ് നൽകുന്നത് എങ്കിൽ എന്തിനാണത് ചികിത്സിച്ച് മാറ്റുന്നത്? അല്ലെങ്കിലും മിക്കവാറും തിരികെ ഒന്നും പ്രതീക്ഷിക്കാതെ നൽകുന്ന സ്നേഹത്തേയും ലാഭേച്ഛയില്ലാതെ ചെയ്യുന്ന സേവനങ്ങളേയും പോലും പലരും വട്ട് എന്നാണ് വിളിക്കുന്നത്. ഈ അളിയന്റെ ഒരു കാര്യം എന്ന് പറഞ്ഞ് ശാന്തി ലാലും അമ്മയും ചിരിയായിരുന്നു. പിന്നെ അമ്മ പറഞ്ഞു ഇവൻ പറഞ്ഞതൊന്നുമല്ല മോനേ കാര്യം പ്രകാശിനി ഒറ്റയ്ക്കാവില്ലേ എന്നു പറഞ്ഞാണ് നന്ദമോൾ വരാതിരുന്നത്. അല്ലെങ്കിലും ഇവനെ പിരിഞ്ഞും ഇരിക്കില്ല ആ കുട്ടി. ഞങ്ങളുടെ ഭാഗ്യാ... നന്ദമോൾ, ഞങ്ങൾക്കും മോളെ പിരിഞ്ഞിരിക്കാൻ വയ്യ. അതാ ഇങ്ങോട്ട് വിടാത്തത്. അമ്മ പറഞ്ഞത് കേട്ടപ്പോൾ എനിയ്ക്കും നമ്മുടെ അമ്മയ്ക്കും ഒരുപാട് സന്തോഷമായി മോളേ. എന്റെ മോൾ

എത്തേണ്ടിടത്ത് തന്നെയാ എത്തിയത് അല്ലേ മോളേ?”

“ശരി ചേട്ടാ ദേ അവരെത്തി.”

എന്നിട്ട് ഞാൻ മനസ്സിൽ പറഞ്ഞു. ജനിക്കുമ്പോഴും മരിക്കുമ്പോഴും അറിയുന്ന പ്രിയപ്പെട്ടവർ പോലും ഒന്നും അറിയാത്തത് ജീവിച്ചിരിക്കുമ്പോൾ ആണ് ചേട്ടാ. ചില മനുഷ്യരേയും, രഹസ്യങ്ങളേയും അറിയാൻ ശ്രമിക്കരുത്. അതറിഞ്ഞാൽ രണ്ടും നമുക്ക് സമ്മാനിക്കുന്നത് പുകയുന്ന മനസ്സായിരിക്കും, അതറിഞ്ഞവൾ ആണ് ഞാൻ.

ശാന്തിലാലും അമ്മയും കയറി വന്നപ്പോൾ അയാൾ ഞാൻ കേൾക്കേ പറഞ്ഞു,

“അമ്മേ എന്റെ കൂടെ കൂടിയ ഒഴിയാബാധയെ ഒഴിപ്പിച്ചിട്ട് ഞാനൊരു യാത്ര പോകാൻ പോകുന്നു. ഓരോ ദിവസം കാശിയിലും രാമേശ്വരത്തും പോയി പാപമുക്തി നേടിയിട്ട് അതുവഴി ഗോവയ്ക്ക് പോയി ഒരാഴ്ച അടിച്ചു പൊളിച്ചിട്ട് തിരികെ വരാം.”

“അത് കൊള്ളാമെടാ, നീ പോയി ആസ്വദിക്കെടാ ജീവിതം”

ഞാനപ്പോഴും അമ്മ പറഞ്ഞുതന്ന കാര്യം ഓർത്തു. അതിയായ അഹങ്കാരം രാവണനും, സൗന്ദര്യം സീതയ്ക്കും, ദാനശീലം മഹാബലിക്കും ദോഷമായി ഭവിച്ചു. എന്ത് കാര്യമായാലും അധികമാകാതെ സൂക്ഷിക്കണം. പെണ്ണിനെയും പ്രകൃതിയേയും വേദനിപ്പിച്ചാൽ ഒരുവൾ മൗനം കൊണ്ട് പ്രതികരിക്കുമ്പോൾ മറ്റൊരുവൾ പ്രളയം കൊണ്ട് പ്രതികരിക്കും.

ഭർത്താവ് തല്ലിയാൽ ഇറങ്ങിപ്പോരാൻ പറയണം മോളോട്. മകളെ കെട്ടിക്കുന്ന അച്ഛനമ്മമാർക്ക് സോഷ്യൽ മീഡിയ നൽകുന്ന ഉപദേശം കേട്ട് അംഗീകരിക്കുന്ന അമ്മ പ്രകാശിനിയോട് പറയുന്നത് കേട്ടു,

“കേട്ടല്ലോ മോളേ നിന്നെ അങ്ങനെയെങ്ങാനും ചെയ്താൽ നീയിങ്ങു പോന്നേര്....”

“ഇല്ലമ്മേ ഞാൻ ഇങ്ങോട്ട് വരില്ല. നേരേ ഈ പറഞ്ഞവരുടെ അടുത്തുപോയി പറയും, മകനെ കെട്ടിക്കുന്ന അച്ഛനമ്മമാരോട് പറയണം, മകനെ ഉപദേശിക്കണം, ഭാര്യയെ തല്ലരുത് എന്ന്. അതല്ലേ അമ്മേ എളുപ്പം.”

“നീ കൊള്ളാമല്ലോടീ മോളേ” എന്നു പറഞ്ഞ് അമ്മേയും മോളും ചിരി തുടങ്ങി.

അപ്പോൾ ടിവിയിൽ പറയുന്നത് കേട്ടു, ചെറുതാണെന്ന് കരുതി ഒന്നിനേയും നിസ്സാരവൽക്കരിക്കരുത്, കണ്ണുകൾക്ക് ഗോചരമല്ലാത്ത

ചെറിയ അണുവാണ് ലോകം കീഴടക്കിയ ഭീകരൻ കൊറോണ.

ആ വീട്ടിലേയ്ക്ക് ആവശ്യമായ എല്ലാ സാധനങ്ങളും വാങ്ങിക്കൊണ്ടു വന്ന് പാകം ചെയ്തു കൊടുക്കുക, വീട്ടിലെ മറ്റെല്ലാ പണികളും ചെയ്യുക എന്നത് മാത്രമായി എന്റെ ഭർത്തൃഗൃഹത്തിലെ സ്ഥാനം.

തീരെ സുഖമില്ലാതിരുന്ന ഒരു ദിവസം ചുമക്കാവുന്നതിലും അധികം സാധനങ്ങൾ വാങ്ങി വരുമ്പോൾ ഞാൻ വീണുപോയി. ചുറ്റും കൂടിയ വഴിയാത്രക്കാർ ഒരു ഓട്ടോയിൽ കയറ്റി വിട്ടു. ഓട്ടോക്കാരനോട് വീടിന് കുറച്ചകലെയായി വണ്ടി നിർത്താൻ പറഞ്ഞിട്ടും സമ്മതിക്കാതെ അയാൾ വീട്ടിൽ കൊണ്ടിറക്കി സാധനങ്ങളും തിണ്ണയിൽഎടുത്തു വച്ചു തന്നു. അയാൾ പോയിക്കഴിഞ്ഞപ്പോൾ അമ്മയും മകളും ഞാൻ ഓട്ടോയിൽ വന്നതിനെ ചൊല്ലിയായി വഴക്ക്.

പിന്നീട് സാധനങ്ങൾ വാങ്ങാൻ പോയപ്പോഴും അയാളെ കണ്ടു. ഓട്ടോക്കൂലി വാങ്ങാതെ പോയതിനെ കുറിച്ച് പറഞ്ഞപ്പോൾ അത് വേണ്ട എന്ന് അദ്ദേഹം പറഞ്ഞത് എനിക്ക് ആശ്വാസമായിരുന്നു. കാരണം സാധനങ്ങളുടെ വില വിവരക്കണക്കുകൾ അമ്മയും മകളും പരിശോധിച്ച ശേഷം ബാക്കി പണവും കൃത്യമായി തിരികെ അവരെ ഏൽപ്പിക്കേണ്ടതുണ്ടായിരുന്നു.

സാധനം വാങ്ങി നടക്കാൻ തുടങ്ങിയപ്പോൾ ഞാൻ നിരസിച്ചിട്ടും അയാൾ എന്റെ കൈയ്യിൽ നിന്നും അവ വാങ്ങി ഓട്ടോയിൽ വച്ചു. എന്നോട് കയറാൻ പറഞ്ഞു. വീടിന് കുറച്ച് അകലെയായി നിർത്തി. എന്റെ കഥകൾ ഒക്കെ അറിഞ്ഞപ്പോൾ പിന്നീട് അതൊരു പതിവായി.

ഒറ്റപ്പെടലിന്റെ വേദന കൂടുന്തോറും മനസ്സ് മരണത്തെ പ്രണയിച്ചു തുടങ്ങിയ സമയത്ത് ഹൃദയത്തിൽ അടച്ചു പൂട്ടിയിരുന്ന ഇഷ്ടത്തിന്റെ..... സ്നേഹത്തിന്റെ ഒറ്റവാതിൽ മെല്ലെ തുറക്കുകയായിരുന്നു.

അതോടെ ഭർത്താവിന്റെയും, വീട്ടുകാരുടെയും അവഗണനയുടേയും, അവഹേളനങ്ങളുടേയും തീവ്രത എന്നെ ബാധിക്കാതായി. “സാരമി ല്ലെടോ,” എന്ന ആശ്വസിക്കാനും ആസ്വദിക്കാനും ഉള്ള മനോഹര മായ വാക്കു പറഞ്ഞ ബിനോയ് എന്ന മനുഷ്യനെപ്പറ്റി ചിന്തിക്കാൻ തുടങ്ങി... വേണ്ടപ്പെട്ടവർ വേദനിപ്പിക്കാനുള്ള വഴി കണ്ടെത്തുമ്പോൾ ഞാനറിയാതെ തന്നെ സന്തോഷിക്കാനുള്ള വഴി സ്വയം കണ്ടെത്തു കയായിരുന്നു എന്റെ മനസ്സ് അതിലൂടെ...

അമ്മയുടെ സാരി ഇസ്തിരിയിട്ടപ്പോൾ കത്തിപ്പോയതിന് അമ്മയും മകളും കൂടി എന്റെ കൈവെള്ളയിൽ ചൂടായ ഇസ്തിരിപ്പെട്ടി വച്ചു. മകൻ വന്നപ്പോൾ അയാളും ഉപദ്രവിച്ചു.

നീരുവീങ്ങിയ ശരീരവും മുഖവും ആയി സാധനം വാങ്ങാൻ എത്തിയ എന്നെ കണ്ടപ്പോൾ ബിനോയ് ഓട്ടോയിൽ കയറാൻ പറഞ്ഞു. കൈ വെള്ള കണ്ടപ്പോൾ അടുത്ത മെഡിക്കൽ ഷോപ്പിൽ നിന്നും ബർണോൾ വാങ്ങി ഇട്ടു തന്നു.

“എവിടേയ്ക്കാ പോകുന്നത്? സമയത്ത് ചെന്നില്ലെങ്കിൽ ഇനിയും അവരെന്നെ ഉപദ്രവിക്കും”

“ഇനി നിന്നെ ആരും ഉപദ്രവിക്കില്ല. ഞാൻ കൊണ്ടുപോകുകയാണ് നിന്നെ. ധൈര്യമായിരിക്കു. ഇപ്പോൾ അവരാരും നിന്റെ പുറകേ വരില്ല. കാരണം നിന്റെ ശരീരം മുഴുവൻ അവർ ഉപദ്രവിച്ചതിന്റെ അടയാള ങ്ങൾ ആണ്. പീഡനത്തിന് അകത്താകും അവറ്റകൾ. ദുഃഖിച്ചവനേ ദുഃഖം എന്താണെന്നറിയൂ. സ്നേഹിച്ചവനേ സ്നേഹം എന്താണെന്നറിയൂ. വേദനിച്ചവനേ വേദന എന്താണെന്നറിയൂ. ഇതെല്ലാം അറിഞ്ഞവനേ മനുഷ്യത്വമുള്ള മനുഷ്യനാകൂ. അതറിയാത്ത നിന്റെ ഭർതൃ വീട്ടുകാർ ഇരുകാലി മൃഗങ്ങൾ ആണ്.”

“നീ ഇന്നു മുതൽ തനിച്ചല്ല, നിനക്ക് നിന്റെ വീട്ടിൽപ്പോണോ?”

“അയ്യോ! വേണ്ട.”

ബിനോയ് എന്നെ അദ്ദേഹത്തിന്റെ വീട്ടിൽ കൊണ്ടുപോയി. അവിടെ ഞങ്ങളെ കയറ്റിയില്ല.

ബിനോയിയുടെ മക്കളില്ലാത്ത വലിയച്ഛന്റെ വീട്ടിൽ ചെന്നു. അവിടെ കഴിഞ്ഞപ്പോൾ ഞാനറിഞ്ഞു വീട് വീടാവണമെങ്കിൽ വീട്ടുകാരെല്ലാം ഒരുമിച്ചിരിക്കണം, ഒരുമിച്ച് കഴിക്കണം, ഒപ്പം കഴിയണം, ചിരിക്കണം, എല്ലാത്തിനും ഒപ്പമുണ്ടെന്ന തോന്നലും വേണം എന്ന്. അത്യപൂർവ്വമായി എന്റെ ജീവിതത്തിലേയ്ക്ക് കടന്നു വന്ന് നിരാശയിൽ നിന്നും എന്നെ കൈ പിടിച്ചുയർത്തിയ ജീവിതത്തിന്റെ തനിമ കണ്ടെത്താൻ സഹായിച്ച വലി യച്ഛന്റേയും, വലിയമ്മയുടേയും ബിനോയിയുടേയും ഓരോ വാക്കുകളും എന്റെ ഹൃദയത്തിന് വസന്തം ആയിരുന്നു.

ഞാനപ്പോൾ ഓർക്കുകയായിരുന്നു എന്തേ ശാന്തിലാലും കുടുംബവും അടങ്ങിയിരിക്കുന്നു എന്ന്. ഒഴിപ്പിക്കാൻ നോക്കിയ ഒഴിയാബാധ സ്വമേധയാ ഒഴിഞ്ഞുപോയി എന്നോർത്താവും. തോറ്റുതോറ്റ് തോൽ വിയോടുള്ള പേടി മാറിയവളായ എന്നെ വീണ്ടും തോൽപ്പിക്കാൻ നോക്കിയാൽ തോറ്റുതരില്ല എന്ന തിരിച്ചറിവുള്ളതുകൊണ്ടും ആവാം.

രണ്ടുമാസം കഴിഞ്ഞപ്പോൾ ഭയപ്പാടോടെ വന്ന വലിയച്ഛൻ ബിനോയിയോട് പറഞ്ഞു ഗർഭിണിയായ ഇവളുമായി ഇനി നീ ഇവിടെ

നിൽക്കണ്ട. തമിഴ്നാട്ടിലെ രാജപാളയത്ത് അദ്ദേഹത്തിന്റെ ഒരു സുഹൃത്തുണ്ട് അവിടെപ്പോയി ജീവിച്ചോളാൻ.

യാത്രയ്ക്കായി റെയിൽവേസ്റ്റേഷനിൽ ഇരിക്കുമ്പോഴാണ് ബിനോയിക്ക് ഫോൺ വന്നിട്ട് പുറത്തേയ്ക്ക് പോയത്.

ബിനോയ് രാത്രി വളരെ വൈകിയിട്ടും വന്നില്ല. ഫോണും കിട്ടുന്നില്ല.

പോലീസുകാർ വന്ന് അന്വേഷിച്ചപ്പോൾ ഞാൻ ഉണ്ടായ കാര്യങ്ങൾ മുഴുവൻ പറഞ്ഞു. അവർ, ബിനോയിയുടെ വീട്ടിലും, എന്റെ വീട്ടിലും വിളിച്ച് ചോദിച്ചു. അവരാരും എന്നെ ഏറ്റെടുക്കാൻ തയ്യാറായില്ല. പിന്നീടവർ എന്നെ ഈ മഹിളാമന്ദിരത്തിൽ ആക്കി. പ്രസവ സമയത്ത് വീട്ടുകാർ ആരെങ്കിലും നോക്കാൻ വേണമെന്ന് മഹിളാമന്ദിരത്തിൽ അറിയിച്ചതിനെ തുടർന്ന് കുറച്ച് ദിവസത്തേയ്ക്ക് എന്റെ അമ്മ വന്നു, അമ്മയ്ക്ക് എന്നെ പൂർണമായും ഉപേക്ഷിച്ചുകളയാൻ ആവില്ലായിരുന്നു. കുടുംബത്തിന് അപമാനം ഉണ്ടാക്കിയ ഒരുവളുമായി ഇനി ഒരു ബന്ധവും വേണ്ടെന്ന് ചേട്ടൻ പറഞ്ഞിട്ടും അമ്മ ഇനി ഒരിക്കലും എന്റെയടുക്കൽ വരാൻ ആവശ്യപ്പെടില്ല എന്ന ഉറപ്പിൻമേൽ വന്നതാണത്രേ.

"നിനക്കെങ്ങനെ ഇങ്ങനെ മാറാൻ കഴിഞ്ഞു ശ്രുതു?"

"നീ ഒരുപാട് മാറിപ്പോയെന്ന് പറയുമ്പോൾ ഒന്നോർക്കണം അമ്മേ ഒന്നുകിൽ ഒരുപാട് വേദനിച്ചതുകൊണ്ട് അല്ലെങ്കിൽ കുറേയേറെ ജീവിതാനുഭവം കൊണ്ട്. അമ്മയ്ക്കറിയണോ അതെന്താണെന്ന്?"

"അറിയണം."

ഞാനെന്റെ അനുഭവങ്ങൾ അമ്മയോട് പറഞ്ഞുകഴിഞ്ഞപ്പോൾ അമ്മ എന്നെ കെട്ടിപ്പിടിച്ച് കരഞ്ഞു കൊണ്ടു ചോദിച്ചു:

"എന്റെയും, നിന്റെ ചേട്ടന്റേയും നൻമയ്ക്കും, ജീവനും വേണ്ടി നീയെന്തെല്ലാം സഹിച്ചു മോളേ. ഇതിലും ഭേദം നമ്മൾ മൂന്നാളും ഒരുമിച്ച് ഇല്ലാതാവുകയായിരുന്നു. ഞാൻ ശ്രുതികിനോട് സംഭവിച്ചതെല്ലാം പറയട്ടേ മോളേ? അവനിതൊക്കെ അറിഞ്ഞുകഴിഞ്ഞാൽ എല്ലാം ശരിയാവും മോളേ."

എന്നെ സംബന്ധിച്ച് ഈ ജീവിതത്തിൽ ഇനി എല്ലാം ശരിയാവും എന്നൊന്നില്ലമ്മേ എല്ലാം ശീലമാവും എന്നേയുള്ളൂ... ഒന്നും വേണ്ടമ്മേ എന്റെ ബിനോയിയെ ഇല്ലാതാക്കിയതുപോലെ നിജസ്ഥിതി മനസ്സിലാക്കിയിട്ട് ചോദിക്കാൻ ചെല്ലുന്ന ചേട്ടനേയും അയാൾ ഇല്ലാതാക്കും. എന്റെ ജന്മമോ ഇങ്ങനെയായി. ഒന്നുമറിയാതെ ഇഷ്ടപ്പെട്ട പെൺകുട്ടിയെ വിവാഹം ചെയ്ത് ചേട്ടനെങ്കിലും നന്നായി ജീവിക്കട്ടെ."

"അമ്മയ്ക്കറിയ്യോ? എന്റെ പുഞ്ചിരിക്ക് പിന്നിലെ സങ്കടവും, ദേഷ്യ ത്തിനു പിന്നിലെ സ്നേഹവും, നിശ്ശബ്ദതയ്ക്കു പിന്നിലെ കാരണവും മനസ്സി ലാക്കാൻ കഴിയുന്നവനായിരുന്നു ബിനോയ്.

അങ്ങനെയുള്ളവരെയല്ലേ അമ്മേ വിശ്വസിക്കേണ്ടത്? ബിനോയ് എന്നെ ചതിച്ചതല്ല. വലിയച്ഛന്റെ ഭയത്തിന് പിന്നിൽ ശാന്തി ലാലിന്റെ ഗുണ്ടകളുടെ ഭീഷണിയായിരുന്നു.. അദ്ദേഹം ബിനോയിയോട് പറഞ്ഞ താണത്. അതേ ശാന്തിലാൽ തന്നെ തെളിവുകൾ നശിപ്പിച്ച് തന്ത്രപൂർ വ്വം ഇല്ലാതാക്കിയതാണ് എന്റെ ബിനോയിയേയും."

"പൂർണ്ണമായും നഷ്ടപ്പെട്ടതൊന്നും തിരിച്ചു കിട്ടില്ലെന്നറിഞ്ഞിട്ടും ഇപ്പോഴും എന്റെ മനസ്സ് തിരഞ്ഞ് ഇറങ്ങാറുണ്ടമ്മേ ബിനോയിയെ" എന്നു പറഞ്ഞ് ഞാൻ അമ്മയുടെ മടിയിൽ കിടന്ന് വിതുമ്പുമ്പോഴും എന്റെ മുഖത്ത് പതിച്ചുകൊണ്ടിരുന്ന അമ്മയുടെ കണ്ണീരാൽ എന്റെ കണ്ണീരും രണ്ടു പുഴകൾ ഒരുമിച്ച് ചേർന്നതുപോലെ ഒലിച്ചിറങ്ങി അമ്മയുടെ മടിയെ നനയ്ക്കുകയായിരുന്നു.

ഞാൻ പറഞ്ഞ കാര്യങ്ങൾ മറ്റാരും അറിയില്ല എന്ന് കുഞ്ഞിന്റെ തലയിൽ തൊട്ടു സത്യം ചെയ്യിച്ചിട്ടാണ് അമ്മയെ പോകാൻ അനു വദിച്ചത്. അന്നു പോയതാണമ്മ. ഇപ്പോൾ ജീവിച്ചിരിപ്പുണ്ടോ എന്നു പോലും അറിയില്ല. കുഞ്ഞിനെ ഞാൻ ബിനോയിയുടെ ഓർമ്മയ്ക്കായി ബിനി മോളേന്ന് വിളിച്ചു.

മൂന്നുവയസ്സായപ്പോൾ ഒരു കൂട്ടർ കുഞ്ഞിനെ ദത്തെടുക്കാൻ വന്നു. ഞാൻ സമ്മതിച്ചില്ല. അപ്പോഴാണ് അറിഞ്ഞത് അഞ്ചുവയസ്സു കഴിഞ്ഞാൽ കുഞ്ഞിനെ അനാഥാലയത്തിലേയ്ക്ക് മാറ്റും എന്നതിവിടു ത്തെ നിയമം ആണെന്ന്. അതോർത്തപ്പോൾ ബിനി മോളെ ഒരിക്കലും കാണാൻ ആവശ്യപ്പെടില്ല എന്ന കരാറിൻമേൽ അവർക്ക് ദത്തു നൽകി. അവരാണ് വരദരാജൻ സാറും പത്മിനിയമ്മാളും.

കഴിഞ്ഞ മാസം പത്മിനിയമ്മാൾ എന്നെ ഇവിടുത്തെ ഫോണിൽ വിളിച്ചിട്ട് പറഞ്ഞു മോളുടെ വിവാഹം ആണെന്ന്. അതാണ് രേഖ മോളേ ഇന്നത്തെഎല്ലാ പേപ്പറുകളും വാങ്ങിപ്പിച്ചത്. ഞാൻ കണ്ടു എന്റെ ബിനിമോളെ. എന്നെപ്പോലെയാണ് മോൾ. കണ്ണുകൾ ബിനോയിയു ടേതും.

മോളുടെ പേര് നൈപുണ്യ എന്നാണെന്നതും അറിഞ്ഞു. അതു മതിയെനിയ്ക്ക്.".

അപ്പോഴാണ് ഭക്ഷണത്തിനുള്ള ബെൽ മുഴങ്ങിയത്. മകളുടെ വിവാ ഹസദ്യ കഴിക്കാനാകാതെ ഗദ്ഗദത്തോടെ വിതുമ്പുന്ന ആ അമ്മയുടെ

അടുക്കൽ ചെന്നിരുന്ന് രേഖ ഉരുള ഉരുട്ടി വായിൽ വച്ച് കൊടുത്തപ്പോൾ മറ്റുള്ള അന്തേവാസികൾ,

"അതെന്താ രേഖാ മാഡം ഞങ്ങൾക്കാർക്കും ഇല്ലേ?" എന്ന് ചോദിച്ചപ്പോൾ,

"കിനാവും നിലാവും നമുക്ക് സ്വന്തമല്ല. സ്വന്തമെന്ന് പറയുന്നത് നെഞ്ചോട് ചേർത്ത് വയ്ക്കുന്ന ഓർമ്മകൾ തൊട്ടുണർത്തുന്ന കൊടുത്താലും വാങ്ങിയാലും കൊതിതീരാത്ത സ്നേഹമാണ്. ഒരു മഞ്ഞുതുള്ളി പോലെ എന്നെ അത്മാവിൽ തൊട്ടുണർത്തിയ അന്നും ഇന്നും എന്നും അകാലത്തിൽ എനിയ്ക്ക് നഷ്ടമായ എന്റെ അമ്മയുടെ അതേ ഛായയുള്ള ഈ ഋതുവമ്മയിലൂടെ വീണ്ടും എനിയ്ക്ക് തിരിച്ച് കിട്ടിയിരിക്കുകയാണ്."

എന്നു പറഞ്ഞ് രേഖ വായ തുറന്നു പിടിച്ചപ്പോൾ വാത്സല്യത്തോടെ നെയ്യും പരിപ്പും പപ്പടവും ഇട്ട് കുഴച്ച ഒരു ഉരുളച്ചോറ് രേഖയുടെ വായിലേയ്ക്കും വച്ചു ഋതുനന്ദ. അപ്പോൾ ബിനോയ് കാതിൽ മൊഴിയുന്നതായി ഋതുനന്ദയ്ക്ക് തോന്നി,

"സന്തോഷായില്ലേ നിനക്ക്, ഇനി അധികം വൈകാതെ കൊണ്ടുപോകും നിന്നെ ഞാൻ." അതു കേട്ടതും കടലോളമുള്ള സങ്കടങ്ങൾ ആഞ്ഞടിച്ച തിരമാല പോലെയുള്ള തന്റെ അപഭംഗമാർന്ന ജീവിതത്തിലാദ്യമായി ശാന്തിയോടെ... മനംനിറഞ്ഞ സംതൃപ്തിയോടെ... സദ്യ കഴിച്ചു രേഖയ്ക്കൊപ്പം ഋതുനന്ദയും.

അവിശ്വസനീയം

അമ്മയും, അച്ഛനും സന്തോഷത്തോടെ എന്നോടും, അവനോടും പറഞ്ഞു.

“ഇന്നവൾ വരികയാണ്. നിങ്ങൾ അവളെ സ്വീകരിക്കാനുള്ള ഒരുക്കങ്ങൾ ഒക്കെ ചെയ്യൂ. നമ്മുടെ ഇളയ കുഞ്ഞല്ലേ അവൾ.”

അമ്മ പറഞ്ഞു, “പണ്ട് അവൾ ജനിക്കുന്ന സമയത്തും, അതിന് മുൻപും ഞാൻ മക്കളായ നിങ്ങൾക്ക് രണ്ടാൾക്കും കരുതിവച്ചതിലും സൗകര്യങ്ങൾ അവൾക്കായ് ഒരുക്കിയിരുന്നു. ഇപ്പോഴും ഒരു കുറവും വരാൻ പാടില്ല.”

“കുട്ടികളായ നിങ്ങളേയും പറഞ്ഞു മനസ്സിലാക്കിയിരുന്നു, അമ്മയുടെ ഉദരത്തിൽ ഒരു കുഞ്ഞുവാവയുണ്ട്. ആ വാവ വരുമ്പോൾ നിങ്ങൾ രണ്ടു പേരും വേണം വാവയെ നോക്കുവാൻ എന്ന്. അത് കേട്ടപ്പോൾ അഞ്ചരയും നാലും വയസ്സുള്ള നിങ്ങൾ തുള്ളിച്ചാടി. അമ്മയുടെ ഉദരത്തിലുള്ള വാവയെ ഇപ്പോൾ കാണണം എന്നു പറഞ്ഞ് ശാഠ്യം പിടിച്ചു. അമ്മയുടെ ഉദരം വലുതായി വന്നപ്പോൾ നിങ്ങളും ഉദരത്തിൽ തുണി തിരുകി ഞങ്ങളുടെ ഉദരത്തിലും കുഞ്ഞുവാവയുണ്ടെന്ന് പറഞ്ഞപ്പോൾ അമ്മ ചിരിച്ചു.”

അങ്ങനെ ആ ദിവസവും. വന്നു കുഞ്ഞിക്കണ്ണുകൾ അടച്ചുപിടിച്ച് അവൾ കാറിക്കരഞ്ഞുകൊണ്ടിരുന്നു. പിന്നീട് ഉറങ്ങി. ഞങ്ങൾ അതിനെ തൊട്ടുനോക്കിയപ്പോൾ വീണ്ടും കരച്ചിലായി. അമ്മ വീട്ടിൽ വന്ന ശേഷം ഞങ്ങളുടെ കൗതുകം നിറഞ്ഞ നോട്ടം മുഴുവൻ അവളിലായി.

കുഞ്ഞിക്കൈകൾ ചുരുട്ടിപ്പിടിച്ചുള്ള അവളുടെ ഉറക്കത്തിന്റെ സമയത്തും ഞങ്ങളവിടെ ചുറ്റിപ്പറ്റി നിന്നപ്പോൾ അമ്മ പതുക്കെ പറഞ്ഞു,

"ശ്ശ്! ശബ്ദമുണ്ടാക്കല്ലേ, കുഞ്ഞുവാവ ഉറങ്ങട്ടെ. മക്കൾ പോയി കളിച്ചോളൂ."

അവളുടെ ഓരോ വളർച്ചയും ഞങ്ങളെ സന്തോഷിപ്പിച്ചു. മുട്ടിൽ ഇഴയലും, പിച്ച വച്ചുള്ള നടത്തവും ഒക്കെ. അപ്പോൾ ഞങ്ങളും അവളെപ്പോലെ മുട്ടിലിഴയുകയും, പിച്ചവച്ചു നടക്കുകയും ഒക്കെ ചെയ്തു.

പിന്നീടുള്ള അവളുടെ വളർച്ചയിൽ അവൾ കുറുമ്പത്തി തന്നെയായിരുന്നു. വീട്ടിൽ എല്ലാത്തിനും പ്രഥമഗണന അവൾക്കായിരുന്നു. അല്ലെങ്കിൽ അവൾ വഴക്കിടും. അച്ഛന്റേയും, അമ്മയുടേയും അടി കിട്ടിയാലും വിചാരിക്കുന്ന കാര്യം സാധിക്കുന്നതു വരെ വാശി പിടിച്ചവൾ കരയുമായിരുന്നു. എല്ലാവർക്കും സ്നേഹം ചേച്ചിയോടും, ചേട്ടനോടും ആണെന്നവൾ പറയുമായിരുന്നു.

വളർന്നപ്പോഴും അവൾ അങ്ങനെ തന്നെയായിരുന്നു. മൂത്തസഹോദരങ്ങളായ ഞങ്ങൾക്ക് മുൻപേ തന്നിഷ്ടപ്രകാരം വിവാഹം കഴിച്ചു. അതും ക്ഷമിച്ച് അവളെ വീട്ടിലേയ്ക്ക് കൂട്ടിക്കൊണ്ടുവന്നു.

അവൾക്കൊരു കുട്ടിയായപ്പോൾ ഞങ്ങൾ വളരെ ആഹ്ലാദിച്ചു. പൊന്നുപോലെ കൊണ്ടു നടന്ന ആ തങ്കക്കുടത്തെ. ചേച്ചിയായ എന്റെ വിവാഹശേഷം അവൾ കുടുംബസമേതം അറബിനാട്ടിലായി ജീവിതം.

പലയിടത്തും സ്ഥലങ്ങളും, ഗൃഹങ്ങളും ഒക്കെ വാങ്ങി. സ്വത്തിനോടും പണത്തിനോടും ഉള്ള അടങ്ങാത്ത ആർത്തി അവളുടെ സംസാരവും, പ്രവർത്തിയും സ്ഥിരീകരിച്ചിരുന്നു. വാക്കുകൾ കൊണ്ട് മധുരമായും, പരുഷമായും പറഞ്ഞവൾ ഏവരെയും അകറ്റി നിർത്തി. ഒരേയൊരു സഹോദരന്റെ വിവാഹത്തിനും അവൾ വന്നില്ല. അവൾ സ്ഥിരമായി വരാറുള്ള അവധിക്കാലത്ത് മാത്രം വന്നവൾ അവളുടെ വീട്ടിൽ താമസിച്ചു.

രോഗാതുരനായ അച്ഛനെ കാണാനും അവൾ വന്നില്ല. മൃതിയടഞ്ഞപ്പോൾ വന്നു. പിന്നീട് കുടുംബവീട് അവൾക്ക് വേണം എന്നായി.

അച്ഛന്റെ പേരിലുള്ള സ്വത്ത് എല്ലാവരും ഒപ്പിടാതെ ലഭിക്കില്ല എന്നായപ്പോൾ അമ്മയടക്കം ഞങ്ങൾ എല്ലാവരും അവളുടെ ശത്രുവായി മാറി. വ്യക്തിത്വത്തിന്റെ സൂക്ഷ്മമായ അളവുകോലുകളിൽ ഒന്നാണ് സംസാരം. ലക്ഷ്യമില്ലാതെ എറിയുന്ന അമ്പ് പോലെയാണ് ചിന്തിക്കാതെ പറയുന്ന

വാക്കുകൾ. വാക്കുകൾ കൊണ്ട് മുറിയുന്നത് മനസ്സാണ്. അത് കേൾക്കു ന്നവർക്ക് പൊറുക്കാൻ കഴിഞ്ഞാലും മറക്കാൻ കഴിഞ്ഞെന്ന് വരില്ല. ചില വാക്കുകൾ ഇല്ലാതാക്കുന്ന ദു:ഖമുണ്ട്, തരുന്ന സന്തോഷമുണ്ട്, കരുതലുണ്ട്, ആത്മവിശ്വാസമുണ്ട്, വേദനയുണ്ട്, തീരുന്ന ബന്ധങ്ങളും ഉണ്ട്. അതവൾ ഒരിക്കലും മനസ്സിലാക്കിയിരുന്നില്ല.

വാടകയ്ക്ക് കൊടുക്കാൻ വേണ്ടി വയ്ക്കുന്ന വീടിന്റെ പണികളുടെ നടത്തിപ്പിനായാണ് അവൾ നാട്ടിൽ എത്തിയത്. അമ്മയെ കാണാൻ അവൾ ചെന്നിരുന്നു. അമ്മയെ അവൾ സ്വതസിദ്ധമായ പരുഷ വാക്കുകളാൽ വേദനിപ്പിച്ചോ, എന്തോ? അന്ന് വൈകിട്ട് ഞങ്ങളുടെ അമ്മ ഹൃദയാഘാതം മൂലം പരലോകം പൂകി.

അമ്മയുടെ ചിത എരിഞ്ഞടങ്ങുന്നതിനു മുൻപേ അവളും, മകനും അന്യരെപ്പോലെ അവളുടെ വീട്ടിലേയ്ക്ക് പോയി. അവിടെ നിന്നും അന്നുതന്നെ വിദേശത്തേയ്ക്കുള്ള ടിക്കറ്റാണെന്ന് പറഞ്ഞ് മടങ്ങിപ്പോയി. ഒരിടത്തും കേട്ടുകേൾവി പോലും ഇല്ലാത്ത കാര്യം ആണവൾ ചെയ്തത്. ബന്ധങ്ങൾക്ക് വില കൽപ്പിക്കാത്ത സ്വത്തിനും പണത്തിനും മാത്രം വില കൽപ്പിച്ച അവളുടെ ആ സ്വഭാവ വൈചിത്ര്യം ഞങ്ങളെ രണ്ടാളെയും അത്യന്തം ദുഃഖിപ്പിച്ചു. എങ്ങനെ സാധിച്ചു അവൾക്കത്? സ്വന്തം അമ്മ പട്ടടയിൽ എരിഞ്ഞടങ്ങുമ്പോൾ വിദേശത്തേയ്ക്ക് പറക്കാൻ? ഒരു മകൾ ചെയ്യേണ്ട അമ്മയുടെ അന്ത്യകർമ്മങ്ങൾ ഒന്നും ചെയ്യാതെ പോകുവാൻ? പിന്നീടവൾ വന്നു, അവളുടെ സ്വത്തിന്റെ വിഹിതം വാങ്ങാൻ.

അവളെപ്പോലെ തന്നെ വാരിക്കൂട്ടിയ സ്വത്തിനും പണത്തിനും മാത്രം അവളുടെ ഭർത്താവും, മകനും വില കൽപ്പിച്ചതുകൊണ്ട് ഇന്നവളെയും അവർ യൂസ് ആന്റ് ത്രോ ആക്കി മാറ്റി.

കാറ്റിനോടുള്ള പ്രണയം മൂലം ഉയരങ്ങൾ താണ്ടാമെന്ന പ്രതീക്ഷയിൽ പട്ടം നൂലുമായുള്ള ബന്ധം ഉപേക്ഷിച്ചാൽ ഫലം പതനമാകും. കാൽച്ചുവട്ടിലെ മണ്ണ് ചോർന്ന് പോകുന്നത് തിരിച്ചറിയാനാവാത്തവർക്ക് നക്ഷത്രങ്ങൾ അകന്നു പോകുന്നതും ആദ്യമൊക്കെ കണ്ടെത്താനാവില്ല. എത്ര വലുതായാലും സൂക്ഷിക്കേണ്ട ചെറിയ കാര്യങ്ങൾ ഉണ്ട്. മറക്കരുതാത്ത വഴികളും, ബന്ധങ്ങളും, വ്യക്തികളും ഉണ്ട്. അടിസ്ഥാന കർമ്മങ്ങളേയും, ആത്മബന്ധങ്ങളേയും മറന്നുള്ള തേരോട്ടങ്ങൾക്ക് ശാശ്വതമായ നിലനിൽപ്പുണ്ടാവില്ല.

ഋതുഭേദങ്ങളുടെ മാറ്റത്തിനൊപ്പം മാറിപ്പോയ അവളുടെ ഭർത്താവിനാലും, മകനാലും, മരുമകളാലും അത്യപൂർവ്വമായ കഠിന

പരീക്ഷണങ്ങൾ കൊണ്ട് മാത്രം അവളുടെ അകകാമ്പിനെ വെളിപ്പെടുത്തിയപ്പോൾ അവളോളം ആരും നിന്ദിക്കപ്പെട്ടിട്ടില്ല എന്ന സത്യം മനസ്സിലാക്കി. മനുജ ജീവിതത്തെ സുന്ദരമാക്കാൻ സമ്പത്തും, ആസ്തിയും, എന്നതിലേയ്ക്ക് മാത്രം പരകായപ്രവേശം നടത്താതെ സ്വന്തം സ്വത്വത്തിലേയ്ക്കിറങ്ങിച്ചെന്ന് അതിന് കാരണഭൂതരായവരെ, അതായത് സ്വന്തം മാതാപിതാക്കളേയും, സഹോദരങ്ങളേയും, മറക്കാതിരിക്കുകയാണ് വേണ്ടത് എന്ന സത്യം അവളറിഞ്ഞപ്പോൾ വൈകിപ്പോയിരുന്നു...

"ഭൂമിയിലെ ജീവിതത്തിൽ സ്വത്തിനേയും പണത്തിനേയുംകാൾ ചില സമ്പാദ്യങ്ങൾ ഉണ്ട്. നമ്മെ മനസ്സിലാക്കുന്ന നമ്മുടെ തെറ്റുകളും, കുറവുകളും മനസ്സിലാക്കി നമ്മുടെ കൂടെ നിൽക്കുന്ന ചിലർ. അവരെയാണ് ചേർത്ത് നിർത്തേണ്ടത്. ജീവിച്ചിരിക്കുമ്പോൾ അവരുമായി നിസ്വാർത്ഥ സ്നേഹത്തോടെ ജീവിക്കണം, അതാണ് യഥാർത്ഥ സമ്പാദ്യം. അതിപ്പോൾ ഞാൻ അറിയുന്നു ഓർക്കേണ്ടതൊന്നും മറക്കരുതെന്ന്... അച്ഛനും അമ്മയും, ചേച്ചിയും ചേട്ടനും എന്നോട് ക്ഷമിക്കണേ..."

ആത്മനിന്ദയിൽ സ്വയം ഉരുകി വിലപിക്കുന്ന സ്വന്തം ദേഹം ഉപേക്ഷിച്ചു വന്ന അവളുടെ ദേഹിയെ ഞങ്ങൾ നാലുപേരും ചേർത്തു പിടിച്ചു കൊണ്ട് പറഞ്ഞു,

"സ്നേഹം, സമ്പാദ്യം തുടങ്ങി എല്ലാത്തിനും അവകാശം പറയാൻ അവകാശികൾ ഉണ്ടാവും; എന്നാൽ ദുഃഖം, അത് പങ്കുവയ്ക്കാനും സ്വീകരിക്കാനും ആരും ഉണ്ടാവില്ല. ദുഃഖത്തിൽ നമ്മെ ചേർത്തു പിടിക്കുന്നവരെ ഒരിക്കലും കൈവിടാതിരിക്കുക. വേർപാടിന്റെ വേദന അറിയാൻ ആരും ആരേയും വിട്ടകലണം എന്നില്ല. നാം ഒരു പാട് സ്നേഹിക്കുന്നവർ നമ്മെ തിരിച്ചറിയാതെ പോയാലും മതി... പണമുള്ളവൻ അല്ല മനസ്സുനിറയെ സമാധാനവും, കളങ്കരഹിത സ്നേഹവും ഉള്ളവൻ ആണ് യഥാർത്ഥ സമ്പന്നൻ. വിഷമിക്കാതെ... ഭൂമിയിലെ ജീവിതത്തിൽ തെറ്റുകളും, കുറ്റങ്ങളും ചെയ്യാത്ത മനുഷ്യർ ഇല്ല. എന്നാൽ ഇനി നമുക്ക് അഞ്ച് പേർക്കും തെറ്റുകളേതും ഇല്ലാത്ത ഈ മരണാനന്തര ലോകത്തിൽ പഴയതുപോലെ പരസ്പര സ്നേഹസമ്പുഷ്ടമായി ജീവിക്കാം എന്ന് പറഞ്ഞപ്പോൾ അവൾ ഞങ്ങളുടെ കുഞ്ഞുവാവയായി കാറിക്കരഞ്ഞു.

പരിചയപ്പെടുത്തൽ

"ചേച്ചി, കുറച്ച് കുടംപുളി തരുമോ? മലയാളിക്കടയിൽ തിരക്കിയിട്ട് കിട്ടിയില്ല. ചേച്ചി നാട്ടിൽ നിന്നും വന്നതല്ലേയുള്ളൂ. കുടംപുളി കൊണ്ടുവന്നു കാണുമല്ലോ."

"കൊണ്ടുവന്നു ലളിതേ. ഇവിടെ നിന്നും വാങ്ങിയാൽ കായ സഹിതം കട്ടി പിടിച്ചിരിക്കും. ഭയങ്കര കറച്ചുവയും ആയിരിക്കും. ഞാൻ തരാം."

അപ്പോഴാണ് ഫോൺ ശബ്ദിച്ചത്.

"ദാ ആ ഭരണിയിൽ ഉപ്പും വെളിച്ചെണ്ണയും പുരട്ടി വച്ചിട്ടുണ്ട്. ആവശ്യത്തിന് എടുത്തോളൂ ലളിതേ. ഞാനാ ഫോൺ ഒന്നെടുക്കട്ടേ."

"ശരി. ചേച്ചി ഫോണെടുക്കൂ.... ഞാൻ കതകടച്ചിട്ട് പൊയ്ക്കോളാം."

"അങ്ങനെയാവട്ടെ ലളിതേ."

വേഗം വന്ന് ഫോണെടുത്തപ്പോൾ അഭി മോളാണ്.

"ഹലോ! മോളേ എന്തായി?"

ഉദ്വേഗത്തോടെയുള്ള എന്റെ ചോദ്യം കേട്ടതും

"ആന്റി ജോലി ശരിയായി. പന്തീരായിരം രൂപയാണ് അവർ തരാമെന്ന് പറഞ്ഞത്. നാളെ മുതൽ ചെന്നോളാൻ പറഞ്ഞു."

"ശരി മോളെ സന്തോഷമായില്ലേ?. ആന്റി പിന്നീട് വിളിക്കാം." എന്നു പറഞ്ഞ് ഫോൺ കട്ടു ചെയ്തു.

പൂജാമുറിയിൽ ചെന്ന് ചന്ദനത്തിരി കൊളുത്തി ദൈവങ്ങൾക്ക് നന്ദി പറഞ്ഞു. അതെന്റെ പതിവാണ്, ഏത് കാര്യത്തിനും ചന്ദനത്തിരി കൊളുത്തി നന്ദി പറയുക എന്നത്.

ഈശ്വരാ! ഒന്നു നെടുവീർപ്പിട്ടശേഷം പറഞ്ഞു,

"നീയെന്റെ പ്രാർത്ഥന കേട്ടുവല്ലോ. ഈ കുറഞ്ഞ ദിവസങ്ങൾ കൊണ്ട് എന്തോരം തീ തിന്നു."

എന്തൊക്കെയാണ് നടന്നത്. അടുക്കും ചിട്ടയോടെ ഓർത്തെടുക്കാൻ ഒരു ശ്രമം നടത്തി.

ഭർത്താവിന്റെ അമ്മ മരണമടഞ്ഞപ്പോൾ ആണ് ഉത്തരേന്ത്യയിൽ നിന്നും നാട്ടിൽ എത്തിയത്. മൂന്നാം ദിവസം ആണ് സന്ദീപേട്ടൻ വിളിച്ചത്.

"ഗഗനേ ഇങ്ങോട്ടൊന്നു വരൂ."

ധൃതിയിൽ അടുക്കളയിൽ നിന്നും ഉമ്മറത്തേയ്ക്ക് വരുമ്പോൾ സന്ദീപേട്ടന്റെ കൂടെ സുമുഖനായ ഒരു മധ്യവയസ്കൻ.

"ഇതാരാണെന്ന് നിനക്ക് മനസ്സിലായോ?"

ഇല്ല എന്ന് തലയാട്ടി.

"സ്വയംപ്രഭയില്ലേ, അവളുടെ അച്ഛനാണ്."

അദ്ദേഹത്തെ നോക്കി കൈകൾ കൂപ്പി.

അപ്പോൾ അദ്ദേഹം പറഞ്ഞു:

"ഗഗന പ്രിയ എന്നാണല്ലേ മുഴുവൻ പേര്. സ്വയംപ്രഭ പറഞ്ഞു പറഞ്ഞു ഗഗനയെ എനിയ്ക്ക് നന്നായറിയാം. ആദ്യായിട്ടാണ് കാണുന്നത് എന്നു മാത്രം.

കുടിക്കാൻ എന്തെങ്കിലും എടുക്കാം എന്ന് പറഞ്ഞ് അകത്തേയ്ക്ക് നടക്കുമ്പോൾ അദ്ദേഹം പറഞ്ഞു, "ഗഗനയുടെ സംഭാരത്തേയും, കാപ്പിയേയും കുറിച്ചൊക്കെ സ്വയം പ്രഭ പറയാറുണ്ട്. എന്തായാലും സംഭാരം തന്നെ എടുത്തോളൂ."

തൊടിയിൽ ഇറങ്ങി നാരകത്തില പൊട്ടിച്ചെടുത്ത്, ഇഞ്ചിയും, കറിവേപ്പിലയും. ചുവന്നുള്ളിയും, പച്ചമുളകും ചതച്ചിട്ട് പാകത്തിന് ഉപ്പും ചേർത്ത് അരിച്ചെടുത്ത സംഭാരം ഗ്ലാസ്സുകളിലേയ്ക്ക് പകർന്നു.

സംഭാരം കൈയ്യിൽകൊടുത്ത ഉടൻ തന്നെ രുചിച്ചു നോക്കിയ അദ്ദേഹം പറഞ്ഞു,

"അസ്സലായിട്ടുണ്ട്. വെറുതേയല്ല സ്വയംപ്രഭ പറയുന്നത് ഗഗനാന്റിയുടെ കൈപ്പുണ്യം വിശേഷാണെന്ന്."

വെറുതേ ചിരിച്ചു കൊണ്ട് ഞാൻ പണിയുണ്ട് എന്ന് പറഞ്ഞ് അടുക്കളയിലേയ്ക്ക് നടന്നു. അദ്ദേഹവും, സന്ദീപേട്ടനും തൊട്ടപ്പുറത്തുള്ള കുടുംബ

വീട്ടിലേയ്ക്കും പോയി.

പിന്നീടുള്ള മിക്കവാറും ദിവസങ്ങളിൽ സ്വയംപ്രഭയുടെ അച്ഛൻ വരാറുണ്ടായിരുന്നു. കുടുബവീട്ടിൽ ഉള്ളവരും സന്ദീപേട്ടനും ഒക്കെ പറഞ്ഞു, മറ്റെല്ലാ ബന്ധുക്കളേക്കാളും മികച്ച ആളാണ് സ്വയം പ്രഭയുടെ അച്ഛൻ ജിനചന്ദ്രൻ; ഒരു പ്രമുഖ ധനകാര്യ സ്ഥാപനത്തിന്റെ സി.ഇ.ഒ ആണദ്ദേഹം. എന്നിട്ടും ഇല്ലാത്ത സമയം ഉണ്ടാക്കി മരണ വീട്ടിലേയ്ക്ക് വന്നുവല്ലോ എന്ന്.

അതുകേട്ടപ്പോൾ ആണ് ഞാൻ ഓർത്തത് എന്റെ കൂട്ടുകാരി നീതയുടെ മോൾ അഭിരാമി അതേ ധനകാര്യ സ്ഥാപനത്തിന്റെ തലശ്ശേരി ബ്രാഞ്ചിൽ ജോലി ചെയ്യുന്ന കാര്യം. പിന്നീടദ്ദേഹം വീട്ടിൽ വന്ന സമയത്ത് ഞാൻ അഭിരാമിയുടെ കാര്യം പറഞ്ഞു. അദ്ദേഹം അവിടെ പോകുമ്പോൾ കാണാം എന്നും പറഞ്ഞു. പിന്നീട് അഭിരാമി എന്നെ വിളിച്ചു പറഞ്ഞു.ജിനചന്ദ്രൻ സാർ ഓഫീസിലെ എല്ലാവരോടും അദ്ദേഹത്തിന് വേണ്ടപ്പെട്ട കുട്ടിയാണ് അഭിരാമി എന്നു പറഞ്ഞു എന്ന്. അതിനുശേഷം മുൻപത്തേതിലും വളരെ കാര്യമാണ് എല്ലാവർക്കും എന്ന് കേട്ടപ്പോൾ സന്തോഷം തോന്നി.

അമ്മയുടെ അടിയന്തിരത്തിനും മറ്റുള്ളവരോട് ഞാൻ സംസാരിച്ചുകൊണ്ടു നിൽക്കുമ്പോൾ അദ്ദേഹം എന്നെ തോളിൽ തട്ടി കടന്നു പോയപ്പോഴും ഞാനദ്ദേഹത്തോട് പറഞ്ഞു ""അയ്യോ! അച്ഛാ ഞാൻ കണ്ടില്ലായിരുന്നു, ക്ഷമിക്കണേ," എന്ന്.

ചടങ്ങുകൾ ഒക്കെ കഴിഞ്ഞ് ഞങ്ങൾ തിരികെ എത്തി കുറച്ച് ദിവസങ്ങൾ കഴിഞ്ഞപ്പോൾ അഭിരാമിയുടെ ഫോൺ.

"ഗഗനാമ്മേ....." എന്നുള്ള മോളുടെ പരിഭ്രമത്തോടെയുള്ള വിളി.

"എന്താ മോളേ എന്തു പറ്റി?"

"ഗഗനാമ്മേ എനിക്കൊരു കാര്യം പറയാനുണ്ട്."

"അതിനെന്താ എന്തായാലും പറഞ്ഞോളൂ കുഞ്ഞേ നീ."

കുട്ടി വീണ്ടും ഒന്നും മിണ്ടുന്നില്ല.

"എന്താ മോളേ മിണ്ടാതിരിക്കുന്നത്?"

"ഞാൻ അമ്മയ്ക്ക് ഫോൺ കൊടുക്കാം ഗഗനാമ്മേ"

"ഗഗനേ എടീ."

"എന്താടീ നീതേ? എന്താ കാര്യം? മോളുടെ രീതി കണ്ടിട്ട് എന്തോ സീരിയസ് കാര്യം ആണെന്ന് തോന്നുന്നല്ലോ. അവൾക്ക് കല്യാണ ആലോചന വല്ലതും വന്നോ? ഉറപ്പിച്ചോ? മൂന്നുവർഷം കൂടി കഴിഞ്ഞിട്ട്

മതിയെന്നാണല്ലോ മോൾ അന്ന് പറഞ്ഞത്."

"അതൊന്നുമല്ലെടീ... ഞാൻ പറയുന്ന കാര്യം കേട്ട് നീ പേടിക്കരുത്. സംയമനം പാലിക്കണം."

"ശരി സമ്മതിച്ചു. എന്തായാലും നീ കാര്യം പറയൂ."

"എടീ ഇന്നൊരു സംഭവം ഉണ്ടായി. അഭിമോൾ ജോലി കഴിഞ്ഞ് പോരുമ്പോൾ അവരുടെ സി.ഇ.ഒ ജിനചന്ദ്രൻ സാർ മോളെ ഫോണിൽ വിളിച്ചു."

"ആണോ? മോളുടെ ഓഫീസിലെ വിവരങ്ങൾ അന്വേഷിക്കാൻ ആയിരിക്കും. നല്ല മനുഷ്യനാണ് അദ്ദേഹം. ഞാൻ നിന്നോട് പറഞ്ഞി ല്ലായിരുന്നോ സന്ദീപേട്ടന്റെ പെങ്ങളുടെ മകന്റെ അമ്മായിയച്ഛൻ ആണദ്ദേഹം."

"നീ പറയുന്നത് പോലെ അത്ര നല്ലവൻ ഒന്നുമല്ല അയാൾ."

"എന്താ നീതേ അയാൾ മോളോട് മോശമായിട്ട് എന്തെങ്കിലും പറഞ്ഞോ?"

"ആ പറഞ്ഞു."

"എന്ത് പറഞ്ഞു?"

"അഭിരാമിയുടെ ഏറ്റവും അടുത്ത ആളല്ലേ ഗഗന പ്രിയ. അഭിരാമി ഗഗനയോട് പറഞ്ഞ് എനിക്കൊരു കാര്യം സാധിച്ചു തരണം. ഗഗനയെ എനിക്കിഷ്ടമാണ്. അവരുടെ നമ്പർ എനിക്കൊന്നു തരണം. അഭിരാമി ഈ കാര്യം അവരോടൊന്ന് പറയണം. അങ്ങനെ ചെയ്താൽ അഭിരാമി യുടെ ശമ്പളം ഞാൻ പതിനായിരത്തിൽ നിന്നും പതിനയ്യായിരം ആക്കി ത്തരാം. അതുപോലെ ഗഗനയ്ക്ക് ഞാൻ ഒരു ഡയമണ്ട് നെക്ലസാണ് വാങ്ങി വച്ചിരിക്കുന്നത്. അഭിരാമി ഇതാരോടും പറയരുത്. മറ്റാരോ ടെങ്കിലും പറഞ്ഞാലോ, ഗഗനയോട് പറയാതിരുന്നാലോ അഭിരാമി ജോലിയിൽ തുടരണോ, വേണ്ടയോ എന്ന് ഞാൻ തീരുമാനിക്കും."

"അയാൾ മദ്യപിച്ചിട്ടുണ്ടായിരുന്നു എന്ന് തോന്നുന്നതായാണ് അഭിമോൾ പറയുന്നത്."

"മോൾ ജോലി ചെയ്യുന്നത് ലോണിന്റെ സെക്ഷനിൽ അല്ലേടീ? ജോലിയിൽ എന്തെങ്കിലും തിരിമറി കാട്ടി വൻ തുക വല്ലതും തട്ടിച്ചെ ന്ന് കാണിച്ച് മോളുടെ ജോലി പോയാൽ ഞാൻ എന്തു ചെയ്യുമെടാ? നിനക്കറിയാമല്ലോ എന്റെയും, മോളുടേയും വരുമാനത്തിൽ നിന്നാണ് കുടുംബ ചിലവുകളും, വീടിന്റെ ലോൺ അടവും ഒക്കെ നടന്നു പോകുന്നത്. അവൾക്കീ ജോലി കിട്ടിയപ്പോൾ ആണ് ഒരാശ്വാസമായത്. മദ്യം

സന്തത സഹചാരിയായിരിക്കുന്ന, പേരിന് അച്ഛനും, ഭർത്താവുദ്യോഗം ഭരിക്കുന്ന അവളുടെ അപ്പായെ കൊണ്ട് ഒന്നുമാവില്ലല്ലോടാ.

കഷ്ടപ്പാടു കൊണ്ടാടാ പി.ജിയ്ക്ക് ചേരണമെന്ന് ആഗ്രഹമുണ്ടായിരുന്ന അഭിമോളെ അതു വേണ്ടാന്ന് വെച്ച് കിട്ടിയ ജോലിക്ക് വിട്ടത്.

"ഞാനെന്തു ചെയ്യും ഗഗനേ? വിവാഹപ്രായമെത്തി നിൽക്കുന്ന അഭിയെ അയാൾ ഇനി ഏതൊക്കെ വിധത്തിൽ ഉപദ്രവിക്കുമോ ആവോ? നിന്റെ കാര്യം ഓർത്തിട്ടും ഒരു സമാധാനവുമില്ല. എനിക്കാകെ പേടിയാകുന്നെടാ."

സ്തബ്ധയായി ഒക്കെ കേട്ടു നിൽക്കുകയായിരുന്നു ഞാൻ. എന്ത് പറയണം എന്ന് എനിക്കും അറിയില്ലായിരുന്നു.

"നീ കരയാതെ നീതേ കുറച്ച് കഴിഞ്ഞ് ഞാൻ വിളിക്കാം," എന്ന് പറഞ്ഞ് ഫോൺ വച്ചു.

സംഭ്രമത്തോടെ കുറേ സമയം അങ്ങനെ തന്നെയിരുന്നു. പിന്നീടത് സഹിക്കാനാവാത്ത സങ്കടമായപ്പോൾ കരഞ്ഞു. തിളയ്ക്കുന്ന വെള്ളത്തിൽ പ്രതിഫലനം കാണാൻ കഴിയില്ല. അതുപോലെയാണ് കലുഷിതമായ മനസ്സിന് പ്രശ്നപരിഹാരവും കാണാൻ കഴിയില്ല. മനസ്സ് ശാന്തമായാൽ പ്രശ്നപരിഹാരം എളുപ്പമാകും. ഭർത്താവിനോടോ മകനോടോ പറഞ്ഞാൽ അവരത് പ്രശ്നമാക്കും. അപ്പോഴോർത്തു അടുത്ത മൂന്നു സുഹൃത്തുക്കളിൽ ആരോടെങ്കിലും പറയാം. അപ്പോൾ മനസ്സും ശാന്തമാകും, അവരെന്തെങ്കിലും പരിഹാരവും കണ്ടെത്തും. ഏറ്റവും അടുപ്പവും, വിശ്വാസവും ഉള്ള വിദേശത്തുള്ള സുഹൃത്തിനെ വിളിച്ചു. ഫോൺ ബെല്ലടിച്ചു നിന്നു. അദ്ദേഹം തിരക്കിലായിരിക്കും. ബാക്കിയുള്ള രണ്ടുപേർ അവരെന്തെങ്കിലും മാർഗ്ഗം കണ്ടാലോ? ചില പ്രതിസന്ധിഘട്ടങ്ങളിൽ ആണ് നാം തിരിച്ചറിയുന്നത്, ആരൊക്കെ നമ്മുടെ കൂടെയുണ്ടെന്ന് പറഞ്ഞാലും ഇരുട്ടിനെപ്പോലെ നിഴലുപോലും കൂട്ടില്ലാത്ത വിധം തനിച്ചാവും നമ്മൾ എന്ന്. ഏതു സാഹചര്യത്തിലും ഞാൻ നിന്റെ കൂടെ കാണും, എന്താവശ്യം വന്നാലും നീ ധൈര്യമായി എപ്പോൾ വേണമെങ്കിലും വിളിച്ചോളൂ എന്നു പറയുന്ന വിശ്വസിക്കാവുന്ന സുഹൃത്തുക്കൾ ആയിരിക്കും നമുക്കുള്ളത്. ഫോൺ എടുക്കാത്തത് ആരുടേയും തെറ്റല്ല. ജീവിത പ്രാരാബ്ധത്തിന്റെ തിരക്കിൽപ്പെട്ടുഴലുകയാവും അവരും... വേണ്ട ഞാൻ മൂലം ആരേയും ബുദ്ധിമുട്ടിക്കുകയും, വിഷമിപ്പിക്കുകയും വേണ്ട.

എവിടെ നിന്നാണെന്നറിയില്ല വിശ്വസിക്കുന്ന ദൈവങ്ങൾ തന്ന ധൈര്യത്തോടെ നീതയെ വിളിച്ചു.

"നീതേ അയാൾക്കെന്റെ നമ്പർ കൊടുക്കാൻ അഭിമോളോട് പറയൂ. നാളെ വൈകുന്നേരം ഏഴുമണിക്ക് എന്നെ വിളിക്കാനും പറഞ്ഞോളൂ."

"എടീ നീയെന്തു ഭാവിച്ചാണ്? അഭിമോൾ എന്നോട് ചോദിച്ചു, പഠിക്കുന്ന സമയത്ത് ഗഗനാമ്മയ്ക്ക് ആരോടെങ്കിലും പ്രണയം ഉണ്ടായിരുന്നോ? എന്ന്. ഞാൻ പറഞ്ഞു പണ്ടേ അവൾക്ക് അതൊക്കെ ഇഷ്ടമല്ലായിരുന്നു. അങ്ങനെയുള്ള എല്ലാത്തിനോടും ഭയമായിരുന്നവൾക്ക്. ഈ പ്രായത്തിൽ അവളിതെങ്ങനെ നേരിടും എന്നറിയാൻമേല എന്ന്. എന്താ നീ ചെയ്യാൻ പോകുന്നത്?"

"ഒന്നുമില്ലെടീ നീ സമാധാനമായിരുന്നോ. അയാളുടെ എന്നോടുള്ള ഇഷ്ടമല്ലേ." എന്ന് അർദ്ധോക്തിയിൽ നിർത്തി ഫോൺ വച്ചു.

പിറ്റേ ദിവസം തലവേദനയാണെന്ന് പറഞ്ഞ് അച്ഛനേയും, മകനേയും കുടുംബസുഹൃത്തിന്റെ മകളുടെ ഒഴിവാക്കാനാവാത്ത വിവാഹ സൽക്കാര ചടങ്ങിന് പറഞ്ഞുവിട്ടു. കൃത്യം ഏഴുമണിയായപ്പോൾ അയാൾ എന്നെ വിളിച്ചു.

ഞാൻ "ഹലോ" പറഞ്ഞപ്പോൾ തന്നെ അയാളുടെ ആഹ്ലാദസ്വരം.

"ഗഗനേ... ഇത്രവേഗം ഗഗന സമ്മതിക്കും എന്ന് ഞാൻ കരുതിയില്ല. എനിയ്ക്ക് കുറേ കാര്യങ്ങൾ പറയാനുണ്ട്. പറയട്ടേ?"

"പറയൂ."

"സ്വയംപ്രഭയുടെ കല്യാണത്തിന് ഗഗനവരാതിരുന്നതുകൊണ്ട് അന്ന് നമ്മൾ കണ്ടില്ല.പിന്നീട് ഞാൻ വിദേശത്തേയ്ക്ക് പോയി."

"സ്വയംപ്രഭയ്ക്ക് എപ്പോഴും ഗഗനയെ കുറിച്ചേ പറയാനുണ്ടായിരുന്നുള്ളൂ..... ഗഗനയുടെ സ്വഭാവം, സൗന്ദര്യം, ഭക്ഷണം അങ്ങനെയങ്ങനെ....... ഒക്കെ വിവരിച്ചു പറയുമായിരുന്നു. കേട്ട് കേട്ട് എനിയ്ക്കും ഞാനറിയാതെ തന്നെ ഒരിഷ്ടം ഗഗനയോട് തോന്നിത്തുടങ്ങി.

സന്ദീപിന്റെ അമ്മ മരിച്ച സമയത്ത് ഗഗനയെ നേരിൽ കണ്ടപ്പോൾ ഗഗനയുടെ രീതികൾ കണ്ടപ്പോൾ അതുവരെ മറ്റാരോടും തോന്നാതിരുന്ന എന്റെ മനസ്സിൽ ഉണ്ടായിരുന്ന ഭാര്യാസങ്കൽപ്പം എന്തായിരുന്നോ അതായിരുന്നു ഗഗന. ഗഗനയെ കാണാൻ വേണ്ടിയാണ് ഞാൻ ദിവസവും മരണവീട്ടിൽ സന്ദർശനം നടത്തിയിരുന്നത്. ഗഗന തിരികെ പോയപ്പോൾ മുതൽ മനസ്സ് അസ്വസ്ഥമാണ്. ചെറിയ മൗനം കൊണ്ടോ, പിണക്കം കൊണ്ടോ,വിരഹം കൊണ്ടോ പോലും നമ്മെ മൂഡ് ഓഫ് ആക്കാൻ പറ്റുന്ന ഒരാളുണ്ടെങ്കിൽ അവരാണ് നമ്മുടെ മനസ്സിൽ ഏറ്റവും കൂടുതൽ സ്ഥാനം നേടിയവർ.ഇനി ഗഗനയില്ലാതെ എനിയ്ക്ക് ജീവിക്കാൻ സാധിക്കില്ല. ആരും അറിയാതെ നമുക്കൊരു

റിലേഷൻ കീപ്പ് ചെയ്യാം. മനസ്സുകൊണ്ട് ഞാൻ ഗഗനയെ വിവാഹം ചെയ്തു കഴിഞ്ഞു. ഗഗന സമ്മതിക്കണം. ഞാൻ ഗഗനയ്ക്കായ് ഒരു ഡയമണ്ട് നെക്ലസ് വാങ്ങിയിട്ടുണ്ട്. ഗഗന അതണിഞ്ഞ് നിൽക്കുന്നത് ഒരു പാട് പ്രാവശ്യം മനക്കണ്ണിൽ കണ്ടു. ഇന്നു മുതൽ എന്താവശ്യം ഉണ്ടെങ്കിലും എന്നോട് പറഞ്ഞാൽ മതി. അതൊക്കെ ഞാൻ സാധിച്ചു തരാം. ഗഗന എന്നെ വിട്ടു പോകരുത്. ഒരു സ്ത്രീയിൽ ആണ് പുരുഷന്റെ പൂർണ്ണതയെങ്കിൽ അതാണെനിയ്ക്ക് നീയെന്ന ഗഗന. നിന്നെ കണ്ടപ്പോൾ ആണ് ഞാൻ പൂർണ്ണനായത്. ഇനി എന്നും നീ എന്റെ കൂടെ ഉണ്ടാവണം. ഒരിയ്ക്കലും കൈവിട്ടു കളയാതെ മരണം വരെ ചേർത്തു പിടിച്ചോളാം നിന്നെ ഞാൻ."

"പറഞ്ഞു കഴിഞ്ഞോ അച്ഛാ?"

"ഗഗനേ നീയെന്താ എന്നെ പിന്നെയും അച്ഛാ എന്ന് വിളിക്കുന്നത്?. ഇനി എന്നെ അങ്ങനെ വിളിക്കരുത്."

"അച്ഛന്റെ സ്ഥാനത്തുള്ള ആളെ....അതും മരുമകളുടെ അച്ഛനെ.... അച്ഛാ എന്നല്ലാതെ പിന്നെന്താ വിളിക്കുക?"

"ഒരു കാര്യം പറഞ്ഞേയ്ക്കാം നിങ്ങൾ എന്നോട് സംസാരിച്ചതെല്ലാം ഞാൻ റെക്കോഡ് ചെയ്തിട്ടുണ്ട്. ഇത് ഞാൻ എന്റെ ഭർത്താവിനും, മകനും, നിങ്ങളുടെ മരുമകനും അയച്ചു കൊടുത്താലുള്ള ഭവിഷ്യത്ത് അറിയാമല്ലോ? മകൾ വന്ന് വീട്ടിൽ നിൽക്കും. മകളുടെ ജീവിതം തകർത്ത അച്ഛനെ അവൾക്കും നിങ്ങളുടെ ഭാര്യയ്ക്കും ഒക്കെ നല്ല മതിപ്പായിരിക്കും. എന്നോടും, അഭിരാമിയോടും വീണ്ടും നിങ്ങൾ കൂടുതൽ കളിയിറക്കിയാൽ ഇത് എത്തേണ്ടിടത്ത് എത്തും. എന്ത് തീരുമാനിച്ചു സ്വയംപ്രഭേടെ അച്ഛാ?"

അപ്പോൾ തന്നെ ഫോൺ കട്ടായി.

അപ്പോഴും മാറാതിരുന്ന വിറയലോടെ തന്നെ പൂജാമുറിയിൽ കയറി ചന്ദനത്തിരി കൊളുത്തി ദൈവങ്ങളുടെ മുൻപിൽ ഈ പ്രായത്തിലും എന്നെ തേടി വന്ന ദുരനുഭവത്തെ പഴിച്ച് കരഞ്ഞു തീർത്തു.

മനസ്സ് ശാന്തമായപ്പോൾ നീതയെ വിളിച്ചു പറഞ്ഞു,

"ആ പ്രശ്നം ഞാൻ പരിഹരിച്ചിട്ടുണ്ട്. ഇനി അഭിമോൾക്ക് അയാളുടെ ഒരു ശല്യവും ഉണ്ടാവില്ല"

"എങ്ങനെ പരിഹരിച്ചു നീയാ പ്രശ്നം? എന്നാലും ഇനിയും മോൾ ആ സ്ഥാപനത്തിൽ ജോലി തുടർന്നാൽ ഭയമാണെടാ എനിയ്ക്കും, അഭിമോൾക്കും."

വീണ്ടും നീത കരയാൻ തുടങ്ങി.

“നീ വിഷമിക്കാതെ നീതേ. നമ്മെ ഈശ്വരൻ കൈവിടില്ല.”

പിന്നീട് മനസ്സിൽ മുഴുവൻ നീതയുടെ നിസ്സഹായ അവസ്ഥയായിരുന്നു.

അപ്പോഴാണ് മനസ്സിൽ തോന്നിയത് ഈ പ്രാവശ്യം നാട്ടിൽ പോയപ്പോൾ തലശ്ശേരിയിലെ സുഖമില്ലാതിരിക്കുന്ന മാമനെ കാണാൻ പോയിരുന്നു. മാമന്റെ മോൻ നീരവ് അപ്പോൾ തമാശയ്ക്ക് എന്നോട് ചോദിച്ചിരുന്നു ഞങ്ങളുടെ കമ്പനിയിൽ ഒരു അക്കൗണ്ടന്റിന്റെ ഒഴിവുണ്ട്. പഴയ ബി.കോം അല്ലേ നോക്കുന്നോ എന്ന്?

പെട്ടെന്ന് തന്നെ ഞാൻ നീരവിനെ ഫോൺ ചെയ്തു.

“മോനേ നീ അന്ന് ഒരു അക്കൗണ്ടന്റിന്റെ കാര്യം പറഞ്ഞിരുന്നില്ലേ, അത് ശരിക്കും പറഞ്ഞതായിരുന്നോ?”

“അതേ ഗഗനേച്ചീ എന്താ പോരുന്നോ?”

“ഇല്ലെടാ തലശ്ശേരിയിൽ തന്നെയുള്ള എന്റെ കൂട്ടുകാരിയുടെ മകൾക്ക് ഒരു ജോലി വേണമായിരുന്നു. ഞാൻ പറഞ്ഞു വിടട്ടേ.”

“ചേച്ചി ആദ്യായിട്ട് ഒരാവശ്യം പറഞ്ഞതല്ലേ. ആ കുട്ടി ആപ്റ്റ് ആണെങ്കിൽ അപ്പോയിന്റ് ചെയ്യാം.”

“ശരിയെടാ.നിന്നെക്കൊണ്ട് സാധിക്കുമെങ്കിൽ അത് ചെയ്തു കൊടുക്കണം. മാമനോടും മാമിയോടും അന്വേഷണം പറയൂ. ഞാൻ അവരെ പിന്നീട് വിളിക്കാം.”

“ശരി ചേച്ചി.”

വീണ്ടും നീതയെ വിളിച്ചു. അഭിമോളോടും സംസാരിച്ചു. നീരവിന്റെ ഫോൺ നമ്പറും കൊടുത്തു.

അഭിരാമിയ്ക്ക് നീരവിന്റെ കമ്പനിയിൽ ജോലി ശരിയായി. അതു പറയാനാണ് കുട്ടി വിളിച്ചത്.

ചിന്തകളിൽ നിന്നും ഉണർന്നപ്പോൾ ചന്ദനത്തിരി എരിഞ്ഞ് തീർന്നിരുന്നു. ഇലയ്ക്കും മുള്ളിനും കേടില്ലാത്ത വിധത്തിൽ ഒരു വലിയ പ്രതിസന്ധിയിൽ നിന്നും എന്റെ പ്രശ്നങ്ങൾ പരിഹരിച്ചു തന്നതിന് ഒരിക്കൽ കൂടി ദൈവങ്ങളോട് നന്ദി പറഞ്ഞിറങ്ങുമ്പോൾ ആരോ മനസ്സിലിരുന്ന് പറയുന്നുണ്ടായിരുന്നു. Now I am happy to escape from this trap. ഇനിയെങ്കിലും നമുക്ക് മുൻപരിചയവും പൂർണ്ണവിശ്വാസവും ഇല്ലാത്തവരോട് കുറച്ചു സമയം മാത്രം കണ്ട അടുപ്പവും, ബന്ധവും കൊണ്ട് നമുക്ക് അറിയാവുന്ന ആരെയും പരിചയപ്പെടുത്തി കൊടുക്കരുതേ എന്ന്.

ക്ലാസ്സ്മേറ്റ്

രംഗം-1

റവന്യൂ ഡിവിഷണൽ ഓഫീസർ സക്കറിയ സാറിന്റെ റിട്ടയർമെന്റിനോടനുബന്ധിച്ചുള്ള സെന്റോഫ് മൊമെന്റോയും വാങ്ങി വന്നപ്പോൾ ആണ് കമ്പ്യൂട്ടർ സെക്ഷനിലെ ഷംല യാക്കൂബിന്റെ ചോദ്യം.

"ജയരാജ് സാറേ സക്കറിയ സാറിന്റെ ഭാര്യ സാറിന്റെ ക്ലാസ് മേറ്റാണോ?"

"അതേ ഷംലാ; എന്താ ചോദിച്ചത്?"

"അല്ല സാറേ ഇവിടെ ഇവരൊക്കെ പറയുന്നത് കേട്ടു."

"ആ ശരിയാ. പഠന കാലത്ത് കണ്ടതാണ്. പിന്നീടിതുവരെ കണ്ടിട്ടില്ല."

ഒരിക്കൽ വീട്ടുവിശേഷങ്ങൾ സംസാരിച്ചുകൊണ്ടിരുന്ന സമയത്താണ് സക്കറിയ സാർ പറഞ്ഞത്, ഞാൻ വാട്സ്ആപ്പിൽ ഇട്ടിരുന്ന എന്റെ ഫോട്ടോ സാർ അദ്ദേഹത്തിന്റെ ഭാര്യയെ കാണിച്ചത്രേ. അപ്പോൾ അവർ പറഞ്ഞതാണ് ഇദ്ദേഹത്തെ എനിക്കറിയാം എന്റെ ക്ലാസ്സ്മേറ്റാണെന്ന്.

"സാറിന്റെ ഭാര്യയുടെ വീടെവിടെയാണ്?"

"അവൾ ആലപ്പുഴ കാഞ്ഞിരം ചിറയിൽ ആണ്."

"ഞാനിത്തിരി മറവി കൂടുതൽ ഉള്ള ആളായതുമൂലം സാറിന്റെ ഭാര്യയെന്നെ അറിയാവുന്നതുകൊണ്ട് ചിലപ്പോൾ കാണുമ്പോൾ

എനിക്കോർമ്മ വരുമായിരിക്കും."

ഞാൻ D.T ആയതു കൊണ്ട് അന്നത്തെ സെന്റോഫ് പാർട്ടിയിൽ സക്കറിയ സാറിന്റെ ഗുണഗണങ്ങളെ വിവരിച്ച ശേഷം മേമ്പൊടിയായി ഒരു കാര്യം കൂടി പറഞ്ഞു, "നിങ്ങൾക്കാർക്കും അറിയാത്ത ഒരു രഹസ്യ ബന്ധം കൂടി ഞാനും സക്കറിയ സാറും തമ്മിലുണ്ട്. നിങ്ങളേവരേയും ആകാംക്ഷയുടെ മുൾമുനയിൽ നിർത്താതെ യാതൊരു സങ്കോചവും ഇല്ലാതെ അതിപ്പോൾ ഞാൻ വെളിപ്പെടുത്തുകയാണ്. സാറിന്റെ ഭാര്യ, സാറിന്റെ പ്രിയ പത്നി തെരേസാ എന്റെ ക്ലാസ്സ്മേറ്റാണ്." എല്ലാവരും ചിരിച്ചു കൊണ്ട് കൈയ്യടിച്ചു.

പിറ്റേ ദിവസം ഞങ്ങൾ സഹപ്രവർത്തകർ സക്കറിയാസാറിനെ ആഘോഷമായി അദ്ദേഹത്തിന്റെ വീട്ടിൽ കൊണ്ടാക്കി. അവിടെ ഒരുക്കിയിരുന്ന റിട്ടയർമെന്റ് പാർട്ടിക്കിടയിൽ ആണ് സാറിനോടൊപ്പം തടിച്ചുരുണ്ട ഒരു ഇരുനിറക്കാരി മധ്യവയസ്കയും വന്നത്.

അപ്പോഴേ ടോണി പോളും, റജുളയും, വിനീതയും ഒക്കെ പറയുന്നതു കേട്ടു,

"ദേ ജയരാജൻ സാറിന്റെ ക്ലാസ്മേറ്റെന്ന്"

സാർ ഓരോരുത്തരെയായി ഭാര്യയ്ക്ക് പരിചയപ്പെടുത്തിക്കൊടുത്തു കൊണ്ട് എന്റെയടുത്തും വന്നു. നിങ്ങൾ സംസാരിക്കു എന്ന് പറഞ്ഞ് സക്കറിയ സാർ മറ്റുള്ളവരുടെയടുത്തേയ്ക്ക് പോയി.

ഞാൻ പറഞ്ഞു,

"ഞാൻ ജയരാജ്. സക്കറിയസാർ പറഞ്ഞിട്ടുണ്ട് മാം എന്റെ കൂടെ പഠിച്ചതാണെന്ന്. എപ്പോഴാണ് എന്റെ കൂടെ പഠിച്ചത്?

S. D കോളേജിൽ ആണോ?"

"ഞാൻ S.N കോളേജിൽ ആണ് പഠിച്ചത്."

"എന്തായാലും സ്കൂളിൽ എന്റെയൊപ്പം ആവാൻ തരമില്ല. ഞാൻ എസ്.ഡി.വി ബോയ്സ് ഹൈസ്കൂളിൽ ആണ് പഠിച്ചത്."

"ഞാൻ സെന്റ് ജോസഫ്സ് ഗേൾസ് ഹൈസ്കൂളിലും."

"എന്നാൽ ട്യൂഷനാവും. എവിടെയാ ഹരിശ്രീയിൽ ആണോ, നാഷണലിൽ ആണോ?"

"അയ്യോ! ഞാനവിടെ ഒന്നും പഠിച്ചിട്ടില്ല. ഞാൻ യുവദീപ്തിയിലും, വീടിന്റെ അടുത്തുള്ള ട്യൂഷൻടീച്ചറിന്റെ അടുത്തും മാത്രമേ പഠിച്ചിട്ടുള്ളൂ."

"അപ്പോൾ സക്കറിയ സാർ പറഞ്ഞതോ മാഡം എന്റെ കൂടെ

പഠിച്ചിട്ടുണ്ടെന്ന് പറഞ്ഞെന്ന്."

"അത് സാറിന്റെ ഫോട്ടോ കണ്ടപ്പോൾ നല്ല മുഖപരിചയം തോന്നി. അപ്പോൾ ഞാൻ പറഞ്ഞതാ നല്ല പരിചയം തോന്നുന്നുണ്ട് ചിലപ്പോൾ എന്റെ കൂടെ പഠിച്ചിട്ടുണ്ടാവും എന്ന്."

"ശരി മാം പരിചയപ്പെടാൻ സാധിച്ചതിൽ സന്തോഷം."

ക്ലാസ്സ്മേറ്റുകളായ ഞങ്ങളുടെ പുനഃസമാഗമം ആകാംക്ഷയോടെ കാണാൻ കാത്തിരുന്ന സഹപ്രവർത്തകരെ നോക്കിയപ്പോൾ അവരൊക്കെ ചിരിയടക്കാൻ പാടുപെടുന്ന കാഴ്ചയാണ് കണ്ടത്. ഭാഗ്യം മാസ്ക് ഒരനുഗ്രഹമായി തോന്നിയ നിമിഷം ആയിരുന്നത്. ജാള്യത മറയ്ക്കാനായി വേഗം മാസ്ക് എടുത്ത് ധരിക്കുമ്പോൾ ബില്ലിംഗ് സെക്ഷനിലെ ബുഷറാബീവി തട്ടിവിട്ടു.

"സാറേ സാറ് നല്ല സുന്ദരനല്ലേ. സൗന്ദര്യമുള്ളവരെ കാണുമ്പോൾ ഞങ്ങൾക്കും ഒക്കെ തോന്നാറുണ്ട് എവിടെയോ വച്ച് കണ്ടിട്ടുണ്ടല്ലോ എന്ന്. അതാ സക്കറിയാ സാറിന്റെ മാമിനും തോന്നിയത് ക്ലാസ്സ്മേറ്റായിരിക്കും എന്ന്."

ഇപ്പോൾ എന്റെ ഓഫീസിലെ വിളിപ്പേര് ക്ലാസ്സ്മേറ്റ് എന്നാണ്.

രംഗം-2

ഇരുപത്തിയഞ്ച് വർഷങ്ങൾക്ക് ശേഷം വയനാട്ടിൽ വച്ച് അവിടുത്തെ ആദ്യത്തെ ബാച്ചായിരുന്ന റാപ്പിഡ് ആക്ഷൻ ഫോഴ്സിലെ കേഡറ്റുമാരുടെ റീയൂണിയൻ അറേഞ്ച് ചെയ്തതായി അറിയിപ്പ് വന്നു. പോലീസിൽ നിന്നും റവന്യൂവിലേയ്ക്ക് മാറിയെങ്കിലുംഎന്തായാലും പോകണം. അന്നത്തെ ഓർമ്മകൾ ഒക്കെ ഒന്നു പുതുക്കണം.

വർഷങ്ങൾക്ക് ശേഷം സുഹൃത്തുക്കളെ ഒക്കെ വൈത്തിരി റിസോർട്ടിൽ വച്ച് കണ്ടപ്പോൾ അതിയായ ആഹ്ലാദം ആയിരുന്നു. പലർക്കും പലരേയും തിരിച്ചറിയാൻ സാധിക്കാത്ത വിധമുള്ള രൂപമാറ്റമായിരുന്നു. എന്നെ മാത്രം തിരിച്ചറിയാൻ ആർക്കും ബുദ്ധിമുട്ടുണ്ടായില്ല. കാരണം അന്നും കൂട്ടുകാർക്കിടയിലെഎന്റെ വിളിപ്പേര് തടിയൻ എന്നു തന്നെയായിരുന്നു പിന്നീടുള്ള അടയാളം എന്റെ നെറ്റിയിലെ ഇടതുഭാഗത്തായുള്ള വലിയ മറുകായിരുന്നു.

"എടാ തടിയാ" എന്നു വിളിച്ച് ഓരോരുത്തരും വന്ന് കെട്ടിപ്പിടിക്കുമ്പോഴും മനസ്സിലായില്ലെങ്കിലും ഞാനും അവരെ കെട്ടിപ്പിടിച്ചു കൊണ്ടിരുന്നു.

ബാത്റൂമിലേയ്ക്ക് പോകാനുള്ള പാസേജിൽ വച്ചാണ് എക്സിക്യൂട്ടീവ് ലെവലിൽ വസ്ത്രം ധരിച്ച എനിക്കെതിരെ വരുന്നയാളെ കണ്ടത്. വേഗം തന്നെ ഞാൻ ചെന്ന് "എടാ അളിയാ" എന്നു പറഞ്ഞ്.കെട്ടിപ്പിടിച്ചു. അയാൾ ഒരു ഭാവഭേദവും ഇല്ലാതെ എന്നെ നോക്കി കൊണ്ട് എന്റെ പിടിവിട്ടുവിച്ച് നടന്നു പോയി.

വീണ്ടും ഓപ്പൺ പ്ലോട്ടായ സംഗമ സ്ഥലത്ത് അയാൾ സംഘാട കനായ വിപുലിനോട് സംസാരിച്ചുകൊണ്ടു നിൽക്കുന്നത് കണ്ടപ്പോൾ കൂടെയുണ്ടായിരുന്ന രാകേഷിനോട് ഞാൻ പറഞ്ഞു:

"എടാ നമ്മുടെ കൂടെയുണ്ടായിരുന്നവൻ എന്ന ഒരു പരിചയഭാവവും ഇല്ലാതെ വിപുലുമായി സംസാരിക്കുന്ന അവന്റെ പേരെന്താടാ? ഞാൻ മറന്നു പോയി."

"ആര് ആ പച്ച ഷർട്ടോ? എടാ അത് ഹർഷവർദ്ധൻ സാർ. പുതുതായി സ്ഥലം മാറി വന്ന ഡി.വൈ.എസ്.പി. അദ്ദേഹമാണ് നമ്മുടെ മുഖ്യാതിഥി."

അതു കേട്ടപ്പോൾ ആത്മഗതം ചെയ്തു, ഭാഗ്യം! എന്റെ ധൃതരാഷ്ട്രാലിംഗനം മറ്റാരും കാണാതിരുന്നത്. അല്ലെങ്കിൽ അവൻമാരെല്ലാം കൂടി എന്നെ വാരി ഉരുട്ടി ഒരു പരുവമാക്കിയേനേ!

ഒരു ധൈര്യത്തിനായി പാർട്ടിക്ക് രണ്ടെണ്ണം അടിച്ച ശേഷം ഹർഷ വർദ്ധൻ സാറിന്റെ അടുത്ത് ചെന്നു പറഞ്ഞു:

"സർ, ഞാൻ ആലപ്പുഴ D.T ജയരാജ്. പോലീസിൽ നിന്നും റവന്യൂവി ലേയ്ക്ക് പോയി. ഒരു പാട് വർഷമായില്ലേ സാറേ എല്ലാവരേയും കണ്ടിട്ട്? കുറേപ്പേരെയൊന്നും മനസ്സിലായില്ല. സാറും ഞങ്ങളുടെ കൂട്ടത്തിൽ ഉള്ള താണെന്ന് കരുതി എനിയ്ക്ക് മനസ്സിലായില്ലെന്ന് തോന്നാതിരിക്കാൻ വേണ്ടി മുൻകൂട്ടി കെട്ടിപ്പിടിച്ചതാണ് സാർ ക്ഷമിക്കണം'

"ഇറ്റ്സ് ഓക്കേ, ഡോൺട് വറി," എന്ന് പറഞ്ഞദ്ദേഹം ഹസ്തദാനം നൽകിയപ്പോൾ ആശ്വാസനിശ്വാസമുതിർത്തു കൊണ്ട് ഞാനെന്റെ സുഹൃത്തുക്കളോടൊപ്പം ഞങ്ങളുടെ ഗതകാലസ്മരണകളെ ഒരിക്കൽ കൂടി യാഥാർത്ഥ്യമാക്കാൻ ഉള്ള ത്വരയോടെ അവരിലൊരാളായി..

ഗ്രഹഗോചരം

ജ്യോത്സ്യര് തന്ന ചാർത്ത് ക്ഷേത്രത്തിൽ ഏൽപ്പിച്ച് വഴിപാടിനുള്ള പണവും അടച്ച് തിരികെയിറങ്ങിയിട്ട് വീണ്ടും നടനേരേ നിന്ന് തേവരോട് ഒന്നുകൂടി പ്രാർത്ഥിച്ചു.

"തേവരേ എന്റെ കുട്ടിക്ക് ഇനിയെങ്കിലും സദ്ബുദ്ധി കൊടുത്ത് ആയുസ്സോടെ കാത്തോളണേ."

നടയടച്ച് എല്ലാവരും പോയിട്ടും എന്തോ കുറച്ചു സമയം കൂടി ഇവിടെ ചിലവഴിക്കാം എന്നു കരുതി മുരുകൻകോവിലിന്റെ ചുറ്റുതിണ്ണയിൽ ഇരുന്നപ്പോൾ തന്നെ ഓർമ്മകൾ ഒരോന്നായി എനിക്കു ചുറ്റും തത്തി ക്കളിക്കാൻ തുടങ്ങി.

തുണികൾ അയയിൽ വിരിച്ചിടുമ്പോൾ ആണ് ഫോൺ ബെല്ലടിച്ചത്. വേഗം ചെന്ന് ഫോണെടുത്തു.

"ഹലോ."

"ഇന്നമ്മേ."

"മോനേ എടാ ഹിമക്കുട്ടാ... ഇതേതാ നമ്പർ? പുതിയതാ?"

"അതേ ഇന്നമ്മേ. ഞാനൊരു കാര്യം പറഞ്ഞാൽ ഇന്നമ്മ നിരസി ക്കാതെ ചെയ്തു തരുമോ?"

"എന്താ മോനേ? നീയെന്തിനാ എന്നോട് അങ്ങനെ ചോദിക്കുന്നത്? എന്തായാലും പറയൂ."

"ഇന്നമ്മേ ഇവിടെ വീട്ടു പണി നടക്കുകയല്ലേ. അമ്മയെക്കൊണ്ട് ഒന്നിനുമാവില്ല. എനിയ്ക്കും ജോലിക്ക് പോകണം.. അച്ഛന് ബിസിനസ്

തിരക്കിൽ നിന്നും ഒഴിവാകാനും കഴിയില്ല. ഇന്നമ്മ ഒരു കാര്യം ചെയ്യ ഇന്നമ്മയും, ഇളയച്ഛനും, സീതക്കുട്ടിയും കൂടി ഇങ്ങോട്ടു പോരൂ. ഇളയച്ഛ നാണെങ്കിൽ ജോലിയില്ലാതെ ഇരിക്കുകയല്ലേ? എനിയ്ക്ക് വരുമാനമില്ലേ ഞാൻ നോക്കിക്കോളാം, നിങ്ങൾക്ക് മൂന്നാൾക്കും ഒരു കുറവും വരാതെ. നിങ്ങൾക്കും ഒരു മുറി പണിയുന്നുണ്ട്."

"അത് വേണ്ട മോനേ. അതൊന്നും ശരിയാവില്ല. ഇവിടെ ഉള്ള തുകൊണ്ട് ഇപ്പോൾ കഴിയുന്നതു പോലെ ഞങ്ങൾ കഴിഞ്ഞോളാം. എന്റെ അച്ചാറുകളും, സാമ്പാറ് പൊടിയും ഒക്കെ ഒരു വിധം നന്നായി വിറ്റഴിയുന്നുണ്ട്. അതുവഴി വീടിന്റെ കുറച്ച് കടങ്ങൾ ഒക്കെ വീട്ടുന്നുണ്ട്. ചെറുതെങ്കിലും ഒരു വീടില്ലേടാ ഞങ്ങൾക്ക് അവിടെ വന്നു നിന്നാൽ അതൊക്കെ നാശാവും."

"ഒന്നുമില്ല, ഇന്നമ്മ വന്നേ മതിയാവൂ. എന്നെക്കൊണ്ട് ഒന്നുമാവില്ല. ഒരു കാര്യം ചെയ്യൂ. ഇന്നമ്മയുടെ വീട് പണയത്തിന് കൊടുക്കൂ, എന്നിട്ട് ഇപ്പോഴുള്ള കടങ്ങൾ വീട്ടൂ. ഇന്നമ്മ ഇവിടെ നിന്നും പോകുമ്പോൾ വീട് ഒഴിപ്പിക്കാനുള്ള പണം ഞാൻ തരാം. വരാമെന്ന് പറയൂ ഇന്നമ്മേ."

"ഞാനെന്തായാലും ഇളയച്ഛനോട് പറയാം. അത്ര ലാഘവത്തോടെ ചെയ്യാവുന്ന കാര്യമാണോ കുഞ്ഞേ ഇത്? സീതക്കുട്ടീടെ പഠിപ്പും എല്ലാം കൂടി ആലോചിക്കുമ്പോൾ?"

അതൊന്നും ഇന്നമ്മ അറിയേണ്ട. സീതക്കുട്ടിയെ ഇവിടെ ചേർക്കാം. ഞാൻ നോക്കിക്കോളാം നിങ്ങളുടെ മൂന്നുപേരുടേയും എല്ലാ കാര്യങ്ങളും. ഇന്നമ്മ എതിര് പറയാതെ വന്നാൽ മാത്രം മതി."

"ശരി മോനേ. ഞാൻ പറഞ്ഞു നോക്കട്ടെ അദ്ദേഹത്തോട്."

"വിളിച്ചാൽ വിളി കേൾക്കാനും, കൂടെ നിൽക്കാനും, കരുതൽ നൽകാനും ചില ബന്ധങ്ങൾ അകലെയാണെങ്കിലും അടുത്താണെ ങ്കിലും ഉള്ളത് നല്ലതാണ്. ആരൊക്കെയോ ഉണ്ട് എന്ന തോന്നൽ ജനിപ്പിക്കുന്ന ബന്ധങ്ങൾ അതാണെനിയ്ക്ക് ഇന്നമ്മ. ഞാനിന്ന് രാത്രി വിളിക്കും. അപ്പോൾ വരാം എന്നായിരിക്കണേ ഇന്നമ്മേ മറുപടി. എന്നെ നിരാശയാക്കല്ലേ."

ഹിമക്കുട്ടീടെ അമ്മയുടെ അനിയത്തിയാണ് ഞാൻ. ഗംഗേച്ചിയുടെ ഒരേയൊരു മകളാണ് ഹിമ. എന്റെ വിവാഹത്തിന് മുൻപ് ഹിമയ്ക്ക് അഞ്ച് വയസ്സു തികയുന്നതു വരെ വീട്ടിൽ നിന്നിരുന്നപ്പോൾ അവളുടെ അമ്മ യേക്കാളും ഹിമയുടെ എല്ലാകാര്യങ്ങളും നോക്കിയിരുന്നത് ഞാനായിരു ന്നു. ഇളയമ്മേ എന്ന് എന്നെ വിളിക്കുന്നതിന് പകരം അവൾ എന്നെ

വിളിച്ചത് ഇന്നമ്മേ എന്നായിരുന്നു.

ശങ്കരേട്ടനും ആയി ആലോചിച്ചപ്പോഴും പറഞ്ഞു:

“നിന്റെ ചേച്ചിയുടെ മകളല്ലേ?അവർക്കൊരാവശ്യം വരുമ്പോൾ നമ്മളല്ലാതെ മറ്റാരാ അവർക്കുള്ളത് വൈദേഹി? ഒന്നാമത് ഗംഗേച്ചി സുഖമില്ലാതിരിക്കുന്നു. നമ്മൾ പോകാതിരുന്നാൽ ശരിയാവില്ല. ഉറ്റവരാണെന്ന് പറയുന്നതിൽ അർത്ഥമില്ലാതാവും. എന്തായാലും ഹിമ മോൾ പറഞ്ഞതുപോലെ തന്നെ ചെയ്യാം.”

രാത്രി ഹിമ വിളിച്ചപ്പോൾ വരാമെന്ന് പറഞ്ഞപ്പോഴുണ്ടായ അവളുടെ ആഹ്ലാദം. തുള്ളിച്ചാടുകയായിരുന്നു കുട്ടി.

വീട് പണയം കൊടുക്കലും, സീതക്കുട്ടീടെ ടി.സി വാങ്ങലും ഒക്കെ ധൃതഗതിയിൽ തന്നെ നടന്നു. കടങ്ങൾ ഒക്കെ കൊടുത്തു തീർത്തപ്പോൾ തന്നെ ആശ്വാസമായി.

ഹൃദ്യമായ സ്വീകരണം ആയിരുന്നു ഗംഗേച്ചിയുടെ വീട്ടിൽ. ഇപ്പോൾ താമസിക്കുന്ന വീടിന്റെ മുൻഭാഗത്തായിട്ടാണ് പുതിയ ഇരുനില സൗധം പണിയുന്നത്.

നാട്ടിൻപുറമായതിനാൽ പണിക്കാർക്കുള്ള ഭക്ഷണം നമ്മൾ തന്നെ ഉണ്ടാക്കണം. അതിന് മുൻപ് തന്നെ വീട്ടംഗങ്ങൾക്ക് കാപ്പിയും, പലഹാരവും ഹിമയ്ക്കും, ചേട്ടനും കൊണ്ടുപോകാനുള്ള ചോറും കറികളും ഉണ്ടാക്കണം. അവര് പോയി കഴിയുമ്പോൾ പണിക്കാർക്ക് പത്തു മണിക്കുള്ള കഞ്ഞിയും പുഴുക്കും തയ്യാറാക്കണം. ശേഷം അവർക്കുള്ള ചോറും കറികളും. നാലു മണിക്ക് വാഴയ്ക്കാപ്പം പോലുള്ള ഏതെങ്കിലും പലഹാരവും ചായയും. നിന്നു തിരിയാൻ സമയമില്ലായിരുന്നു. ഒക്കെ ചെയ്തു പണിക്കാരും പോയശേഷം നടുവ് നിവർക്കുമ്പോൾ സന്ധ്യയാവാറാവും. പിന്നീട് വിളക്ക് കൊളുത്തി നാമം ജപിച്ച ശേഷം അത്താഴം കാലമാക്കണം.

ഗംഗേച്ചിയാണെങ്കിൽ ഒന്നും ചെയ്യാനാവാതെ വെറുതേ ഇരിക്കുകയേ ഉള്ളൂ. എന്തെങ്കിലും ചെയ്തു പോയാൽ കലശലായ ശ്വാസംമുട്ടൽ അനുഭവപ്പെടും.

സീതക്കുട്ടിയുടെ പഠിപ്പൊക്കെ ഹിമ മോൾ ഇടയ്ക്ക് ശ്രദ്ധിക്കുന്നത് കാണാം. ഹിമ ബാങ്കിൽ നിന്നും വന്നു കഴിഞ്ഞാൽ ഫോണിലായിരിക്കും.

രവിയേട്ടനും സന്തോഷമായി അദ്ദേഹം എന്നോടും ശങ്കരേട്ടനോടും പറയുകയും ചെയ്തു. “എന്തായാലും നിങ്ങൾ വന്നതോടുകൂടി

സമാധാനമായി. കാര്യങ്ങൾക്കെല്ലാം ഒരടുക്കം ചിട്ടയുമായി."

അങ്ങനെ ദിവസങ്ങൾ കടന്നു പോയി. വീട്ടു പണി കഴിഞ്ഞു. ഗൃഹ പ്രവേശന ചടങ്ങും ഗംഭീരമായി.

ഒരു ദിവസം ഹിമ മോൾ എന്നോട് ചോദിച്ചു "ഇന്നമ്മേ ഈ മാസം മാസമുള്ള ആർത്തവം എന്നെ വല്ലാതെ ബുദ്ധിമുട്ടിക്കുന്നു. എന്റെ ഗർഭ പാത്രം എടുത്തുകളഞ്ഞാലോ?"

"നീയെന്താ ഹിമേ കളി പറയുകയാണോ? വിവാഹ പ്രായമായ ഒരു പെൺകുട്ടി പറയുന്ന കാര്യമാണോ ഇത്? ഇനി നിന്റെ വിവാഹം നടത്തുന്ന കാര്യത്തെപ്പറ്റി ഇന്നലെയും രവിയേട്ടൻ പറഞ്ഞു."

"അയ്യോ! ഇന്നമ്മേ എനിയ്ക്ക് വിവാഹം ഒന്നും വേണ്ട. ഞാൻ ജീവിതത്തിൽ വിവാഹം കഴിക്കില്ല. ജോലിയുണ്ടെങ്കിൽ പിന്നെ വിവാഹം കഴിച്ചില്ല എങ്കിലും ജീവിക്കാം."

"നിനക്കിതെന്താ ഹിമക്കുട്ടാ," എന്ന് ചോദിച്ചപ്പോൾ ആണ് ഹിമയുടെ കൂട്ടുകാരി പാർവ്വതി വന്നത്. സംഭാഷണം അവസാനിപ്പിച്ച് രണ്ടാളും കൂടി മുകളിലേയ്ക്ക് കയറിപ്പോയി.

പല വിവാഹാലോചനകൾ വന്നപ്പോഴും ഹിമ പെണ്ണുകാണൽ ചടങ്ങിന് വിസമ്മതിച്ചു.

ഒരു ദിവസം രവിയേട്ടൻ അവളെ വഴക്കു പറഞ്ഞു,

"ഏത് നേരവും ഫോണിൽ തന്നെ. ആരോടാ നീ മൂന്നും നാലും മണിക്കൂർ സംസാരിക്കുന്നത്?

"ചില ഇഷ്ടങ്ങൾ അതിന് ചോദ്യങ്ങളോ, ഉത്തരങ്ങളോ ഇല്ല,"എന്നു പറഞ്ഞവൾ മുറിയിൽ കയറി കതകടച്ചു.

അച്ഛനും, അമ്മയ്ക്കും ഒറ്റ മകൻ. ഗൾഫിൽ എഞ്ചിനീയറായ പയ്യന്റെ വിവാഹാലോചന വന്നപ്പോൾ രവിയേട്ടൻ ഹിമയോട് കർശനമായി പറഞ്ഞു ഈ വിവാഹത്തിന് സമ്മതിച്ചില്ല എങ്കിൽ അദ്ദേഹത്തെ പിന്നെ കാണില്ല എന്ന്. എന്നിട്ട് എന്നോട് പറഞ്ഞു വൈദേഹി അവളെ യൊന്ന് പറഞ്ഞു മനസ്സിലാക്കു, വിവാഹപ്രായം കഴിയുന്ന ഒരു മകളെ നിർത്തി കൊണ്ടു നിൽക്കുന്ന അച്ഛനമ്മമാരുടെ മാനസിക സംഘർഷം എത്രത്തോളമാണെന്ന്.

ഞാൻ പറഞ്ഞുപറഞ്ഞ് അവസാനം ഹിമയുടെ കൂട്ടുകാരി പാർവ്വ തിയെക്കൊണ്ടും പറയിച്ചപ്പോൾ ഹിമ സമ്മതിച്ചു. പാർവ്വതി ഹിമയുടെ സ്കൂൾതലം മുതലുള്ള കൂട്ടുകാരിയാണ്. ഒന്നുകിൽ പാർവ്വതി ഇവിടെ വരും

അല്ലെങ്കിൽ ഹിമ പാർവ്വതിയുടെ വീട്ടിൽ പോകും. അങ്ങിനെ പ്രതീഷ്യ മായുള്ള ഹിമയുടെ നിശ്ചയം കഴിഞ്ഞു.

ആ സമയത്താണ് പടികൾ ഇറങ്ങി വരുമ്പോൾ ഹിമയുടെ കാൽ മടങ്ങിയത്. ഒരാഴ്ച ബാൻഡേജ് ചുറ്റി അനങ്ങാതെയിരിക്കാൻ പറഞ്ഞു.

ഞാനാണ് ഭക്ഷണമൊക്കെ വാരിക്കൊടുത്തിരുന്നത്. കുളിപ്പിച്ചു കൊടുക്കാം എന്ന് പറയുമ്പോൾ ഇന്നമ്മ എന്തോരം പണിയാ ചെയ്യുന്നത്. അതിന്റെ കൂടെ ഇതും കൂടി ചെയ്യേണ്ട, അത് പാർവ്വതി ചെയ്തു തരും എന്നു പറഞ്ഞു.

ഹിമയുടെ വിവാഹം ആർഭാടമായി നടന്നു. വരന്റെ ഗൃഹത്തിലേയ്ക്ക് പോയ ഹിമ മൂന്നാം ദിവസം ഒറ്റയ്ക്ക് കടന്നു വന്നു. ഹിമയ്ക്ക് വിവാഹമോചനം വേണമത്രേ. ആരൊക്കെ എന്തൊക്കെ ചോദിച്ചിട്ടും അവൾ ഒന്നും പറഞ്ഞില്ല.

പ്രതീഷും വീട്ടുകാരും വന്നപ്പോഴും കാർക്കശ്യത്തോടെ അവൾ പറഞ്ഞു,

“ഞാൻ പറഞ്ഞതറിയാമല്ലോ, എനിയ്ക്ക് വിവാഹമോചനം വേണം.”

“നാട്ടുകാർ എന്തു പറയും?”

“നാട്ടുകാർക്ക് പറയാൻ പറ്റാത്തതായി എന്താണുള്ളത്? എന്ന് തിരിച്ച് ചോദിച്ചാൽ മതി.” എന്ന് പറഞ്ഞവൾ മുറിയിൽ കയറി ശബ്ദത്തോടെ വാതിൽ വലിച്ചടച്ചു. പിന്നീട് കോടതി മുഖാന്തരം അല്ലാതെ സമാജം വഴി വിവാഹമോചനം തേടി.

യാതൊരു കൂസലും ഇല്ലാതെ ഹിമ പഴയതിലും ഉത്സാഹവതിയായി ജോലിക്ക് പോയിത്തുടങ്ങി. വന്നു കഴിഞ്ഞാൽ ഉടൻ തന്നെ ചായയുമെടുത്ത് പോയിരുന്ന് പാർവ്വതിയെ വിളിക്കാൻ തുടങ്ങും. അല്ലെങ്കിൽ പാർവ്വതിയുമായി വന്ന് രണ്ടാൾക്കും ഉള്ള ചായയും, ഭക്ഷണവും എടുത്ത് മുറിയിൽ പോയിരിക്കും.

ഒരു ദിവസം പണിയൊക്കെ കഴിഞ്ഞ് ഹിമയുടെ ഇസ്തിരിയിട്ട തുണികൾ അലമാരയിൽ വയ്ക്കാൻ അവളുടെ മുറിയുടെ കതക് തുറന്നപ്പോൾ ഞാൻ കണ്ട ഞെട്ടിക്കുന്ന കാഴ്ചയിൽ കയ്യിലിരുന്ന തുണികൾ ഞാനറിയാതെ തന്നെ താഴെ വീണു. അവളെന്തോ കതക് ലോക്ക് ചെയ്യാൻ മറന്നു പോയതാവാം. ഹിമയും പാർവ്വതിയും സ്വവർഗ്ഗരതിയിൽ ആറാടുകയാണ്. സർവ്വ നിയന്ത്രണവും ഖണ്ഡിച്ച് ഹിമയെ ഞാൻ വിളിച്ചപ്പോൾ ഹിമയും പാർവ്വതിയും ചാടി എഴുന്നേറ്റെങ്കിലും പെട്ടെന്ന് ദേഷ്യത്തോടെ വന്ന ഹിമ എന്നെപ്പിടിച്ച് പുറത്തേയ്ക്ക് ആഞ്ഞു

തള്ളിയ ശേഷം കതക് ശക്തമായി വലിച്ചടച്ചു. ആകെ വിവശയായ ഞാൻ പരിഭ്രാന്തിയോടെ ഒരു വിധം പടികളിറങ്ങി താഴെയെത്തി.

"വൈദേഹി മോളേ,"

ഗംഗേച്ചി വിളിക്കുന്നത് കേട്ടപ്പോൾ ആണ് സമനില വീണ്ടെടുത്ത് അവിടേയ്ക്ക് ചെന്നത്. അപ്പോഴാണ് ഗംഗേച്ചിയുടെ ചോദ്യം, "നീയെല്ലാം കണ്ടു അല്ലേ?"

വീണ്ടും ഞെട്ടിത്തരിച്ചു ഞാൻ.

"അപ്പോൾ... അപ്പോൾ... ഗംഗേച്ചിക്ക് എല്ലാം അറിയാമായിരുന്നോ?"

"എനിയ്ക്ക് മാത്രമല്ല ഹിമയും പാർവ്വതിയും ലെസ്ബിയൻസ് ആണെന്ന കാര്യം രവിയേട്ടനും അറിയാം."

"ഈശ്വരാ! എല്ലാമറിഞ്ഞിരുന്നിട്ടാണോ ഒരു പാവം പയ്യന്റെ ജീവിതം നശിപ്പിച്ചത്?"

"വിവാഹം കഴിഞ്ഞാലെങ്കിലും അതിൽ നിന്നും ഒരു മോചനം ഉണ്ടാവും എന്ന വിശ്വാസത്തിൽ ആണ് വിവാഹം ചെയ്തയച്ചത്. അവൾ ആര് പറഞ്ഞാലും അനുസരിക്കില്ല. ലോകത്തിലെ ഏറ്റവും ബുദ്ധിമുട്ടുള്ള കാര്യം സ്വന്തം തെറ്റ് മനസ്സിലാക്കുക എന്നതും അത് സമ്മതിക്കുക എന്നതും ആണ്. വളരെ എളുപ്പമുള്ള കാര്യം മറ്റുള്ളവരുടെ തെറ്റുകൾ കണ്ടെത്തി അത് പറഞ്ഞു നടക്കുക എന്നതും ആണ്. അങ്ങനെയുള്ളവരോട് വാദിച്ച് നമ്മുടെ സമയം പാഴാക്കാമെന്ന് മാത്രം. പ്രത്യേകിച്ച് അഹങ്കാരം ഉള്ളവരോട്. അവർക്ക് നമ്മൾ എന്ത് പറഞ്ഞാലും ചെയ്താലും സത്യത്തെയും ന്യായത്തേയും അംഗീകരിക്കാനാവില്ല എന്ന് മാത്രമല്ല ഇനി എന്തൊക്കെ ഇവിടെ നടക്കും എന്നറിയില്ല വൈദേഹി."

പാർവ്വതി പോയി കഴിഞ്ഞപ്പോൾ ഹിമ ഭദ്രകാളിയെ പോലെ ഉറഞ്ഞുതുള്ളുകയായിരുന്നു. ഗംഗേച്ചിയെ മുറിയിലിട്ട് പൂട്ടിയ ശേഷം. "ഞാനും അച്ഛനും വേലയെടുത്തുണ്ടാക്കുന്ന പണം ഞങ്ങൾക്കുള്ളതാണ്, അല്ലാതെ നിങ്ങൾക്കും കുടുംബത്തിനും തിന്നു മുടിക്കാനുള്ളതല്ല." എന്ന് പറഞ്ഞ് എന്നെ മുടിക്ക് കുത്തിപ്പിടിച്ച് അസഭ്യവർഷത്തോടെ വീടിന് പുറത്തിറക്കി.

സീതക്കുട്ടിയേയും അടിച്ചുപുറത്താക്കിയ ശേഷം ഞങ്ങളുടെ സാധനങ്ങൾ ഒക്കെ വലിച്ചെറിഞ്ഞു. എല്ലാം കണ്ടു കൊണ്ടുവന്ന രവിയേട്ടൻ പറഞ്ഞു, "അവളുടെ ഈ സ്വഭാവം ഒരു ദിവസം കൊണ്ടുണ്ടായതല്ല. ഒരു ദിവസം കൊണ്ട് മാറ്റാനും സാധ്യമല്ല. സ്വയം സുരക്ഷിതരാവുക

എന്നത് കഴിവാണെങ്കിൽ കളങ്കമില്ലാതെ സ്നേഹിച്ചവരെ സുരക്ഷിത രാക്കിയില്ലെങ്കിലും മറക്കാതിരിക്കുക എന്നത് കനിവാണ്. അല്ലെങ്കിൽ സ്നേഹത്തിന്റെ പേരിൽ വിശ്വസിച്ച് എല്ലാം സമർപ്പിച്ചവർ തകർന്നു പോകും. മറ്റുള്ളവരെ വേദനിപ്പിക്കുമ്പോൾ സ്വന്തം വിലാസമെഴുതി കത്തയയ്ക്കുന്നതു പോലെയാണ്. അതു പോലൊരു വേദന കൃത്യമായും നിന്നെയും തേടിയെത്തും ഹിമേ."

രവിയേട്ടൻ അകത്തേയ്ക്ക് കയറി തടസ്സം പിടിക്കാൻ ചെന്നപ്പോൾ ഇനി എന്നെയും കുടുംബത്തേയും അവിടെ നിർത്തിയാലോ സഹായി ച്ചാലോ അവളുടെ മരണത്തിനുത്തരവാദി ഞാനാണെന്ന് എഴുതി വച്ച് ആത്മഹത്യ ചെയ്യും എന്ന് പറഞ്ഞവൾ ഉമ്മറവാതിൽ കൊട്ടിയടച്ചു.

എന്ത് ചെയ്യണം എന്നറിയാതെ വിഷമിച്ച ഞങ്ങൾ ഉടുതുണികൾ അടങ്ങിയ പെട്ടി അവൾ വലിച്ചെറിഞ്ഞതെടുത്ത് റോഡിലേയ്ക്ക് നടന്നു. ഒരു ടാക്സി പിടിച്ച് നാട്ടിലേയ്ക്ക് പോന്നു. എവിടെച്ചെന്ന് കയറും എന്നൊരു നിശ്ചയവും ഇല്ലായിരുന്നു. ശങ്കരേട്ടന്റെ ഫോണെടുത്ത് ഞാൻ എന്റെ കൂട്ടുകാരി സക്കീനയെ വിളിച്ചു. അവളോട് കാര്യം പറഞ്ഞു. അവളുടെ വീട്ടിലേയ്ക്ക് ചെല്ലാൻ പറഞ്ഞു. അവള് തന്നെ ടാക്സിക്കൂലി കൊടുത്തു. അന്നവിടെ കഴിഞ്ഞു. പിറ്റേ ദിവസം ആകെയുണ്ടായിരുന്ന മാലയും രണ്ട് വളകളും കൊടുത്ത് പണം വാങ്ങി അതിൽ നിന്നും അവളുടെ പൈസ കൊടുത്തു. അവൾ വാങ്ങിയില്ല എന്ന് മാത്രമല്ല അവളുടെ ഭർത്താവ് അൾത്താഫിക്ക തന്നെ ഏർപ്പാടാക്കി തന്ന ഒറ്റമുറിയും ഒരു ബാത്റൂമും ഉള്ള വാടക വീട്ടിൽ കൊണ്ടാക്കി അത്യാവശ്യ സാധനങ്ങളും വാങ്ങിത്തന്ന ശേഷം ആണ് സക്കീന മടങ്ങിയത്. അപ്പോഴും ഞാൻ മനസ്സിൽ പറഞ്ഞു കൂടെപ്പിറപ്പാവാൻ കൂടെപ്പിറക്കണം എന്നില്ല. മനു ഷ്യത്വവും, പരിഗണനയും മനസ്സിലാക്കലും ആണ് ഏത് ബന്ധത്തേയും തീവ്രമാക്കുന്നത്. അതില്ലാത്തിടത്ത് രക്തബന്ധം, സ്നേഹം എല്ലാം വെറും വാക്കു മാത്രം... ജീവനില്ലാത്ത... ആത്മാവില്ലാത്ത... വെറും പാഴ്വാക്ക്. ഒറ്റപ്പെടുത്താനും, കുറ്റപ്പെടുത്താനും ആർക്കും കഴിയും. കുറച്ചുനാൾ മാറി നിന്നാൽ അല്ലെങ്കിൽ കാണാതിരുന്നാൽ മറന്നു പോകുന്നവർക്കിടയിൽ നമ്മുടെ നിശ്ശബ്ദത പോലും മനസ്സിലാക്കി ചേർത്ത് നിർത്തി മനസ്സിന്റെ നൊമ്പരം അകറ്റാനായി ചിറക് വീശി ചാരത്തണയുന്ന ചില സ്നേഹപ്പക്ഷികൾ ഉണ്ട്. അവരുടെ സ്നേഹവും, സാന്നിധ്യവും ആണ് വീണ്ടും ജീവിതത്തെ മനോഹരമായി കാണാൻ ഉള്ള തോന്നൽ ഉളവാക്കുന്നത്. ആ സ്നേഹപ്പക്ഷിയാണ് എനിയ്ക്ക് സക്കീന... ദൈവം എനിക്കായ് വച്ചുനീട്ടിയ ഞാനെന്നും നന്ദിയോടെ

സ്മരിക്കുന്ന സക്കീനയും, അൽത്താഫിക്കയും എന്ന എന്റെ ജീവിത പുണ്യങ്ങൾ...

ശങ്കരേട്ടന് കിട്ടിയ ചെറിയ ജോലിയോടൊപ്പം ഞാൻ ട്യൂഷൻ എടുത്തും, അച്ചാറിന്റെയും, സാമ്പാറ് പൊടിയുടേയും ഒക്കെ വിൽപ്പന നടത്തിയും ഒരു വിധം കഴിഞ്ഞുകൂടുന്നതിനൊപ്പം രണ്ട് ലക്ഷം രൂപയോളം സമ്പാദ്യവുമായി. ഇനിയും മൂന്ന് ലക്ഷം രൂപ കൂടി ഒപ്പിച്ച് പണയം ഒഴിപ്പിച്ച് എന്നാണാവോ സ്വന്തം വീട്ടിലേയ്ക്ക് തിരികെ പോകാനാവുക. അറിയില്ലെനിയ്ക്ക്. എന്നാൽ ഒന്നു മാത്രം അറിയാം. ആരുടേയും വാക്കുകൾ കേട്ടും, സ്നേഹപ്രകടനം കണ്ടും അത് സത്യമാണെന്ന് വിശ്വസിച്ച് സ്വന്തം അസ്തിത്വം നഷ്ടമാക്കരുത് നാം. ഉണ്ണുന്ന ഭക്ഷണമഹിമയോ, ഉടുക്കുന്ന വസ്ത്ര വിലയോ, ഉറങ്ങുന്ന വീടിന്റെ വലിപ്പമോ അല്ല സമാധാന പരമായി ജീവിക്കാൻ കഴിയലാണ് ജീവിതത്തിന്റെ വിജയം.

ഇന്നിപ്പോൾ ഗംഗേച്ചി വിളിച്ചിരുന്നു. പാർവ്വതിയുടെ വിവാഹം നിശ്ചയിച്ചതോടു കൂടി പാർവ്വതിയും ഹിമയും ആത്മഹത്യയ്ക്ക് ശ്രമിച്ചു. പാർവ്വതി മരണമടഞ്ഞു. ഹിമയിപ്പോൾ മെന്റൽ സാനിട്ടോറിയത്തിൽ ആണത്രേ. എനിക്കാരുമില്ല വൈദേഹി എല്ലാം മറന്ന് നീ വരണം എന്നു പറഞ്ഞ് പൊട്ടിക്കരഞ്ഞു.

വിവരങ്ങൾ ഒക്കെ ഞാനും അറിയുന്നുണ്ടായിരുന്നു. ഒക്കെ അറിഞ്ഞപ്പോഴും നിസംഗതയായിരുന്നു. എപ്പോഴും കണ്ണുകളെ ഈറനണിയിച്ചു കൊണ്ട് ഹൃദയത്തിന്റെ അറകളിലും ചില ഓർമ്മകൾ കാണും മറവിയ്ക്ക് പിടികൊടുക്കാതെ... അതാവാം ഒരു പാട് കാലങ്ങൾക്ക് ശേഷം ഗംഗേച്ചി വിളിച്ചപ്പോഴും അവരുടെ വിശേഷങ്ങളുടെ ജിജ്ഞാസയേക്കാൾ മനസ്സിന് നിർവികാരതയുടെ മരവിപ്പായിരുന്നു.

ഒരു മൈനയെ കണ്ടിട്ട് സ്കൂളിൽ ചെന്നാൽ അടി കിട്ടുമെന്ന് ആരോ പറഞ്ഞപ്പോൾ രണ്ടാമത്തെ മൈനയെ കാണാൻ കാത്തു നിന്നു സമയം വൈകി ചെന്നതിന് മാഷ് എടുത്തിട്ടടിച്ചതാണ് എന്റെ വിശ്വാസത്തിനേറ്റ ആദ്യത്തെ തിരിച്ചടി. ഇതുവരെയുള്ള ജീവിതത്തിൽ വിശ്വസിച്ചവരിൽ ഭൂരിഭാഗം പേരിൽ നിന്നും തിരിച്ചടിയോടു തിരിച്ചടി. വിഷമിച്ച് വിഷമിച്ച് വിഷമത്തിനു പോലും വിഷമം തോന്നുന്ന വിധത്തിൽ വിഷമിക്കുകയാണ് ഞാനിപ്പോൾ. എന്താ ചെയ്ക? ഒന്നേ ചെയ്യാനുള്ളൂ കൂടെ നിന്നിട്ടും എട്ടിന്റെ പണി തന്നവരെ ഞാൻ വെറുക്കില്ല. അതെന്റെ നല്ല മനസ്സാണെന്നൊന്നും ഞാൻ പറയുന്നില്ല. അതാ എന്റെ സ്വഭാവം... പക്ഷേ ഒന്നുണ്ട്, പിന്നീട് ഒരിക്കലും ഞാനവരെ വിശ്വസിക്കില്ല, അതെന്റെ

അനുഭവ പാഠങ്ങൾ ആയിരിക്കാം.

"രാവിലെ വന്നിട്ട് പോയില്ലേ?എന്താ ഉച്ചപ്പൂജയ്ക്ക് എന്തെങ്കിലും വഴിപാടുണ്ടോ?"

കഴകക്കാരന്റെ ചോദ്യമാണ് ചിന്തകളിൽ നിന്നും ഉണർത്തിയത്. മറുപടി ഒരു ചിരിയിൽ ഒതുക്കി എഴുന്നേറ്റ ഞാൻ തേവരെ ഒന്നുകൂടി തൊഴുത ശേഷം വീടു ലക്ഷ്യമാക്കി നടന്നു.

കപ്പയും കോഴിയും

ഖത്തറിൽ നിന്നും നാട്ടിൽ വന്ന ശേഷം ചങ്ങനാശ്ശേരിക്ക് പോകണമായിരുന്നു. ഹസീനയുടെ ഇത്താത്തയുടെ അടുത്ത്. പണ്ട് S.D കോളേജിൽ പഠിച്ചിരുന്ന സമയത്ത് ബൈക്കിൽ കൂട്ടുകാരുമൊത്ത് കുട്ടനാട്ടിലേയ്ക്ക് സ്ഥിരം യാത്ര ചെയ്യാറുണ്ടായിരുന്നു. റോഡിന് ഇരുവശവുമുള്ള വയലേലകളിലെ സുഖശീതളമന്ദമാരുതനേറ്റുള്ള യാത്ര എത്ര രസകരമായിരുന്നു. അതോർമ്മ വന്നപ്പോൾ കാറെടുക്കാതെ ഹസീനയുമൊത്ത് ബൈക്കിൽ തന്നെ പോകാൻ തീരുമാനിച്ചു. A.C റോഡിലൂടെയുള്ള യാത്രക്കിടയിൽ നോക്കെത്താ ദൂരത്തോളം പരന്നു കിടക്കുന്ന പാടശേഖരങ്ങളെയും ചിലയിടത്ത് കാറ്റിലാടുന്ന മൂപ്പെത്തിയ സ്വർണ്ണനെൽക്കതിർ കുലകളെയും കൺകുളിർക്കെ കണ്ടു കൊണ്ടുള്ള യാത്ര ആസ്വാദ്യകരമായിരുന്നു.

ഇടയ്ക്ക് ചില സ്ഥലത്ത് ഞാൻ വണ്ടി നിർത്തിയപ്പോൾ ഹസീന പരിഭവിച്ചു. "ലബീബിക്കാ, അവിടത്തുമ്പോൾ നേരം വൈകും. റസിയാത്താത്തയുടെ കൂട്ടുകാരി അന്ന ചേച്ചിയും അവിടെയുണ്ട്. എല്ലാവരും കൂടി നല്ല രസമായിരിക്കും. വേഗം പോകാമിക്കാ."

എനിക്കാണെങ്കിൽ മണലാരണ്യത്തിലെ മടുപ്പിക്കുന്ന മൊണോട്ടോണസ് ആയ ജീവിതത്തിൽ നിന്നും നമ്മുടെ കൊച്ചു കേരളത്തിലെ കായലുകളുടെ നാട്ടിൽ എത്തിയപ്പോൾ പുതുജീവൻ കിട്ടിയതുപോലായിരുന്നു. ആധുനികതയും, നാഗരികതയും കുടിയേറിയിട്ടും മലയാളത്തനിമ നഷ്ടപ്പെടാത്ത ആലപ്പുഴ. ഹരിതാഭമാർന്ന പുഞ്ചപ്പാടങ്ങൾക്കിടയിലൂടെയുള്ള യാത്ര. ഇടയ്ക്ക് കായലിലൂടെ കൂട്ടമായി നീന്തി വരുന്ന

താറാവിൻ കൂട്ടങ്ങൾ. കരയ്ക്ക് കയറിയവയുടെ കുണുങ്ങി നടത്തം. കായ ലിറമ്പിൽ തുണി കഴുകുകയും, പാത്രം കഴുകുകയും ചെയ്യുന്ന സ്ത്രീകൾ, കക്കവാരുന്ന പുരുഷൻമാർ, വള്ളത്തിൽ മീൻ വിൽക്കുന്നവരുടെ കൂക്കിവിളികൾ എത്ര കണ്ടാലും, കേട്ടാലും മടുപ്പില്ലാത്ത ആ കാഴ്ചകൾ ഒക്കെ കാണാൻ ആണ് ഇടയ്ക്കിടെ വണ്ടി നിർത്തിയത്.

ഹസീനയ്ക്ക് എന്താണെന്നോ ഞാൻ ഗൾഫീന്ന് കൊണ്ടുവന്ന തുണി ത്തരങ്ങളും, വാസന ദ്രവ്യങ്ങളും, ഈന്തപ്പഴത്തിന്റെ കുരു കളഞ്ഞിട്ട് അതിന് പകരം അതിനുള്ളിൽ നിറച്ച അണ്ടിപ്പരിപ്പും, സ്നിക്കേഴ്സിന്റെ മിഠായികളും ഒക്കെ ഇത്തത്തായ്ക്കും മക്കൾക്കും ഒക്കെ കൊടുത്തു കഴി യുമ്പോൾ ഉള്ള അവരുടെ അതിശയം കലർന്ന സന്തോഷം കാണാ നും,ഇത്തത്താ അടുത്ത വീട്ടിലെ ബന്ധുക്കളെയും, സുഹൃത്തുക്കളെയും ഒക്കെ അപ്പോൾ തന്നെ വിളിച്ച് അനുജത്തിയും പുയ്യാപ്ലയും കൊണ്ടു വന്ന സാധനങ്ങൾ കാണിക്കുമ്പോഴും, ഞാൻ കൊണ്ടുവന്ന പുതിയ അലുക്കുകളുള്ള കമ്മലും, മാലയും അണിഞ്ഞത് എല്ലാവരും പിടിച്ചു നോക്കുന്നതിനും ഒക്കെയുള്ള വെമ്പലാണ് അവൾക്ക്. സ്ത്രീ സഹജമായ ഒരു ദൗർബല്യം.

തിരുവല്ലയിൽ എത്തിയപ്പോൾ ആണ് ഒരു ബോർഡ് കണ്ടത് കപ്പയും കോഴിയും. അറിയാതെ വണ്ടി നിർത്തിപ്പോയി.

“ങ്ങളെന്തേ ഇക്കാക്കാ വണ്ടി നിർത്തീത്. വേഗം പൂവ്വാം നമുക്ക്. ഇത്താത്താ ഉണ്ടാക്കിയ അരിപ്പത്തിരീം കോഴിക്കറീം കഴിക്കാൻ കൊതിയാവണ്ൂ. വണ്ടി വിട്ടോളിം ഇക്കാ,” എന്ന് പറഞ്ഞപ്പോൾ ആ ബോർഡിലേയ്ക്ക് ഒന്നുകൂടി ആശയോടെ നോക്കിയിട്ട് ഉള്ളിലൂറിയ ചിരിയെ പൊട്ടിച്ചിരിയാക്കി വേഗം ബൈക്ക് സ്റ്റാർട്ട് ചെയ്തു.

“എന്തേ ഇക്കാ ഇങ്ങള് തനിയേ ചിരിക്കണത്?” എന്ന് ചോദിച്ച പ്പോൾ ആണ് ചിരി നിർത്തി പറഞ്ഞത്.

പണ്ട് ഉമ്മാന്റെ വീടിന്റെ അവിടെ ഒരു അന്തോണിച്ചായൻ ഉണ്ടാ യിരുന്നു. പുള്ളിക്കാരൻ എവിടെ നിന്നോ കൊണ്ടുവന്ന ഏത്തമുട്ടൻ കപ്പക്കമ്പ് പറമ്പ് നിറയെ കുത്തി. നമ്മുടെ വീടിന്റെ തൊട്ടടുത്തുള്ള ബീരാനിക്കായ്ക്ക് കുറേ കോഴികൾ ഉണ്ടായിരുന്നു. രാവിലെ മുട്ടയിട്ടു കഴി യുമ്പോൾ കോഴികളെ കൂട്ടു തുറന്ന് വിടും. കോഴികൾ പറമ്പായ പറമ്പൊ ക്കെ ചിക്കിപ്പെറുക്കി തിന്നു നടന്ന് അന്തിയാവുമ്പോൾ കൂടണയും.

അന്തോണിച്ചായന്റെ കപ്പക്കമ്പിന്റെ ചുവടെല്ലാം കോഴികൾ ഇളക്കി മറിച്ചു. അന്തോണിച്ചായൻ പറമ്പിൽ വിഷംവച്ചു. എന്നിട്ട് ഒരു

ബോർഡും തൂക്കി, വിഷം വച്ചിട്ടുണ്ട്, കോഴികൾക്ക് പ്രവേശനം ഇല്ല എന്ന്.

അന്തിയായിട്ടും കൂടണയാതെയിരുന്ന കോഴികളെ തിരക്കിയിറങ്ങിയ ബീരാനിക്ക കണ്ടു, അന്തോണിച്ചേട്ടന്റെ കപ്പക്കമ്പുകൾക്കിടയിൽ ചത്തു കിടക്കുന്ന തന്റെ കോഴികളെ.

അന്തോണിച്ചേട്ടനെ അസഭ്യം വിളിച്ച് അലറുകയായിരുന്നു ബീരാനിക്ക. അലർച്ചകേട്ട് ഞങ്ങൾ കുട്ടികളടക്കം അയൽക്കാരെല്ലാം അവിടെ സന്നിഹിതരായി. അപ്പോഴാണ് അന്തോണിച്ചേട്ടൻ പറഞ്ഞത്

"ബീരാനേ താനെന്തിനാ ഇങ്ങനെ ചീത്ത വിളിച്ച് അലറുന്നത്? എന്റെ കപ്പത്തടം ഇളക്കിമറിച്ച കോഴികൾ ഇവിടെ വരാതിരിക്കാൻ ഞാൻ ബോർഡ് എഴുതി വച്ചിട്ടുണ്ടായിരുന്നു. പറമ്പിൽ വിഷം വച്ചിട്ടുണ്ട് എന്ന്."

അപ്പോൾ ബീരാനിക്ക,

"എടോ അന്തോണിച്ചാ, വിവരമില്ലാത്തവനേ കോഴിക്കെങ്ങനെയാടോ ബോർഡ് വായിക്കാൻ അറിയുക?" എന്ന് ചോദിച്ചപ്പോൾ ആ സംഘർഷാവസ്ഥയിലും കൂടി നിന്നവരെല്ലാം ചിരിച്ചു പോയി.

ചിരിച്ചു കൊണ്ട് ഹസീന പറഞ്ഞു എന്റെ റബ്ബേ കഥ പറഞ്ഞിരുന്ന് വീടെത്തിയതറിഞ്ഞില്ല. ഇത്താത്തയും, അന്ന ചേച്ചിയും ദേ നിക്കണ്.

വണ്ടി അകത്തേയ്ക്ക് കയറ്റിയപ്പോൾ തന്നെ ഘുമുഘുമാന്ന് മൂക്കിന്റെ ഉള്ളിലേയ്ക്ക് ഇരച്ചു കയറിയ കോഴിക്കറിയുടെ മണം ആസ്വദിച്ചു കൊണ്ട് ഞാൻ ഇത്താത്തയോട് ചോദിച്ചു, ഇത്താ ഇന്നും പതിവ് അരിപത്തിരീം കോഴിക്കറീം തന്നെ ആണോ?"

"അല്ല ലബീബേ ഇന്ന് അന്നേടെ വക കപ്പയും കോഴിയും ആണ്."

അത് കേട്ടതും ഞാനും ഹസീനയും പരസ്പരം നോക്കി ചിരിച്ചു കൊണ്ട് അകത്തുകയറിയപ്പോൾ "കൈ കഴുകിക്കോളിം" എന്ന് പറഞ്ഞ് റസിയാത്താത്തയും, അന്നച്ചേച്ചിയും അടുക്കളയിലേയ്ക്ക് കയറിപ്പോയി. കപ്പയും കോഴിയും തന്ന് ഞങ്ങളെ സത്കരിക്കാൻ.

അടികൊള്ളിച്ചോറ്

എല്ലാവരേയും പോലെ പറന്നു നടക്കാൻ കൊതിച്ചവളാണ് ഞാനും. ഉത്തരവാദിത്തങ്ങൾ വരിഞ്ഞുമുറുക്കിയപ്പോൾ....... തിരിച്ചു കയറാൻ കഴിയാത്ത വിധം ആഴമുള്ള ഗർത്തത്തിലേയ്ക്ക് തള്ളിയിട്ടിട്ട് ആരോ ശ്രുതിയിട്ട പോയ ജീവിതത്തിലൂടെ ഞാനിപ്പോഴും സഞ്ചരിക്കുന്നു...... ദിശയറിയാതെ ഒഴുകുന്ന പുഴപോലെ ലക്ഷ്യസ്ഥാന നിർണയം ഇല്ലാതെ തിരക്കിട്ട് തുടരുന്ന യാത്രയാണെന്റെ ജീവിതം. ഓർത്തിരുന്ന് ചിരിക്കാൻ ജീവിതത്തിൽ വലിയ സന്തോഷമൊന്നും ഇല്ലെങ്കിലും ഒറ്റയ്ക്കിരുന്ന് കരയാൻ ഒരുപാട് സങ്കടങ്ങളുണ്ടെന്റെ ജീവി തത്തിൽ.

അമ്മയുടെ നാൽപ്പത്തിയാറാം വയസ്സിലെ മകൾ. ഞാനെന്ന മകം പിറന്ന മങ്ക. നാല് ചേട്ടൻമാരുടെ വാത്സല്യഭാജനമായ അനിയത്തിക്കു ട്ടി. എല്ലാവരും ഭാഗ്യവതി എന്ന് വാഴ്ത്തിപ്പാടിയ അവളുടെ പേര് മകരന്ദ.

മകരന്ദയ്ക്ക് അഞ്ച് വയസ്സ് തികഞ്ഞപ്പോൾ വില്ലേജ് ഓഫീസർ ആയിരുന്ന അവളുടെ മൂത്ത ജ്യേഷ്ഠൻ നടരാജൻ വിവാഹിതനായി. ഭാര്യയുടെ പേര് കാമാക്ഷി. അവർക്ക് രണ്ട് കുട്ടികൾ ആയ സമയത്ത് രണ്ടാമത്തെ ജ്യേഷ്ഠൻ മെഡിക്കൽ കോളേജിൽ ഫിനാൻഷ്യൽ ഓഫീസർ ആയിരുന്ന ഗിരിരാജനും വിവാഹിതനായി. കോടതിയിൽ ക്ലർക്കായിരുന്ന സുഭദ്ര ആയിരുന്നു വധു.

മൂന്നാമത്തെ ജ്യേഷ്ഠൻ വരദരാജൻ കോഴിക്കോട് സ്റ്റേറ്റ് ബാങ്കിൽ അസിസ്റ്റന്റ് മാനേജർ. നാലാമൻ പ്രേമരാജൻ പ്രീഡിഗ്രി വിദ്യാർത്ഥി യും.

മകരന്ദയുടെ അച്ഛൻ കന്തസ്വാമിയും പേച്ചിയമ്മാളും തമിഴ് വംശജരായ പൂപ്പണ്ടാരികൾ ആയിരുന്നു. കന്തസ്വാമി മുൻസിപ്പാലിറ്റിയിലെ ഗുമസ്തൻ ആയി വിരമിച്ച ശേഷം നഗരത്തിലെ ഒരു തുണിക്കടയിൽ കണക്കെഴുതുന്നു. വൈകി വന്ന വസന്തമായിരുന്നു അവർക്ക് മകരന്ദ.

വിവാഹം കഴിഞ്ഞ് ആറു മാസമായപ്പോൾ ഗിരിരാജനും സുഭദ്രയും ടൗണിൽ തന്നെ ഒരു വാടകവീടെടുത്ത് താമസം തുടങ്ങി.

വരദരാജൻ വീടിന്റെ അടുത്തു തന്നെയുള്ള സുന്ദരിയായ മുസ്ലീം പെൺകുട്ടിയുമായി പ്രണയത്തിൽ ആണെന്നറിഞ്ഞ് അസ്വസ്ഥരായ പേച്ചിയമ്മാളും, കന്തസ്വാമിയും വരദരാജന്റെ വിവാഹം ധൃതഗതിയിൽ നടത്താനുള്ള ശ്രമങ്ങൾ തുടങ്ങിയ സമയത്താണ് വരദരാജനെ ബാങ്കിൽ വച്ച് കണ്ടിഷ്ടമായ മുത്തുസ്വാമി തന്റെ മകൾ പഞ്ചമിക്ക് വിവാഹാലോചനയുമായി വന്നത്. ധനസ്ഥിതിയിൽ തങ്ങളേക്കാൾ വളരെയധികം ഉയർന്നവരായിട്ടും കന്തസ്വാമിയും പേച്ചിയമ്മാളും സമ്മതം മൂളി. വിവാഹശേഷം വരദരാജന് പഞ്ചമിയുടെ വീട്ടിൽ ദത്ത് നിൽക്കേണ്ട അവസ്ഥയായി.

മകരന്ദ പ്രീഡിഗ്രിയ്ക്ക് ആയപ്പോഴേയ്ക്കും അപ്പാ വാർദ്ധക്യസഹജമായ അസുഖം നിമിത്തം കണക്കെഴുത്ത് നിർത്തി വീട്ടിൽ ഇരിപ്പായി. അതോടെ നടരാരാജന്റെ പത്നി കാമാക്ഷി തന്റെ തനതായ സ്വഭാവം പുറത്തെടുത്തു. ഇളയ മകൻ പ്രേമരാജൻ പല പ്രാവശ്യം എഴുതിയിട്ടും ലഭിക്കാത്ത പ്രീഡിഗ്രി ബാലികേറാമലയായി കരുതി ഊരുചുറ്റാനിറങ്ങി.

അമ്മാ തന്നെ വീട്ടിലെ മുഴുവൻ പണികളും ചെയ്യണമായിരുന്നു. ഉച്ചകഴിഞ്ഞ് ഗിരിരാജണ്ണന്റെ വീട്ടിൽ പോയി അവർക്ക് വേണ്ടതും ചെയ്തു കൊടുത്തിരുന്നു.

അവർ രണ്ടു പേരും ഓഫീസിൽ നിന്നും വരുന്നതുവരെ സ്കൂളിൽ നിന്നും വരുന്ന അവരുടെ മക്കളേയും നോക്കണം. സന്ധ്യയോടെ തിരിച്ച് വീട്ടിലേയ്ക്ക് വരും. അമ്മാ ഒരു പരാതിയും പറയാതെ മക്കൾക്ക് വേണ്ടതെല്ലാം സന്തോഷത്തോടെ തന്നെ ചെയ്തു കൊടുത്തു. ബന്ധങ്ങൾ അറ്റുപോവരുതെന്ന് കരുതി മാത്രം ഞെരിഞ്ഞമർന്ന് ജീവിക്കുന്ന വ്യക്തിത്വം പോലും നഷ്ടപ്പെട്ട് മറ്റാർക്കൊക്കെയോ വേണ്ടി ജീവിക്കുന്ന ചില വീടുകളിലെ ചിലർ. അവരിൽ ഒരാളായിരുന്നു എന്റെ അമ്മായും.

മകരന്ദയോട് ഏറ്റവും അധികം സ്നേഹം ഗിരിരാജണ്ണനായിരുന്നു.

നാലാങ്ങളമാരുടെ ഒരേ ഒരു പെങ്ങളുടെ ഭാഗ്യത്തെ കുറിച്ച് ബന്ധുക്കളും നാട്ടുകാരും വാഴ്ത്തിപ്പാടി. പ്രേമൻ ജോലി ഒന്നും ചെയ്യാതെ തെക്കുവടക്ക് നടക്കുന്നതിനെ ചൊല്ലി നടരാജനും കാമാക്ഷിയും കുത്തുവാക്കുകൾ പറയാൻ തുടങ്ങി. അമ്മയുടെ കൈയ്യിൽ ചിലവിന് കൊടുത്തിരുന്ന തുക കുറച്ചു കൊടുത്തപ്പോഴും അപ്പാ ഒന്നും അറിയാതെയിരിക്കാൻ അമ്മാ ശ്രദ്ധിച്ചു.

മകരന്ദയുടെ വിവാഹത്തെ കുറിച്ചായി അമ്മായുടേയും അപ്പായുടേയും വേവലാതി.

കുടുംബവീട് നടരാജന് എഴുതി കൊടുക്കാൻ നിർബന്ധിച്ചു കൊണ്ടിരുന്നു. അത് ചെയ്യാതിരുന്നപ്പോൾ നടരാജനും, കാമാക്ഷിയും വീട്ടിൽ ചിലവിന് കൊടുത്തിരുന്ന തുകയും നൽകാതായി. അതേ കുറിച്ച് അപ്പാ നടരാജനോട് ചോദിച്ചപ്പോൾ അയാൾ അപ്പായുടെ നേരേ തട്ടിക്കയറി. അന്ന് അപ്പാ പറഞ്ഞു:

"എന്റെ നേരേ ശബ്ദമുയർത്തി സംസാരിക്കാൻ നീയല്ല എന്റെ അപ്പാ, ഞാനാണ് നിന്റെ അപ്പാ. അങ്ങനെയല്ലാന്ന് നടരാജാ നിനക്ക് തോന്നുന്നുണ്ടെങ്കിൽ ഇറങ്ങിക്കോളൂ ഇവിടെ നിന്ന്."

അതോടെ നടരാജനും കുടുംബവും അവിടെ നിന്നും പടിയിറങ്ങി. കുറച്ച് ദിവസങ്ങൾക്ക് ശേഷം പ്രേമരാജൻ ഒരു ക്രിസ്ത്യൻ പെൺകുട്ടിയെ രജിസ്റ്റർ വിവാഹം ചെയ്തു. പിന്നീടവനും ഇവിടേയ്ക്ക് വന്നില്ല.

ആകെത്തകർന്ന അമ്മായും, അപ്പായും വീട് വിൽക്കുന്നതിനെ കുറിച്ച് ചിന്തിച്ചു. വീട് വിറ്റുകിട്ടിയ പണത്തിന് അൻപതു പവന്റെ സ്വർണാഭരണങ്ങൾ വാങ്ങി, പ്രേമന് കഷ്ടപ്പാടാണ് എന്നറിഞ്ഞ് അൻപതിനായിരം രൂപ അവനും നൽകി. ബാക്കി പണം ബാങ്കിൽ നിക്ഷേപിച്ച ശേഷം മൂന്നാളും കൂടി ഒരു വാടകവീടെടുത്തു.

ഗിരിരാജൻ മകരന്ദയ്ക്ക് മെഡിക്കൽ കോളേജിൽ അക്കൗണ്ടിങ്ങ് സെക്ഷനിൽ കോൺട്രാക്റ്റ് ബെയ്സിസിൽ ജോലി തരപ്പെടുത്തി കൊടുത്തു. വീട്ടു ചിലവുകളും വാടകപ്പണംകെട്ടലും അതുകൊണ്ട് നടന്നു.

മകരന്ദയ്ക്ക് കോട്ടയത്തുനിന്നും ഒരു ആലോചന വന്നു.ചെറുക്കന് ബി.എസ്.എന്നിൽ ജോലിയാണ്. യോഗ്യതയിൽ മകരന്ദയും പളനി സ്വാമിയും തമ്മിൽ അജഗജാന്തരം ആണെങ്കിലും അന്വേഷിച്ചപ്പോൾ കമിഴ്ന്നു വീണാൽ കാൽപ്പണവുമായി പൊങ്ങുമെന്ന ചൊല്ലിനെ അന്വർത്ഥമാക്കുന്ന വ്യക്തിത്വമാണ് പളനി സ്വാമിക്ക് എന്നറിഞ്ഞു. കുടുംബവും തരക്കേടില്ല. രണ്ട് ചേട്ടൻമാരും ഒരു പെങ്ങളും. മകരന്ദയുടെ അണ്ണൻമാർ വിവാഹം ഉറപ്പിച്ചു. പ്രേമരാജനെ ഒരു കാര്യത്തിനും

ഉൾപ്പെടുത്തിയില്ല. വിവാഹത്തിന് മുൻപ് മകരന്ദ പ്രേമരാജനേയും, ഭാര്യ മെറിനേയും പോയി കണ്ടു. വിവാഹം കഴിഞ്ഞ ഏഴാം ദിവസം അപ്പാ മരിച്ചു. പിന്നീട് അമ്മാ നടരാജന്റെ കൂടെ പോയി.

ഗിരിരാജൻ മകരന്ദയ്ക്ക് കോട്ടയം മെഡിക്കൽ കോളേജിലേയ്ക്ക് ട്രാൻസ്ഫർ വാങ്ങി കൊടുത്തു.

കൂട്ടുകുടുംബമായിരുന്ന പളനി സ്വാമിയുടെ വീട്ടിലെ അംഗങ്ങളുമായി നല്ല സൗഹാർദ്ദത്തിൽ തന്നെയായിരുന്നു മകരന്ദ. മകരന്ദയുടെ കുഞ്ഞ് ശിഖമോൾക്ക് ഒന്നര വയസ്സുള്ളപ്പോൾ ഒരു സന്ധ്യയ്ക്ക് ഫോൺ വന്നു. പളനി സ്വാമിക്ക് ആക്സിഡന്റായി എന്ന്.

ആശുപത്രിയിൽ എത്തിയപ്പോൾ വലിയ പ്രശ്നങ്ങൾ ഒന്നുമില്ല. ഒരു ലോറി വന്നപ്പോൾ എന്തോ ആലോചനയിൽ ആയിരുന്ന പളനി സ്വാമി ബൈക്ക് വെട്ടിച്ചപ്പോൾ റോഡിലെ ഗട്ടറിലേയ്ക്ക് മറിഞ്ഞു. പളനി സ്വാമിയെ തനിയെ കിട്ടിയപ്പോൾ മകരന്ദ ചോദിച്ചു,

“എന്താ ഇത്ര വലിയ ആലോചന? കുറച്ച് നാളായി ഞാൻ ശ്രദ്ധിക്കുന്നു. എന്ത് പറ്റി അത്താനേ? എന്നോടും പഴയ സ്നേഹമില്ല. എന്താണെങ്കിലും എന്നോട് പറയൂ.”

ഒരുപാട് നിർബന്ധിച്ചു കഴിഞ്ഞപ്പോൾ പളനി സ്വാമി പറഞ്ഞു:

“നീ കരുതുന്നത് പോലെയല്ല കാര്യങ്ങൾ ബി.എസ്.എന്നിലെ എന്റെ ജോലി താൽക്കാലികം ആയിരുന്നു. ജോലി കിട്ടുന്നതിനും മുൻപ് തന്നെ ഞാൻ പണം പലിശയ്ക്ക് കൊടുക്കുമായിരുന്നു. നമ്മുടെ വിവാഹം കഴിഞ്ഞ് ആറുമാസമായപ്പോൾ ജോലി തീർന്നു. പിന്നീട് നിന്നെ ബോധ്യപ്പെടുത്താൻ വേണ്ടീട്ടാണ് ദിവസവും പോയിരുന്നത്. അതിന് ശേഷം ഞാൻ പലരിൽ നിന്നും അവർക്ക് ഒരു നിശ്ചിത തുക പലിശയിനത്തിൽ നൽകാമെന്ന കരാറിൻമേൽ പണം വാങ്ങി വലിയ തുക ആവശ്യമുള്ളവർക്ക് ഉയർന്ന പലിശയ്ക്ക് പണം നൽകി. ആദ്യമൊന്നും കുഴപ്പമില്ലായിരുന്നു. പിന്നീട് ഞാൻ പണം നൽകിയ ഒരാൾ ബിസിനസ്സ് തകർന്ന് ആത്മഹത്യ ചെയ്തു.

മൂന്നു പേർ ചതിച്ചു, വീണ്ടും വീണ്ടും കടം വാങ്ങിയാണ് ഞാൻ പണം വാങ്ങിയവരുടെ പലിശ കൃത്യമായി കൊടുത്തു കൊണ്ടിരിക്കുന്നത്. അതൊക്കെ ചിന്തിച്ച് സ്ഥലകാലബോധമില്ലാതെ വണ്ടിയോടിച്ചപ്പോൾ ആണ് ലോറിക്ക് മുൻപിൽപ്പെട്ടത്.”

“പോയതെല്ലാം പോകട്ടെ. ഈശ്വരാനുഗ്രഹത്താൽ എനിയ്ക്ക് എന്റെ അത്താനെ തിരിച്ച് കിട്ടിയല്ലോ. അതുമതി. എന്റെ ആഭരണങ്ങൾ

മുഴുവൻ എടുത്ത് കടം വീട്ടിക്കോളൂ.”

താലിമാലയും,കമ്മലും ഒഴികെയുള്ള സ്വർണ്ണം മുഴുവൻ വിറ്റപ്പോൾ കടം വീടിയല്ലോ എന്ന ആശ്വാസത്തിൽ ആയിരുന്നു മകരന്ദ.

പരമാവധി എല്ലാവരേയും വെറുപ്പിച്ച് നിർത്തുക എന്ന രീതിയിൽ മദ്യപാന ശീലവും തുടങ്ങിയിരുന്നു പളനി സ്വാമി. അതിനെ കുറിച്ച് മകരന്ദ ചോദ്യം ചെയ്തപ്പോൾ,

“നിനക്ക് സന്തോഷിക്കാം. എന്നെപ്പോലെയുള്ളവൻ പെട്ടെന്ന് ഒരു ദിവസം പോകേണ്ടി വന്നാലും ആരും വേദനിക്കില്ലല്ലോ പോയത് നന്നായീന്നേ പറയൂ...”

മനസ്സിലുണ്ടായ ഒടുങ്ങാത്ത നീറ്റലോടെ മകരന്ദ തന്നോട് തന്നെ ചോദിച്ചു. എന്തൊരു വിധിയാ എന്റേത്? തനിച്ചാകുമോ ഞാൻ?

ഒരു മാസം കഴിഞ്ഞപ്പോൾ പളനി സ്വാമി അടുക്കളയുടെ വിട്ടത്തിൽ കെട്ടിത്തൂങ്ങി. വെള്ളം കുടിക്കാനായി വന്ന ചേട്ടത്തി ബഹളം വച്ചതു കൊണ്ട് രക്ഷപ്പെടുത്താൻ സാധിച്ചു. പിന്നീട് മെഡിക്കൽ കോളേജിൽ തന്നെ രണ്ടാഴ്ച കിടന്ന ശേഷം ഡോക്ടർമാരുടെ വിദഗ്ധാഭിപ്രായത്തെ തുടർന്ന് അവിടുത്തെ തന്നെ മാനസിക രോഗ വാർഡിൽ രണ്ടു മാസം കിടത്തി ചികിത്സിച്ചു. ആ രണ്ട് മാസവും മകരന്ദ പകൽ ജോലി ചെയ്ത ശേഷം ബാക്കി സമയം മുഴുവൻ പളനി സ്വാമിയുടെ കൂടെ ആശുപത്രിയിൽ തന്നെ താമസിച്ചു. ശിഖമോളെ ചേട്ടൻമാരും ചേട്ട ത്തിമാരും നോക്കി. ഇടയ്ക്ക് അവരാരെങ്കിലും കുഞ്ഞിനെ കൊണ്ടുവന്ന് കാണിക്കും. ഒരു ദിവസം മകരന്ദ മാറി നിന്നാൽ വീണ്ടും പളനിസ്വാമി വല്ല അബദ്ധവും കാണിക്കുമോ എന്ന ഭയമായിരുന്നു എല്ലാവർക്കും.

ഡിസ്ചാർജജായി വന്ന ശേഷം ഞാൻ ഗിരിയണ്ണനെ വിളിച്ചു കാര്യം പറഞ്ഞു. സുഭദ്രമദിനിയറിയാതെ ഗിരിയണ്ണൻ അഞ്ച് ലക്ഷം രൂപ കടം വീട്ടാനായി തന്നു. ആ സമയത്ത് ഗിരിയണ്ണൻ ആഭ്യന്തര മന്ത്രിയുടെ പി.എ ആയി മാറിയിരുന്നു. അണ്ണനും കുടുംബവും തിരുവനന്തപുരത്തായി താമസം. അധികരിച്ച സ്വത്തും പണവും സുഭദ്രമദിനിയേയും മക്കളേയും പഴയതിലും കൂടുതൽ അഹങ്കാരികളും സ്വാർത്ഥമതികളുമാക്കി.

കടലിൽ കൊണ്ട് കായംകലക്കിയതുപോലെ ആയിരുന്നു ഗിരി യണ്ണൻ തന്ന പണവും. അപ്പോഴാണ് ഒരു ദിവസം ഹോസ്പിറ്റലിലെ സർജന്റ് എന്നെ വിളിപ്പിച്ചത്. മകരന്ദയുടെ പേരിൽ ഒരു ചെക്ക് കേസുണ്ട് എന്ന് പറഞ്ഞ് അറസ്റ്റ് ചെയ്യാൻ ഒരു പോലീസുകാരനും ഉണ്ട്. ഒരിക്കൽ അത്താൻ എന്നെക്കൊണ്ട് ചെക്ക് ഒപ്പിടീപ്പിച്ച ശേഷം പണം വാങ്ങിയ മൈക്കിൾ ആണ് പരാതിപ്പെട്ടത്.

സർജന്റ് കൃഷ്ണകുമാർ സാർ എന്റെ കൂടെ വന്നു. പരിചയമുള്ള പോലീസുകാരോട് കാര്യം പറഞ്ഞു. പിന്നീട് സാറിനെ വിളിച്ച് ഉയർന്ന ഉദ്യോഗസ്ഥൻ പറഞ്ഞത്രേ അവരോട് കോട്ടയത്ത് ഞാൻ പറയുന്ന സ്ഥലത്ത് വരാൻ. കൃഷ്ണകുമാർസാർ പറഞ്ഞു അവർ അങ്ങനെയുള്ള സ്ത്രീയല്ല. എങ്ങിനെയും പണം അടച്ച് കേസ് ഒത്തുതീർപ്പാക്കാം എന്ന്. സാർ എന്നോട് പറഞ്ഞു, "മകരന്ദ എങ്ങനെയും അയാളുടെ പണം മടക്കി കൊടുക്കുക. അല്ലെങ്കിൽ വലിയ ഭവിഷ്യത്തുണ്ടാവും."

കുടുംബത്തിലെ ഇളയ മകനായിരുന്ന എന്റെ അത്താനെന്ന പളനിസ്വാമിക്കായിരുന്ന, എം.സി റോഡിലെ കുടുംബവീടും പുരയിടവും ചേട്ടൻമാർക്ക് എഴുതി കൊടുത്ത് അവരിൽ നിന്നും പണം വാങ്ങി കടം വീട്ടിയ ശേഷം ആകെ ബാക്കിയായത് മൂന്നു ലക്ഷം രൂപയാണ്. അതിൽ മൂത്ത ജ്യേഷ്ഠൻ അത്താന് പലിശയ്ക്ക് കൊടുക്കാൻ നൽകിയിരുന്ന അദ്ദേഹത്തിന്റെ പതിനായിരം രൂപയും എടുത്ത ശേഷം രണ്ട് ലക്ഷത്തി തൊണ്ണൂറായിരം രൂപയാണ് തന്നത്.

ഒരു വാടകവീടെടുത്ത് മാറാം എന്ന് പറഞ്ഞപ്പോൾ അന്നാദ്യമായി ഞാൻ എതിർത്ത് സംസാരിച്ചു. മദ്യപാനിയായ ഒരാൾക്ക് ഈ മൂന്ന് ലക്ഷം രൂപ തീർക്കാൻ അധികം താമസമുണ്ടാവില്ല. പിന്നീട് ഓരോരോ വീട് മാറി മാറി താമസിക്കാൻ എന്നെ കൊണ്ടാവില്ല. ഒറ്റമുറിയാണെങ്കിലും സ്വന്തമായിട്ടുണ്ടെങ്കിൽ ഈ കുഞ്ഞുമായി എന്റെ വരുമാനത്തിൽ കഴിഞ്ഞു പോകാം എന്ന ധൈര്യമുണ്ടെനിയ്ക്ക്. അതുകൊണ്ട് എവിടെയാണെങ്കിലും സ്വന്തമായ വീട്ടിലേയ്ക്ക് അല്ലാതെ ഇവിടെ നിന്നും ഇറങ്ങില്ല എന്ന് എല്ലാവരോടുമായി മകരന്ദ ഉറപ്പിച്ച് പറഞ്ഞു.

മകന്റെ ജീവിതതകർച്ച കണ്ട് ഉള്ളുരുകി പളനി സ്വാമിയുടെ അമ്മയും കാലപുരി പൂകി. അതോടെ ഭർത്തൃവീട്ടിലെ ആകെയുണ്ടായിരുന്ന പിടിവള്ളിയും നഷ്ടമായി.

ചേട്ടൻമാർക്കും അവരുടെ ഭാര്യമാരുടെ മുൻപിൽ പിടിച്ചു നിൽക്കാൻ ഞങ്ങളെ താമസം മാറ്റിയാലേ മതിയാകുമായിരുന്നുള്ളൂ. അതു കൊണ്ട് അവർ തന്നെ കോളനി പോലെയുള്ള ഒരു സ്ഥലത്ത് പാറപ്പുറത്ത് ഉള്ള രണ്ടര സെന്റിലെ ചെറിയ വീട് രണ്ട് ലക്ഷത്തി തൊണ്ണൂറായിരം രൂപയ്ക്ക് ഒപ്പിച്ചു തന്നു. അവര് അത്രയും തുക കുറച്ച് വിൽക്കുന്നതിന് കാരണം തന്നെ അവിടെ വെള്ളം ഇല്ല എന്നതാണ്. ആഴ്ചയിൽ ഒരു ദിവസമേ വെള്ളം വരൂ. പിന്നെ താഴെയൊരുപറമ്പിൽ കിണറുണ്ട്. അവിടെ നിന്നും കോരിക്കൊണ്ട് വരണം.

എന്തായാലും സാരമില്ല. ഉത്തരവാദിത്തം ലവലേശമില്ലാത്ത

മദ്യപനായ അത്താനേയും, രണ്ടര വയസ്സുള്ള കുഞ്ഞിനേയും കൊണ്ട് വാടകക്കാർ ഇറക്കിവിടുമ്പോൾ ഇറങ്ങിപ്പോകേണ്ടി വരില്ലല്ലോ. ജോലിയുള്ളതിന്റെ പേരിൽ പട്ടിണിയില്ലാതെ കഴിഞ്ഞു പോകാം എന്നോർത്ത് സമ്മതിച്ചു.

എല്ലാം 'ശരിയാകും എന്ന പ്രതീക്ഷയുടെ മധുരവും, ശരിയാകില്ലെന്ന യാഥാർത്ഥ്യത്തിന്റെ കയ്പും നിറഞ്ഞ ദിനരാത്രങ്ങൾ കടന്നുപോയിക്കൊണ്ടിരുന്നു.

പളനി സ്വാമി ഒരു പണിക്കും പോകാതെ മദ്യപാനത്തിൽ മാത്രം മുഴുകി. അതിനും മകരന്ദ തന്നെ പണം നൽകേണ്ടിയിരുന്നു. ഇനി ഒരിക്കലും മദ്യപിക്കില്ല ഈ ഒരു പ്രാവശ്യം മാത്രം എന്നു പറഞ്ഞ് അയാൾ അവളുടെ കൈയ്യിൽ നിന്നും പണം വാങ്ങും. അല്ലെങ്കിൽ മകരന്ദ അയാളുടെ ജീവിതത്തിലേയ്ക്ക് കടന്നു വന്നതിന് ശേഷമാണ് അയാൾക്ക് അധഃപതനം തുടങ്ങിയത് എന്ന പഴിചാരലോടെ അമ്മയേയും, കുഞ്ഞിനെയും ഉപദ്രവിക്കാൻ ശ്രമിക്കും. ഉപദ്രവത്തിൽ നിന്നും രക്ഷപ്പെടാമല്ലോ എന്നു കരുതി മകരന്ദ പണം നൽകും. വിവാഹിതയായതിന്റെ പേരിൽ മാത്രം പളനിസ്വാമിയെപ്പോലെ ഉള്ളവർക്ക് പഴിചാരാനായി വിധിക്കപ്പെട്ടവൾ.

ഗിരിയണ്ണൻ പറഞ്ഞ് വരദണ്ണൻ ഒരു ദിവസം മകരന്ദയുടെ വീട്ടിൽ എത്തി വീടിന്റെ ദയനീയസ്ഥിതി കണ്ടപ്പോൾ നീ ഈ തറയൊക്കെ മാറ്റി ബാത്റൂമും ഒക്കെ ശരിയാക്കു എന്ന് പറഞ്ഞ് ഒന്നരലക്ഷം രൂപ തന്നു. ആ പണത്തിന് ആകെ ചോർന്നൊലിച്ചിരുന്ന വീട് ശരിയാക്കി വൃത്തിയും വെടിപ്പും ഉള്ളതാക്കി. അപ്പോഴാണ് കുനിൻമേൽ കുരു എന്നതുപോലെ വീടിന്റെ മുൻവശത്തുകൂടി ഉണ്ടായിരുന്ന വഴി അടുത്ത വീട്ടുകാർ കെട്ടിയടച്ചത്. പിന്നീട് പുറകിൽ കൂടിയായി വഴി. വീട്ടിൽ കയറണമെങ്കിൽ അടുക്കളയിൽ കൂടി കയറേണ്ട സ്ഥിതി വിശേഷം ആയി.

ഇടയ്ക്ക് മകരന്ദയുടെ അമ്മ വന്ന് മകളുടെ അടുത്ത് നിൽക്കും. ആ സമയത്ത് പളനി സ്വാമി യാതൊരു ദുർഗുണങ്ങളും ഇല്ലാത്ത നല്ലവനായി മാറും. അത്താനാൽ സുന്ദരമായി പറ്റിക്കപ്പെടുമ്പോഴും ഒന്നും അമ്മയറിയാതിരിക്കാൻ പരിഭവമേതുമില്ലാതെ എല്ലാ വിഷമങ്ങളും പുഞ്ചിരിയിൽ ഒതുക്കി. മനപൂർവ്വം അകമേ കരഞ്ഞുകൊണ്ട് ചിരിക്കുകയും, ചിരിച്ചു കൊണ്ട് കരയുകയും ചെയ്യുന്ന ജീവിത സർക്കസിലെ കോമാളിയായി മാറുകയായിരുന്നു ബന്ധുക്കളുടെ മുൻപിലും, ജോലി സ്ഥലത്തും മകരന്ദ.

മകളുടെ കഷ്ടപ്പാടിന് ഒരാശ്വാസമായി ഒന്നും ചെയ്യാനാകാതെ ആ മാതൃമനം ഒരുപാട് വേദനിച്ചു. ആകെ കിട്ടുന്ന പെൻഷനിൽ മുക്കാൽ ഭാഗവും നടരാജന് കൊടുക്കണം. കാൽ ഭാഗം പ്രേമന് കൊടുക്കുന്നതിൽ അവർക്ക് രണ്ടു പേർക്കും താൽപ്പര്യമില്ല. അതിന്റെ കുത്തുവാക്കുകൾ കേട്ടാണ് നടരാജന്റെ വീട്ടിൽ കഴിയുന്നത്. വീട് വിറ്റതിന്റെ ബാക്കി പണം ബാങ്കിൽ ഉണ്ടായിരുന്നതും നടരാജനും കാമാക്ഷിയും അമ്മയെ കൊണ്ട് ഒപ്പിട്ടുവിച്ച് കൈക്കലാക്കി.

ശിഖമോൾ സാഹചര്യങ്ങൾ മനസ്സിലാക്കി പെരുമാറുന്ന പ്രായത്തിൽ കവിഞ്ഞ പക്വതയുള്ള കുട്ടിയായിരുന്നു. അവൾ പ്ലസ് വണ്ണിന് പഠിക്കുന്ന സമയത്താണ് ഗിരിയണ്ണന്റെ മകൾ മീരക്കുട്ടിയുടെ വിവാഹം. സോഫ്റ്റ് വെയർ എഞ്ചിനീയർ ആണ് വരൻ.

സുഭദ്രമദിനിയും, അണ്ണനും കൂടിയാണ് വിവാഹം ക്ഷണിക്കാൻ വന്നത്. കല്യാണത്തിനും, വിരുന്ന് വിളിക്കാൻ പോകുമ്പോഴും ഉടുക്കാനുള്ള വസ്ത്രങ്ങൾ അവർ കൊണ്ടുവന്നിരുന്നു, പോകാൻ നേരം അണ്ണൻ അയ്യായിരം രൂപയും തന്നു. വളരെയധികം സന്തോഷം തോന്നി. ഇനി കല്യാണത്തിന് പോകാൻ വേറെ പൈസ തരപ്പെടുത്തേണ്ടല്ലോ എന്നോർത്ത്. ആകെയുണ്ടായിരുന്ന താലിമാല കൊടുത്ത് മീരക്കുട്ടിക്ക് ഒരു വളയും വാങ്ങി ബാക്കിക്ക് ഒരു ചെറിയ മാല വാങ്ങി അതിൽ താലി കൊരുത്തിട്ടു. കയ്യിലുണ്ടായിരുന്ന പൈസയ്ക്ക് അമ്മയ്ക്കും മകൾക്കും അത്യാവശ്യമുള്ള റോൾഡ് ഗോൾഡിന്റെ ആഭരണങ്ങളും വാങ്ങി. പെങ്ങളെ പരിചയപ്പെടുത്തുമ്പോൾ ഗിരിയണ്ണനും മദിനിക്കും നാണക്കേട് ഉണ്ടാവാൻ പാടില്ലാലോ. കല്യാണത്തിന് പോകുന്നതിന്റെ തലേദിവസം രാത്രി അണ്ണൻ തന്നിരുന്ന അയ്യായിരം രൂപ എടുത്തു വയ്ക്കാൻ നോക്കിയപ്പോൾ കാണുന്നില്ല.

ഭർത്തൃ വീട്ടുകാരും വരുന്നുണ്ട്. എല്ലാവരുടേയും യാത്രാച്ചിലവ് ഞാൻ തന്നെ വഹിക്കണം. പണം വയ്ക്കാൻ സാധ്യതയുള്ളിടത്തൊക്കെ നോക്കി. കണ്ടില്ല. പിന്നീടാണ് മനസ്സിലായത് അതും പളനി സ്വാമി കൈക്കലാക്കി എന്ന്.അന്ന് വലിയ വഴക്കു നടന്നു. കല്യാണത്തിന് എങ്ങനെ പോകും, പോകാതിരിക്കും?

“നീ വലിയ ശമ്പളക്കാരി അല്ലേ? നിനക്കാണോ അയ്യായിരം രൂപ കിട്ടാൻ പ്രയാസം?”

ജീവിതം മനോഹരമാക്കാൻ ഒരാൾ കൂട്ടുവേണം എന്ന് മനസ്സ് ശഠിക്കുന്നിടത്ത് തുടങ്ങും നമ്മുടെ തോൽവി എന്നത് വീണ്ടും വീണ്ടും ഞാൻ ഭർത്താവെന്ന പളനി സ്വാമിയിലൂടെ അനുഭവിച്ചറിയുകയായിരുന്നു.

അന്ന് ഞാൻ ഒരാശ്വാസത്തിനായി മോളേയും വിളിച്ച് വീട്ടിൽ നിന്നും ഇറങ്ങി. കൂടെ ജോലി ചെയ്യുന്ന കൂട്ടുകാരി മാലതിയുടെ വീട്ടിൽപ്പോയിരുന്നു. അവകാശപ്പെടാൻ മാത്രം കഴിയുന്ന ബന്ധങ്ങളേക്കാൾ എത്രയോ വലുതാണ് സ്നേഹിക്കാൻ മാത്രം കഴിയുന്ന സൗഹൃദ ബന്ധങ്ങൾ.

പളനി സ്വാമി അവിടെ വന്ന് ഇനി ഇങ്ങനെ ഒന്നും സംഭവിക്കില്ല എന്നു പറഞ്ഞ് ഒരു നാണവും ഇല്ലാതെ മകരന്ദയോട് മാപ്പിരന്നു.

ഒരു തെറ്റ് സംഭവിക്കുമ്പോൾ ക്ഷമാപണം നടത്തുന്നത് നല്ലതാണ്. അതൊരിക്കലും വിശ്വാസം തകരുമ്പോൾ ആകരുത്. അത് മറക്കാനും വീണ്ടും വിശ്വസിക്കാനും അസാധ്യമായിരിക്കും.

മാലതിയോട് അയ്യായിരം രൂപ കടം വാങ്ങി. വിവാഹത്തലേന്ന് അത്താന്റെ കുടുംബത്തിൽ ഉള്ളവരുമായിട്ട് തിരുവനന്തപുരത്ത് എത്തി. അത്താന്റെ കുടുംബക്കാർ നാളെ കല്യാണത്തിന് വരാം എന്ന് പറഞ്ഞ് അവിടെയുള്ള ബന്ധുവിന്റെ വീട്ടിലേയ്ക്ക് പോയി. അവർ മുറി എടുത്തിട്ടിരുന്ന റിസോർട്ടിൽ ഞങ്ങൾ മൂന്നാളും എത്തി. വിവാഹത്തിന്റേയും വിവാഹത്തലേന്നാളത്തെയും ചടങ്ങുകൾ എല്ലാം അവിടെത്തന്നെയായിരുന്നു.

എന്നെ കണ്ടതും അമ്മ ഓടി വന്നു. അണ്ണനും മദിനിയും തിരക്കിൽ ആയിരുന്നു. മീരക്കുട്ടിയെ കണ്ട് വള കൊടുക്കാൻ തുനിഞ്ഞപ്പോൾ മമ്മിയുടെ കൈയ്യിൽ കൊടുക്കാൻ പറഞ്ഞ് അവൾ കൂട്ടുകാരുടെ ലോകത്തായി. സുഭദ്രമദിനിയെ കണ്ട് കൊടുത്തപ്പോൾ അടുത്ത് നിന്ന പ്രൗഢഗംഭീര ഇംഗ്ലീഷിൽ ചോദിക്കുന്നത് കേട്ടു ആരാ ഭദ്രേ ഇതെന്ന്? മദിനി അത് കേട്ടതായി ഭാവിക്കാതെ വരൂ നിനക്ക് ചീഫ് സെക്രട്ടറിയുടെ ഭാര്യ സുമംഗലയെ പരിചയപ്പെടുത്താം എന്ന് പറഞ്ഞ് പോയി.

അവിടെ നിന്നിട്ട് എന്ത് ചെയ്യാൻ? ഞാനും, അമ്മയും, അത്താനും, ശിഖമോളും ഞങ്ങൾക്കായുള്ള മുറിയിൽ പോയിരുന്നു. രാവിലെ നന്നായി അണിഞ്ഞൊരുങ്ങി വിവാഹത്തിൽ പങ്കെടുത്തു.

വിവാഹം കഴിഞ്ഞ ഉടനേ അത്താൻ, "നീയും ശിഖയും ചെറുക്കൻ വീട് കാണൽ ഒക്കെ കഴിഞ്ഞ് നാളെ വന്നാൽ മതി. ഞാൻ എന്റെ ആൾക്കാരുടെ കൂടെ ഇന്ന് വൈകിട്ടത്തെ ട്രെയിനിന് തിരികെ പോകുകയാണെന്ന് പറഞ്ഞപ്പോഴേ മനസ്സിലായി അണ്ണന്റേയും, മദിനിയുടേയും അവഗണന അത്താന് സുഖിച്ചിട്ടില്ല എന്ന്.

രണ്ട് മണിക്ക് ചെറുക്കൻ വീട് കാണാൻ പോകണം എന്ന് പറഞ്ഞുകൊണ്ട് തയ്യാറായി ഞാനും, അമ്മയും, ശിഖമോളും താഴേയ്ക്ക്

ചെന്നപ്പോൾ ആണ് വരദണ്ണൻ വന്നത്.

"മോളേ ഇങ്ങുവന്നേ ഗിരിയണ്ണനും, സുഭദ്രമദിനിയും പറയുന്നത് ചെറുക്കൻ വീട് കാണാൻ പോകാൻ മോളിപ്പോൾ വരണ്ട. മോളെ പിന്നീട് അവർ കൊണ്ടു പോകാം എന്നാണ്."

കേട്ടതും ശിലാവിഗ്രഹം പോലെ നിന്നു. കണ്ണുകൾ മാത്രം നിറഞ്ഞൊഴുകി. ഭൂമി പിളർന്ന് താണുപോയിരുന്നെങ്കിൽ എന്നാശിച്ചു പോയി.

അത് കേട്ടതും അമ്മ വരദണ്ണനോട് ചോദിച്ചു ഇവൾ ആരാടാ നിങ്ങളുടെ ഒക്കെ? നിനക്ക് എങ്ങനെ തോന്നിയെടാ അവളോടിത് പറയാൻ? പണവും, പ്രതാപവും ഇല്ലാത്തതാണോ ഇവളുടെ കുറ്റം? ഒരു മനുഷ്യന്റെഏറ്റവും മികച്ച ഗുണം വിദ്യാഭ്യാസമോ,പണമോ, സ്ഥാനമാനങ്ങളോ, വേഷഭൂഷാദികളോ അല്ല മറ്റുള്ളവരുടെ മനസ്സ് വേദനിപ്പിക്കാതിരിക്കലാണ്. അത് നിനക്കും, ഗിരിക്കും നടരാജനും ഇല്ല. ആരെയാണ് നിങ്ങൾ വേദനിപ്പിക്കുന്നത്? ഒരു കാലത്ത് മകളെപ്പോലെ കരുതിയ സ്വന്തം കൂടപ്പിറപ്പിനെ... നിങ്ങൾ തന്നെ തിരഞ്ഞെടുത്തു കൊടുത്തതല്ലേ ഇവൾക്കീ ജീവിതം? ആരും ആരേക്കാളും മേൻമയുള്ളവർ അല്ലെന്ന ഓർമ്മ എപ്പോഴും മനസ്സിലുണ്ടാകുന്നത് നല്ലതാണ്. അങ്ങനെ ഒരു ഓർമ്മ ഉണ്ടായാൽ ആർക്കും ഞാനെന്ന ഭാവം ഉണ്ടാവില്ല. അറിവിന് ശേഷം അഹങ്കാരം ലഭിച്ചാൽ അത് വിഷമാണ്. വിനയം ലഭിച്ചാൽ അത് അമൃതും. ഞാനും വരുന്നില്ല വിഷം തുപ്പുന്ന നിങ്ങളുടെ കൂടെ."

മനസ്സിലെ വിഷമങ്ങൾ ഇറക്കിവയ്ക്കാൻ മറ്റെന്തിനേക്കാളും ശക്തി കണ്ണീരിനുണ്ട്- അതമ്മയുടെ ചുമലിൽ ഒഴുക്കിവിട്ട ശേഷം തിരികെ മുറിയിലേയ്ക്ക് വരുമ്പോൾ പോകാനുള്ള തയ്യാറെടുപ്പിൽ ആണ് അത്താൻ.

"എന്തേ പോയില്ലേ നീ? നാളെ വന്നാൽ മതി."

ഒന്നും മിണ്ടാതെ നിന്നപ്പോൾ അമ്മ അത്താനോട് പറഞ്ഞു,

"പളനീ നീയില്ലാത്തതു കൊണ്ട് അവൾക്കും പോകാൻ മനസ്സില്ലാത്രേ. അവളില്ലാതെ ഞാനെങ്ങനെയാ പോകുന്നത്. അതു കൊണ്ട് ഞാനും പോയില്ല."

ഉം... എന്ന് അർത്ഥഗർഭമായി, മൂളിക്കൊണ്ട് അത്താൻ ഒരു ചോദ്യം. "അവര് വരണ്ടാന്ന് പറഞ്ഞു കാണും അല്ലേ? പെണ്ണിന്റെ അപ്പച്ചി എന്ന് പരിചയപ്പെടുത്തിയാൽ നാണക്കേടാവില്ലേ?"

അമ്മയോട് യാത്ര ചോദിച്ചപ്പോൾ അമ്മ പറഞ്ഞു.

"വിഷമിക്കാതെ മോളേ. പണത്തിനല്ലേ നിനക്ക് കുറവുള്ളൂ... നിന്നെ മനസ്സിലാക്കുകയും, സ്നേഹിക്കുകയും ചെയ്യുന്ന ഭർത്താവില്ലേ നിന്റെ

കൂടെ? ഇനി നീ സഹോദരങ്ങളെയെന്നല്ല ആരേയും അമിതമായി സ്നേഹിക്കുകയും, ഒന്നിനെകുറിച്ചും കൂടുതൽ ആലോചിക്കുകയും, ഒന്നിനു വേണ്ടിയും യാചിക്കുകയും ചെയ്യരുത്. അത് നിന്നെ കൂടുതൽ ദുഃഖിപ്പിക്കുകയും, സമാധാനം നശിപ്പിക്കുകയും അപമാനപ്പെടുത്തുകയും ചെയ്തേക്കാം. തളർത്തിയ വ്യക്തികളേയും, തളർന്ന സന്ദർഭങ്ങളേയും മറക്കരുത് നീ.. അതായിരിക്കും വളരാനുള്ള ഊർജ്ജം. നമ്മുടെ പ്രകാശം നമ്മുടെ ഹൃദയത്തിലുണ്ടെങ്കിൽ ഒരു ഇരുട്ടിനും നമ്മെ തോൽപ്പിക്കാനാവില്ല. നിന്നെ അവഗണിച്ചവർ നാളെ നിന്നെത്തേടി വരും. ദൈവം അതിനുള്ള അവസരം ഒരുക്കിയിരിക്കും. ഒരു മകൾക്ക് വേണ്ടി മനം നൊന്ത നിസ്സഹായയായ അമ്മയുടെ ദൈവത്തോടുള്ള തേടലാണിത്."

അത്താനോടും, ബന്ധുക്കളോടും ഒപ്പം റെയിൽവേ സ്റ്റേഷനിൽ ഇരിക്കുമ്പോഴും നടുക്കം വിട്ടുമാറാതെ ഇരിക്കുകയായിരുന്നു മകരന്ദ. അവരൊക്കെ ചെറുക്കൻ വീട് കാണാൻ പോകാത്തതിനെ കുറിച്ച് ഓരോന്ന് ചോദിക്കുമ്പോഴും ഭാഷണം മറന്നതു പോലെയായി അവൾ. ശിഖമോൾ പറഞ്ഞു. "അമ്മയ്ക്ക് ഇടയ്ക്കിടെ വരാറുള്ള മൈഗ്രേൻ തുടങ്ങി, അതാ അമ്മ ഒന്നും മിണ്ടാത്തത്." പിന്നീട് ആരും ഒന്നും ചോദിച്ചില്ല.

ദിവസങ്ങൾ നീണ്ടു പോയിട്ടും മനസ്സിനേറ്റ ആഘാതത്തിൽ നിന്നും മുക്തയായില്ല.

അന്ന് വീണതാണ് അമ്മ.നടരാജണ്ണന്റെ വീട്ടിൽ കിടന്ന് ഒരുപാട് അനുഭവിച്ചു. ഒരു പ്രാവശ്യം കട്ടിലിൽ നിന്നു വീണു എന്നു പറഞ്ഞവർ നിലത്ത് പായ വിരിച്ചു കിടത്തി. എന്റെ ഗതികേടുകൊണ്ട്, അമ്മയെ പോയി കണ്ടിട്ട് തിരികെ പോരേണ്ടി വന്നു. അന്നും കാമാക്ഷിമദിനി കുത്തുവാക്കുകൾ പറഞ്ഞു. അമ്മയുടെ പുന്നാരമോളായിരുന്നല്ലോ നീ. എന്നിട്ടെന്തേ അമ്മയെ കൊണ്ടുപോയി നോക്കാത്തത്? എനിയ്ക്ക് കഴിവുണ്ടായിരുന്നെങ്കിൽ ഞാൻ കൊണ്ടുപോയി നോക്കിയേനേ എന്റെ അമ്മയെ. അമ്മയുടെ പെൻഷൻ മോഹിച്ച് ഇവർ അത് സമ്മതിച്ചില്ലെങ്കിലും ഇവിടെ ഇവരുടെ കുത്തുവാക്കുകൾ സഹിച്ചും അമ്മയെ നോക്കാൻ നിന്നേനേ. പക്ഷേ ഞാൻ ജോലിക്ക് പോകാതിരുന്നാൽ എന്റെ കുടുംബം പട്ടിണിയാകും. അങ്ങനെ മനസ്സിൽ ഓർത്തുകൊണ്ട് ആരോടും മറുത്തൊന്നും പറയാതെ അമ്മയുടെ നെറ്റിയിൽ ഉമ്മ വച്ച് ഞാൻ പടിയിറങ്ങി. തട്ടിയിട്ടാൽ വീഴാതെയിരിക്കാൻ ഇപ്പോൾ എനിക്കറിയാമെങ്കിലും സുഖമില്ലാത്ത അമ്മയെ ഓർത്ത് മദിനിയെപ്പോലുള്ള ചിലരുടെ ചിരി കാണാൻ മനപ്പൂർവ്വം വീണുപോകുകയായിരുന്നു ഞാൻ, ഒരേ വീട്ടിൽ ജനിച്ചു വളർന്നവരുടെ മുൻപിൽ നിസ്വനിയായ വിരുന്നുകാരിയായിപ്പോയില്ലേ ഞാൻ...

ആരും നോക്കാതെ എന്റെ അമ്മ എപ്പോഴാണ് മരിച്ചത് എന്നു പോലും അറിയാതെ അമ്മ പോയി... രാവിലെ അവർ ചെന്നു നോക്കു മ്പോൾ ആണ് അമ്മ പോയ വിവരം അറിയുന്നത്. അപ്പോഴേയ്ക്കും വൈകിപ്പോയിരുന്നു. മരണവെപ്രാളത്തിൽ മടക്കി ഉയർത്തിവച്ചിരുന്ന വലതുകാൽ അതു പോലെ തന്നെയിരുന്നു. അത് കണ്ട് മരണത്തിന് സംബന്ധിച്ചവർ ഒക്കെ ചോദിച്ചത് ഇത്രയും സാമ്പത്തിക സുസ്ഥി തിയിൽ കഴിയുന്ന മക്കൾ ഉണ്ടായിട്ടും ആ അമ്മയെ നോക്കാൻ ഒരു ഹോംനേഴ്സിനെപ്പോലും വച്ചില്ലേ? എന്നാണ്.

അമ്മയും പോയതോടെ ആരുമില്ലാതായതു പോലെയായി. ഒറ്റപ്പെ ടലും മരണവും തമ്മിൽ വലിയ വ്യത്യാസമില്ല. ദേഹത്തിൽ ആത്മാവ് ഉണ്ടെന്ന് മറ്റുള്ളവർ മാത്രമേ അറിയുന്നുള്ളൂ എന്ന് മാത്രം. ആരേയും കണ്ട് ജീവിക്കരുത്. വിശ്വസിച്ച് കൊണ്ടു നടക്കരുത്. അവസാനം നമ്മൾ തനിച്ചാവും. ഒറ്റപ്പെടൽ എനിയ്ക്ക് കിട്ടിയ ശാപം അല്ല. ഞാൻ ജീവനേക്കാളേറെ സ്നേഹിച്ചവർ എനിയ്ക്ക് തന്ന വരമാണ്. മറ്റുള്ളവ രുടെ ജീവിതത്തിലേയ്ക്ക് ഒരു ശല്യമായി കടന്നു ചെല്ലുന്നതിനേക്കാൾ നല്ലതാണ് ഞാൻ എന്നിലേയ്ക്ക് ഒതുങ്ങുന്ന ഈ ഒറ്റപ്പെടൽ. എനിയ്ക്ക് എല്ലാവരും എല്ലാമായിരുന്നു. പക്ഷേ ഞാൻ ആർക്കും ആരുമായിരു ന്നില്ല എന്നതാണ് ഞാൻ വൈകി അറിഞ്ഞ സത്യം. ഒറ്റപ്പെടൽ ഒരു തോന്നൽ അല്ല. അതൊരു സത്യമാണ്, എനിയ്ക്ക് കൂട്ട് ഞാൻ മാത്രം ആണെന്ന സത്യം.

ഒരു ദിവസം വരദണ്ണൻ വിളിച്ചു. ഗിരിയണ്ണന് സുഖമില്ല ആശുപത്രി യിൽ ആണെന്ന്. അവിടെ ചെന്ന് കണ്ടപ്പോൾ എന്റെ കൈയ്യിൽപ്പിടി ച്ച് ഗിരിയണ്ണൻമോളേ എന്ന് വിളിച്ചു. കണ്ണിൽ നിന്നും ധാരധാരയായി കണ്ണുനീർ ഒഴുകി കൊണ്ടിരുന്നു.ഗിരിയണ്ണന് നട്ടുവിന് കീഴ്പ്പോട്ട് തളർന്നു പോയിരുന്നു.

വരദണ്ണൻ പറഞ്ഞു അണ്ണൻ ചെല്ലുമ്പോഴും ഫോൺ ചെയ്യുമ്പോഴും ഒക്കെ ഗിരിയണ്ണൻ എന്റെ കാര്യം ചോദിക്കുമെന്ന്. ഒരു പ്രാവശ്യം അണ്ണന് എന്നോട് സംസാരിക്കണം എന്ന് പറഞ്ഞ് നിർബന്ധം പിടിച്ചപ്പോൾ അവർ സമ്മതിച്ചു. അണ്ണൻ അപ്പായുടേയും, അമ്മായു ടേയും ഒക്കെ പഴയ കാര്യങ്ങൾ ഒരുപാട് സംസാരിച്ചു. മോളെങ്ങനെ കഴിയുന്നു? ശിഖമോൾടെ പഠനത്തിന് അണ്ണൻ കുറച്ച് പണം വരദൻ വഴി എത്തിക്കാം എന്നു പറഞ്ഞതും ഫോൺ കട്ടായി. പിന്നീട് ഒരിക്കലും സുഭദ്രമദിനി അണ്ണന് ഫോൺ കൊടുത്തിട്ടില്ല.

പല പ്രാവശ്യം സുഭദ്രമദിനിയോട് പറഞ്ഞു എനിയ്ക്ക് ഒന്നും വേണ്ട.

ഗിരി അണ്ണനെ വന്നൊന്ന് കണ്ടാൽ മാത്രം മതിഎന്ന്. അപ്പോഴൊക്കെ മദിനി എന്തെങ്കിലും കാരണം പറഞ്ഞ് അത് ഒഴിവാക്കും.

പിന്നീട് ഞാൻ അണ്ണനെ കാണുന്നത് മരിച്ചതിന് ശേഷം ആണ്. ഒരന്യയെപ്പോലെ അവിടെ നിൽക്കാൻ തോന്നിയില്ല. അന്നു തന്നെ തിരികെപ്പോന്നു. അണ്ണനുള്ള ബലികർമ്മങ്ങൾ ഞാൻ എന്റെ വീടിന്റെ സമീപത്തുള്ള ബലിപ്പുരയിൽപ്പോയി ചെയ്തു.

സുഭദ്രമദിനി രണ്ടാമത്തെ മകൾ സീതക്കുട്ടിയുടെ വിവാഹത്തിന് എന്നെ വിളിച്ചില്ല. മദിനി ഇപ്പോൾ അവളുടെ കൂടെ കുറച്ചു നാളേയ്ക്ക് ലണ്ടനിൽ പോയിരിക്കുകയാണ് എന്ന് കാമാക്ഷി മദിനി പറഞ്ഞറിഞ്ഞു.

വരദണ്ണന്റെ പഞ്ചമി മദിനി കല്യാണം കഴിഞ്ഞ സമയം മുതൽ ഞങ്ങളോട് അകൽച്ച പാലിച്ചിട്ടേ ഉള്ളൂ. അവരുടെ മകൾ നേഹയുടെ വിവാഹത്തിന് ഞാനും ശിഖമോളും ആണ് പോയത്. അത്താൻ വന്നില്ല. വളരെ കാര്യമായാണ് അണ്ണനും, മദിനിയും പെരുമാറിയത്. അതുകൊണ്ട് സന്തോഷത്തോടെയാണ് തിരികെപ്പോന്നത്.

ഇടയ്ക്ക് പ്രേമണ്ണൻ വിളിക്കും. അണ്ണന് ഇപ്പോഴും കഷ്ടപ്പാട് തന്നെ. മെറിനും രണ്ട് ആൺകുട്ടികളും ആയി വാടക വീട്ടിൽ തന്നെ.

തിരുത്തി ജീവിക്കാൻ പെൻസിലിന് അവസരം നൽകുമ്പോൾ തിരുത്താൻ കഴിയാതെ ജീവിക്കുന്ന പേനയുടെ അവസ്ഥയാണ് ഇന്ന് പലരുടേയും ജീവിതം. നടരാജണ്ണന്റെ രണ്ട് മക്കളും പരുന്തിൻ കാലിൽ പോയതുപോലെയായി. രണ്ടുപേരും അണ്ണനേയും മദിനിയേയും നോക്കില്ല. മൂത്തവൻ ഡിവോഴ്സായി കുടിച്ച് കുടിച്ച് എല്ലാം നശിപ്പിക്കുന്നു. ഇളയവൻ ഗുണ്ടായിസവും മയക്കമരുന്നും എന്നും കോടതിയും കേസും ഒക്കെയായിട്ട് കഴിയുന്നു. ഉണ്ടായിരുന്ന വീടും സ്വത്തും ഒക്കെ മക്കൾക്ക് വേണ്ടി വിറ്റഴിച്ച നടരാജണ്ണനും കാമാക്ഷി മദിനിയും അപ്പായും അമ്മായും ' താമസിച്ച അതേ വാടക വീട്ടിൽ അണ്ണന്റെ പെൻഷൻ ഉള്ളതു കൊണ്ട് മാത്രം ജീവിച്ചു പോകുന്നു.

മോളിപ്പോൾ പി.ജി കഴിഞ്ഞു. അത്താന്റെ മദ്യപാനം പഴയതു പോലെ ഇല്ലെങ്കിലും ഇപ്പോഴും ഉണ്ട്. ഒരു പ്രൊഫഷണൽ കൊറിയറിന്റെ ഓഫീസിൽ ജോലിക്ക് പോകുന്നുണ്ട് എങ്കിലും ഞണ്ട് കിടക്കുന്ന വെള്ളം കലക്കിക്കൊണ്ടേയിരിക്കും എന്ന രീതിയിൽ തന്നെയാണ് അദ്ദേഹം.

ഇപ്പോൾ പഴയതുപോലെയല്ല എനിക്കും പ്രായമായതുകൊണ്ടാവും കാലിനും മുട്ടിനും ഒക്കെ വേദനയുള്ളതുകൊണ്ട് താഴെപ്പോയി വെള്ളം കോരിക്കൊണ്ടു വരുന്നത് ബുദ്ധിമുട്ടായിത്തുടങ്ങി.

എന്നാണീശ്വരാ വെള്ളം മുറ്റത്തു തന്നെയുള്ള ഒരു വീടും, വാതിൽക്കൽവരെ ഒരു ഓട്ടോറിക്ഷയെങ്കിലും കയറി വരാവുന്ന വഴി സൗകര്യവുമുള്ള ഒരു വീട്ടിൽ എനിയ്ക്ക് കഴിയാനാവുക? ഇത്രയധികം അനുഭവിക്കാൻ ഞാനെന്ത് അപരാധം ആണ് ചെയ്തത്? ചെറുപ്പത്തിൽ നാല് ആങ്ങളമാരുടെ പ്രിയപ്പെട്ട കുഞ്ഞു പെങ്ങളായി ഒരല്ലലും ഇല്ലാതെ ആഹ്ലാദവതിയായി എത്ര നല്ല വീട്ടിൽ ആണ് ജീവിച്ചത്. അന്നെന്റെ കൂട്ടുകാരി ശ്യാമ എന്റെ ഭാഗ്യത്തെ കുറിച്ച് പറഞ്ഞപ്പോൾ അവളുടെ അമ്മുമ്മ പറഞ്ഞു:

"ആനച്ചോറ് കൊലച്ചോറ്...

ആങ്ങളച്ചോറ് അടികൊള്ളിച്ചോറ്...

മക്കൾച്ചോറ് ദുഃഖച്ചോറ്..."

എന്നാണത്രേ പഴമക്കാർ പറയുന്നത്. അതൊരിക്കലും മകരന്ദമോൾടെ ജീവിതത്തിൽ ഫലിക്കാതിരിക്കട്ടേ."

കൊതിച്ചതും നിനച്ചതും ഒന്നുമല്ല ജീവിതം കാലം നമുക്കായി കരുതിവച്ചത് എന്താണോ അതിലൂടെയാണ് നമ്മുടെ മരണം വരെയുള്ള ജീവിത പ്രയാണം.

അത്താന്റെ പെങ്ങൾ ചെമ്പകം എം.സി റോഡിൽ തന്നെയുള്ള ചെമ്പകത്തിന് ഷെയറായി കിട്ടിയ അവരുടെ വാടകയ്ക്ക് കൊടുത്തിരുന്ന ഒരു വീട് മകൾ രാജമല്ലിക്ക് കൊടുത്തപ്പോൾ, രാജമല്ലി ഭർത്താവിന്റെ ജോലിസ്ഥലത്ത് തന്നെയാണ് വീടുവയ്ക്കുന്നത് അതുകൊണ്ട് അത് വിറ്റിട്ട് പണം നൽകിയാൽ മതി എന്ന് പറഞ്ഞു. ചെമ്പകം എന്നോട് ആ വീട് എനിയ്ക്ക് വേണോ എന്ന് ചോദിച്ചു. നാല് സെന്റ് പുരയിടവും, രണ്ട് കിടപ്പുമുറികൾ ഉൾപ്പെടെ ആറ് മുറികൾ ഉള്ള വീട്. അടുക്കളയിൽ നിന്നു തന്നെ കിണറ്റിൽ നിന്നും വെള്ളം കോരാം. ലോറി വരെ വീട്ടുമുറ്റത്ത് വരും. മോൾടെ കാര്യത്തിനായി കെ.എസ്.എഫ്.ഇ.യിൽ നിന്നും ചിട്ടി പിടിച്ച കുറച്ച് തുകയുണ്ട്, കുറേശ്ശെയായി സ്വർണ്ണം ഉണ്ടാക്കി വച്ചതും ഉണ്ട്. ഇപ്പോൾ താമസിക്കുന്ന വീടും വിറ്റ്, ബാക്കി ലോണും എടുത്താൽ അവർ പറയുന്ന തുകയ്ക്ക് വീട് വാങ്ങാനാവും. അവർക്കായതുകൊണ്ട് രാജമല്ലിയുടെ വീടുപണി പുരോഗമിക്കുന്നതിന് അനുസരിച്ച് പണം കൊടുത്താലും മതി. എന്റെ പ്രാർത്ഥന കണ്ട് ഈശ്വരൻ കാട്ടിത്തന്ന വഴിയായിരിക്കും എന്ന് കരുതി കിട്ടിയ ധൈര്യത്തിൽ വീട് എടുത്തോളാം എന്ന് സമ്മതം, മൂളി. ശിഖമോൾക്കും ഒരു പ്രൈവറ്റ് സ്ഥാപനത്തിൽ ജോലിയുള്ളതു കൊണ്ട് അതും ഒരാശ്വാസമാണ്.

കുറച്ച് പൈസ കൊടുത്തപ്പോൾ തന്നെ ചെമ്പകം വീട് എന്റെ പേരിൽ എഴുതി തന്നു. അതിന് ശേഷം ആ ആധാരം വച്ച് ലോണെടുത്തു. തികയാത്ത രണ്ട് ലക്ഷം പലിശയ്ക്കും വാങ്ങി. ഇപ്പോൾ താമസിക്കുന്ന വീട് വിൽക്കാൻ നോക്കിയിട്ട് നടക്കുന്നില്ല. എട്ട് ലക്ഷം കിട്ടുകയാണെങ്കിൽ കൊടുക്കാം എന്ന് കരുതുകയാണ്, പലരും വന്ന് നോക്കിയിട്ട് പോകുന്നതല്ലാതെ ഒന്നും പറയുന്നില്ല. അതൊന്നു നടന്നു കിട്ടിയാൽ മതിയായിരുന്നു.

പലിശക്കാശിൽ നിന്നും, ബാങ്കിൽ വച്ച സ്വർണ്ണപ്പണയത്തിൽ നിന്നും ഒഴിവാകാമായിരുന്നു. ആ പൈസയ്ക്ക് ചിട്ടി ചേർന്നിരുന്നെങ്കിൽ കൂട്ടുകാരി മാലതി സഹായിച്ച പണവും തിരികെ നൽകാമായിരുന്നു. അതിനിടയ്ക്ക് അത്താന്റെ വക ശകാരവും. ആവശ്യമില്ലാത്ത ഓരോരോ കാര്യങ്ങൾ അവളെടുത്തു തലയിൽ വയ്ക്കും. ഇവിടെ ഉള്ള സൗകര്യത്തിൽ കഴിഞ്ഞാൽ പോര പുതിയ വീടു വാങ്ങി കടം വരുത്തി അമ്മയും മോളും തോന്ന്യാസം കാണിക്കുകയാണ്. അമ്മയ്ക്കും, മകൾക്കും സ്വന്തമായി വരുമാനമുണ്ടല്ലോ എന്ന അഹങ്കാരം ആണിപ്പോൾ." ഇപ്പോൾ അത്താന്റെ ജൽപ്പനങ്ങൾ കേട്ടാലും ഒന്നും എന്നെയും മോളേയും ബാധിക്കാറില്ല. സ്വന്തം തെറ്റുകൾ മറച്ചുവച്ച് തർക്കിക്കുന്നവരുടെ മുന്നിൽ നിശബ്ദത പാലിക്കുകയാണ് നല്ലത്. ഒരുതരം മരവിപ്പാണിപ്പോൾ മനസ്സിൽ.

ഒറ്റയ്ക്ക് താമസിക്കുന്ന ലോട്ടറി വിറ്റ് ജീവിക്കുന്ന ദമ്പതികൾ വീട് കണ്ടിഷ്ടപ്പെട്ടു. അവരുടെ ഒറ്റിപ്പണം കാലാവധി കഴിഞ്ഞ് കിട്ടുമ്പോൾ വീട് എടുത്തോളാം എന്ന് പറഞ്ഞു. അവരുടേയും ഏറ്റവും വലിയ ആഗ്രഹം ആണ് സ്വന്തമായി ഒരു വീട്. ഏഴ് ലക്ഷത്തിന് അവർക്ക് തന്നെ വീട് കൊടുത്തു. പുറത്തുള്ള കടം ഒക്കെ ഒരു വിധം തീർന്നു. പുതിയ വീട്ടിലേയ്ക്ക് താമസം മാറിയപ്പോൾ പറഞ്ഞറിയിക്കാനാവാത്ത സന്തോഷം ആയിരുന്നു.

ഇന്നലെ ശിഖമോളുടെ വിവാഹം ആയിരുന്നു. മോളുടെ ജാതകം അപൂർവ്വം ആണെന്ന് രാഘവൻജ്യോത്സ്യൻ പറഞ്ഞിരുന്നു. തൻമൂലം ശരിയായി യോജിക്കുന്ന ജാതകസ്ഥനുമായേ വിവാഹം ചെയ്യാവൂ എന്നും പറഞ്ഞിരുന്നു. ജ്യോത്സ്യരുടെ സുഹൃത്തായ തൃശ്ശൂരുള്ള മറ്റൊരു ജ്യോത്സ്യർ ആണ് ജയകൃഷ്ണന്റെ ജാതകം നമ്മുടെ ജ്യോത്സ്യർക്ക് നൽകിയത്. ജയകൃഷ്ണന്റേയും, ശിഖമോളുടേയും ജാതകങ്ങൾ തമ്മിൽ നല്ല പൊരുത്തമായിരുന്നു. ജയകൃഷ്ണന്റെ അമ്മാവൻമാരുടെ താൽപ്പര്യപ്രകാരം ആണ് ഈ വിവാഹം നടന്നത്. അവർക്ക് നിർബന്ധം ആയിരുന്നു നല്ല ജാതകപ്പൊരുത്തം വേണമെന്നത്.

ജയകൃഷ്ണൻ ഗിരിയണ്ണന്റെ മകൾ മീരക്കുട്ടിയുടെ ഭർത്താവ് ഹരികൃഷ്ണന്റെ സഹോദരൻ ആണ്. ജയകൃഷ്ണന്റെ അമ്മ നാഗമ്മ രോഗിണിയായതിനാൽ നിർധനനായ അനന്തനാരയണൻ വിവാഹം ചെയ്യുകയായിരുന്നു. നാഗമ്മ മരണത്തിനു മുൻപേ തന്റെ പേരിലുള്ള ഭാരിച്ച സ്വത്തുക്കളിൽ ഒരു വിഹിതം ഭർത്താവിന് നൽകിയിട്ട് ബാക്കിഎല്ലാം ജയകൃഷ്ണന്റെ പേരിലേയ്ക്ക് മാറ്റിയിരുന്നു.

അനന്തനാരായണൻ പിന്നീട് വിവാഹം ചെയ്തതാണ് മനോന്മണിയെ. അവരുടെ ആദ്യ ഭർത്താവിലെ മകനാണ് ഹരികൃഷ്ണൻ.

കഥയറിയാതെ ഇവരുടെ സ്വത്തുവകകളും, പ്രൗഢിയും കണ്ടാണ് ഗിരിയണ്ണനും, സുഭദ്രമദിനിയും മീരക്കുട്ടിയെ ഹരികൃഷ്ണന് വിവാഹം ചെയ്തു നൽകിയത്. ഇന്ന് ശിഖമോൾ ജയകൃഷ്ണന്റെ ഭാര്യയായിരിക്കുന്നു. വിവാഹത്തിന് വന്നവരോടൊക്കെ സുഭദ്രമദിനി എന്നെ പരിചയപ്പെടുത്തിയത് ഗിരിയണ്ണന്റെ പെങ്ങൾ എന്നാണ്. മേമ്പൊടി പോലെ മീരക്കുട്ടി എന്റെ ഒരേയൊരപ്പച്ചിയാണിതെന്നും പറഞ്ഞു. അപ്പോഴും ഞാനോർത്തത് മീരക്കുട്ടിയുടെ വിവാഹ ദിവസത്തിലെ സുഭദ്ര മദിനിയുടേയും കുടുംബത്തിന്റേയും എന്നോടുള്ള അവജ്ഞയുടെ മുഖഭാവങ്ങളും എന്റെ അനുഭവങ്ങളും ആണ്. നെഞ്ചിൽ ആഴത്തിൽ പുളഞ്ഞിറങ്ങിയ അനുഭവങ്ങൾ പിന്നീട് വീണു പോകാതിരിക്കാനുള്ള ശക്തി പകരും.

എല്ലാം എന്റെ മനംനൊന്ത അമ്മയുടെ തേടലിന്റെ ഫലമായുണ്ടായ ദൈവഹിതം. മറ്റൊരു ലോകത്തിരുന്ന് ഇത് കണ്ട് എന്റെ അമ്മ സന്തോഷാശ്രു പൊഴിക്കുകയാണെന്ന് എനിക്കറിയാം. എന്നാലും അമ്മേ ഞാനിനിയും എന്റെ ശിഖമോളിലും ഒരു പ്രതീക്ഷയും അർപ്പിക്കുന്നില്ല. കടന്നു പോയ വഴികളും, വന്നു ചേരുന്ന മനുഷ്യരും ജീവിതത്തിൽ നൽകുന്ന കുറച്ചു പാഠങ്ങൾ ഉണ്ട്. അധികമാരും ശ്രദ്ധിക്കാതെ പോകുന്ന പാഠങ്ങൾ... എങ്ങനെ ആവണമെന്നും...... എങ്ങനെ ആവരുത് എന്നും...... അനുഭവങ്ങളിൽ നിന്നും പഠിച്ച ആ പാഠങ്ങൾ ആണ് ജീവിതത്തിലെ ഏറ്റവും വലിയ പാഠം. എന്റെ കാതിൽ ഇപ്പോഴും മാറ്റൊലിക്കൊള്ളുന്നത് ശ്യാമയുടെ ദാക്ഷായണിഅമ്മുമ്മയുടെ വാചകങ്ങൾ ആണ്.

“ആനച്ചോറ് കൊലച്ചോറ്........ ആങ്ങളച്ചോറ് അടികൊള്ളിച്ചോറ്..... മക്കൾച്ചോറ് ദുഃഖച്ചോറ്.....”.

കാലൻ

അച്ഛനും മകനും പുറത്തേയ്ക്ക് പോയി കഴിഞ്ഞപ്പോൾ മുൻവശത്തെ ഗയിറ്റടച്ച് താഴിട്ടു പൂട്ടിയ ശേഷം തുണികൾ ഇസ്തിരിയിട്ട് കഴിഞ്ഞതും കറണ്ടുപോയി.

ചൂട് സഹിക്കാൻ കഴിയാതായപ്പോൾ കൊതുക് കയറേണ്ട എന്നു കരുതി ഉമ്മറ വാതിൽ അടച്ച ശേഷം തിണ്ണയിലെ ബഞ്ചിൽ വന്നിരുന്നു. ഇടയ്ക്ക് എത്തി നോക്കാൻ വരുന്ന കാറ്റ് ചൂടിന് ശമനം വരുത്തി. ദൈവമേ! ജീവിതം കൈവിട്ട് പോകുകയാണല്ലോന്ന് ചിന്തിച്ച് ഇന്ന് ഉച്ചമുതൽ എന്തോരം തീ തിന്നു?

രാവിലെ ചന്ദ്രൻ ചേട്ടന്റെ റിസൽട്ട് നോക്കിപ്പോൾ ക്രിയാറ്റിനിൻ വളരെ കൂടുതൽ. അതോടൊപ്പം ഇതുവരെ ഇല്ലാതിരുന്ന ഷുഗറും അപകടനിലയിൽ. റിസൽട്ട് വാട്ട്സ്ആപ് ചെയ്തിട്ടുണ്ട്. എത്രയും പെട്ടെന്ന് തന്നെ ഒരു ഹോസ്പിറ്റലിൽ പോയി അഡ്മിറ്റാവാൻ ആണ് പരിചയക്കാരനായ ലാബ് ടെക്നീഷ്യൻ വിളിച്ചു പറഞ്ഞത്. അത് കേട്ടതും ചന്ദ്രൻ ചേട്ടൻ പറഞ്ഞു:

“തെക്കോട്ടു വാഴ കുലച്ചു നിൽക്കുന്നത് കണ്ടപ്പോഴേ ശാരദ ചേച്ചി പറഞ്ഞതാ ചന്ദ്രാ ഈ കാണുന്നത് ദോഷമാണല്ലോടാ, കാലൻ ചുറ്റിപ്പറ്റി വരുന്നുണ്ടല്ലോടാ,” എന്ന്. അത് ശരിയായി. വേണി നീയിനി എല്ലാ കാര്യങ്ങളും തനിയെ ചെയ്യാൻ ശീലിക്കണം. എന്റെ കാലം അടുത്തു. ഞാനിനി അധികം ഒന്നും നീണ്ടു പോവില്ല. നീയും ചെറുപ്പമാണല്ലോ. മോനാണെങ്കിലും മൂന്നാം ക്ലാസ്സിൽ. ഞാൻ മരിച്ചു കഴിഞ്ഞാൽ ഏറിയാൽ ഒരു വർഷം. അതിന് ശേഷം നിന്നെ നിന്റെ വീട്ടുകാർ

വേറാർക്കെങ്കിലും കെട്ടിച്ച് കൊടുക്കുമല്ലോ എന്നോർക്കുമ്പോൾ എനിയ്ക്ക് വിഷമം സഹിക്കാൻ പറ്റുന്നില്ലെടീ. നീ വേറെ കല്യാണം കഴിച്ച് എന്നെ മറന്ന് ജീവിക്കുന്നത് കണ്ടാൽ ഞാനെങ്ങനെ പരലോകത്തും സമാധാനമായി കഴിയുമെടീ? നീ തന്നെ പറ. എന്താടീ കുന്തം വിഴുങ്ങിയ പോലെ വിഷണ്ണയായി ഒന്നും മിണ്ടാതെ നിൽക്കുന്നത്? ഞാൻ പറയുന്നതെല്ലാം കേട്ട് സന്തോഷിച്ച് ഇവിടെ എവിടെയെങ്കിലും നിൽപ്പുണ്ടാവുമെടീ എന്നെ കൊണ്ടുപോകാൻ വന്ന കാലൻ." എന്നു പറഞ്ഞ് കരച്ചിൽ തുടർന്നു ചന്ദ്രൻ ചേട്ടൻ.

"ചേട്ടാ ഇപ്പോൾ ഏതസുഖത്തിനാ ചികിത്സയില്ലാത്തെ? നിങ്ങളിങ്ങനെ പേടിക്കാതെ. ഞാനില്ലേ നിങ്ങളുടെ കൂടെ?"

"അതാടീ വേണീ എന്റെ പേടി, ഇപ്പോൾ നീയെന്റെ കൂടെയുണ്ട്. ഞാൻ ചത്താൽ പിന്നെ നീ കൂടെ വരുമോ? ആ രാജാറാം മോഹൻ റോയിയെ എനിക്കിപ്പോ വെടിവെച്ച് കൊല്ലാൻ തോന്നുവാ. അങ്ങേരല്ലേ സതി നിർത്തലാക്കിയത്. അല്ലെങ്കിൽ നീയും എന്റെ കൂടെ ചിതയിൽ ചാടി വരില്ലായിരുന്നോ?"

"അപ്പോ നമ്മുടെ മോനോ? ഈ മനുഷ്യന്റെ ഒരു കാര്യം. വെറുതേ ടെൻഷൻ ആക്കാതെ മനുഷ്യാ. നമ്മൾ ഹോസ്പിറ്റലിലോട്ടല്ലേ പോവുന്നേ? അവിടെച്ചെന്ന് അവരെന്തു പറയുന്നു എന്നു നോക്കാം. എന്നിട്ടുമതി രാജാറാം മോഹൻ റോയിയെ വെടിവെയ്ക്കുന്നതും, എന്നെ ചിതയിൽ ചാടിക്കുന്നതും.

ചന്ദ്രൻ ചേട്ടനോട് അങ്ങനെയൊക്കെ പറഞ്ഞെങ്കിലും ഒരു മരണവീടുപോലെയായി തീർന്നിരുന്നു എന്റെ മനസ്സും. എന്തായാലും ഹോസ്പിറ്റലിൽ പോയി അഡ്മിറ്റാവാൻ തയ്യാറായി തന്നെ സാധനങ്ങൾ ഒക്കെ എടുത്തു വച്ച് കൊണ്ടിരുന്നപ്പോൾ ആണ് ലബോറട്ടറിക്കാരന്റെ ഫോൺ വീണ്ടും വന്നത്.

"ചന്ദ്രൻ സാറേ ഒരു പിശക് പറ്റി. സാറ് ക്ഷമിക്കണം. രാവിലെ ഏഴരയ്ക്ക് വന്ന ചന്ദൻ എസ്സിന്റെ റിപ്പോർട്ടാണ് സാറിന് തന്നത്. സാറ് രാവിലെ എട്ടരയ്ക്ക് വന്ന ചന്ദ്രൻ എസ്സല്ലേ? സാറിന്റെ റിപ്പോർട്ട് എല്ലാം നോർമൽ ആണ്. ഞാൻ അത് ഇപ്പോൾ തന്നെ വാട്ട്സ്ആപ്പ് ചെയ്തേക്കാം. ആവശ്യമുണ്ടെങ്കിൽ വൈകിട്ട് ഏഴുമണിക്കുള്ളിൽ എപ്പോഴെങ്കിലും സാറ് വന്ന് റിപ്പോർട്ട് വാങ്ങിക്കോളൂ."

എനിയ്ക്ക് അമ്പലത്തിൽ പോകാൻ സാധിക്കാത്തതു കൊണ്ട് ജീവൻ തിരിച്ചു തന്ന ദൈവങ്ങൾക്കുള്ള നന്ദിയറിയിക്കാൻ കുറച്ചുകലെയുള്ള

കുടുംബക്ഷേത്രത്തിലെയ്ക്ക് പോയതാണ് അച്ഛനും മകനും. അത്താഴത്തിന് ഒന്നും ഉണ്ടാക്കേണ്ട, ഇന്ന് അടിച്ച് പൊളിച്ച് ആഘോഷിക്കാൻ വാങ്ങിക്കൊണ്ടു വരാം എന്നു പറഞ്ഞാണ് രണ്ടാളും കൂടി പോയത്.

കുറച്ച് സമയം ഇരുന്നു കഴിഞ്ഞപ്പോൾ അൽപ്പം നടക്കാം എന്നു കരുതി തെക്കുവശത്തെ മുറ്റത്തേയ്ക്ക് ചെല്ലുമ്പോൾ ആണ് കണ്ടത് ഇരുട്ടിൽ തെക്കു കിഴക്ക് മതിലിന്റെ അരികിലായി തെക്കോട്ട് കുലച്ചു നിൽക്കുന്ന വാഴയുടെ അടുത്തായി തിളങ്ങുന്ന കണ്ണുകളോടെ അവ്യക്തമായ ഒരു രൂപവും നായയും. വാഴക്കൈകൾ ആകാം അതിനു പിറകിൽ ആയി കാറ്റിൽ ചലിക്കുന്നതെന്നു കരുതി.

“ആരാണ്? എന്തിനാ ഇരുട്ടത്ത് നിൽക്കുന്നത്?” എന്നു ചോദിച്ചപ്പോഴും അനക്കമില്ല. യാതൊരു ചലനവും ഇല്ലാതെ അതങ്ങനെ തന്നെ നിൽക്കുന്നത് കണ്ടപ്പോൾ വാഴക്കൈകൾ അല്ലേ അതിന്റെ തന്നെ കൈകൾ ആണോ എന്നും ഭയന്നു കൊണ്ട് ആത്മഗതം ചെയ്തു.

ഭഗവാനേ, കാലൻ എന്നെ കൊണ്ടു പോകാനായി വന്നതാകുമോ? മരണം അടുക്കുമ്പോൾ ഇങ്ങനെയുള്ള രൂപങ്ങളെ ഒക്കെ കാണും എന്ന് കേട്ടിട്ടുണ്ട്.

ഗ്രാമപ്രദേശമായതിനാൽ ചുറ്റിനും ഇരുട്ട് തന്നെ. ആരെയെങ്കിലും ഒന്ന് വിളിക്കാം എന്നു വച്ചാൽ വലിയ മതിൽക്കെട്ടിനകത്തെ വീടാണ്. ഫോണും ചാർജ്ജ് തീർന്നിട്ട് ഓഫായിപ്പോയി.

വേഗം തിരിഞ്ഞു നടന്നു. അതോ ഓടിയോ, അറിയില്ലെനിയ്ക്ക്. മുൻവശത്തുകൂടി വന്ന് മെയിൻ ഗെയിറ്റ് തുറന്ന് ഇടറോഡിലേയ്ക്ക് ഇറങ്ങാം എന്നു നോക്കിയപ്പോൾ അതും താഴിട്ടിരിക്കുന്നു. താക്കോൽ വീടിനകത്താണ്. ഒറ്റയ്ക്ക് വീട്ടിൽ കയറാനും ഭയമായി. വടക്കുവശത്തുള്ള ചെറിയ ഗെയിറ്റു തുറന്ന് അടുത്ത വീട്ടിലേയ്ക്ക് പോകാം എന്നു കരുതി നടക്കുമ്പോൾ കണ്ടു ദാ അവിടെയും ആ കറുത്തിരുണ്ട രൂപവും നായയും.

അലറി വിളിക്കാൻ തുടങ്ങിയ ശബ്ദം തൊണ്ടയിൽ കുരുങ്ങി നാവും ചുണ്ടും വരണ്ട് മരണം ഉറപ്പിച്ച ഞാൻ പ്രജ്ഞയറ്റ് താഴെ വീണു.

വേണീ....വേണീ.... എന്ന വിളി കേട്ടുകൊണ്ട് മുഖത്ത് നിറയെ വെള്ളവുമായി കണ്ണു തുറന്നപ്പോൾ പ്രകാശത്തിൽ കുളിച്ചു നിൽക്കുന്ന രൂപവും, നായയും, വേറെയും കുറേ രൂപങ്ങളും. ഇത്രവേഗം ഞാൻ പരലോകത്തെത്തിയോ എന്ന് ഓർത്തതും വീണ്ടും പ്രജ്ഞയറ്റു.

വീണ്ടുംശക്തിയായി ജലം എന്റെ മുഖത്തേയ്ക്ക് പതിച്ചപ്പോൾ,

“വേണീ എഴുന്നേൽക്കു. എന്നാ പറ്റിയേ? പേടിച്ചു പോയോ? എന്ന

ശബ്ദത്തോടൊപ്പം എന്നെ താങ്ങിപ്പിടിച്ച് ഇരുത്തിയപ്പോൾ ആണ് എനിയ്ക്ക് മനസ്സിലായത് ഇത് പരലോകമല്ല എന്റെ വീടിന്റെ മുറ്റം ആണെന്ന്.

"എന്നാ പറ്റിയേ? വല്ലതും കണ്ടു പേടിച്ചോ വേണി കൊച്ചേ?"

അപ്പോഴും കിട്ടിയ പേടി മാറാത്ത ഞാൻ അവ്യക്തമായി പറഞ്ഞു.

"കാലൻ, കാലൻ."

"ങ്ങേ! കാലനോ? എവിടെ?

ഞാൻ രണ്ടാമത് കാലൻ നിന്ന ഭാഗത്തേയ്ക്ക് കൈ ചൂണ്ടിക്കാട്ടി.

"അയ്യോ വേണി കൊച്ചേ അത് കാലനും ഒന്നുമല്ല. നിങ്ങൾ ആരും ഇല്ലാന്ന് കരുതി ആൻഡ്രോസിച്ചായൻ പട്ടിയേയും കൊണ്ട് ഇവിടേയ്ക്ക് വന്നതാ.

ഇവിടാകുമ്പോൾ ചുറ്റിലും മതിലുള്ളതുകൊണ്ട് പട്ടിയെ ഇവിടെ അഴിച്ചുവിട്ടിട്ട് അതിയാൻ മുൻവശത്തെ തിണ്ണയിൽ വന്നിരിക്കും. നിങ്ങളിവിടെ ഇല്ലാത്തപ്പോൾ ഞങ്ങൾടെ പതിവാ അത്. വണ്ടി കാണാഞ്ഞപ്പോൾ നിങ്ങൾ എല്ലാവരും കൂടിയാ പോയതെന്ന് കരുതി കാണും. ഇച്ചായനെ കണ്ടാണോ വേണീ കൊച്ച് പേടിച്ചത്? വേണിയെ കണ്ടപ്പോൾ ഇതിയാനൊന്നും പറഞ്ഞില്ലേ? ഇങ്ങേർക്ക് അല്ലെങ്കിലും ഒള്ളതാ അനങ്ങാതെ നിന്ന് പേടിപ്പിക്കുന്നത്. എന്നെയും പേടിപ്പിക്കും. നല്ല കത്തുന്ന ഉച്ചവെയിലുള്ളപ്പോൾ എന്നെ കാണാൻ വന്ന ഇങ്ങേരുടെ കരി ഓയിലിൽ മുങ്ങിയതുപോലുള്ള രൂപം കണ്ട പ്പോഴേ പേടിച്ച ഞാൻ എന്റെ അമ്മച്ചിയോട് കരഞ്ഞു പറഞ്ഞതാ വേണികൊച്ചേ... മൽഗോവ മാങ്ങാപ്പഴം പോലിരിക്കുന്ന എന്നെ ആ ഇടിവെട്ടേറ്റതുപോലുള്ള കൊന്നത്തെങ്ങിനെ കൊണ്ട് കെട്ടിക്കല്ലേ അമ്മച്ചീ എന്ന്. അന്ന് അമ്മച്ചി പറഞ്ഞു:

"വെട്ടിയിട്ട ചക്കപ്പഴം പോലെ കട്ടിലേൽ ഒരേ കിടപ്പ കിടക്കുന്ന നിന്റെ അപ്പച്ചന്റേയും ആരും തുണയില്ലാത്ത നമ്മുടെയും കാര്യങ്ങൾ ഒക്കെ അറിഞ്ഞിട്ടും നയാപൈസ സ്ത്രീധനം വാങ്ങിക്കാതെ നിന്നെ കണ്ടിഷ്ടപ്പെട്ട് കെട്ടാൻ തയ്യാറായി ആൻഡ്രോസല്ലാതെ പിന്നാര് വരാനാ ത്രേസ്യാകൊച്ചേ? അല്ലേൽ നീ കെട്ടാമങ്കയായി ഈ മലമൂട്ടിൽ കിടന്ന് നരകിച്ച് മുരടിച്ച് ചീമ്പിയെറിഞ്ഞ മാങ്ങയണ്ടി പോലെ ആകത്തേയുള്ളൂ എന്ന്. അങ്ങനെ പറഞ്ഞ് അമ്മച്ചി സമ്മതിപ്പിച്ചതാ എന്നെക്കൊണ്ട് ഇങ്ങേരുമായുള്ള കെട്ടിന്. അങ്ങേരെ ദിവസോം കണ്ട് കണ്ട് എന്റെ പേടിയൊക്കെ മാറിയപ്പോ അങ്ങേർക്കെന്നെയായി പേടി.

എന്റെ കൊച്ചേ നീ ക്ഷമിച്ച കള. നിങ്ങൾ ബോംബേലൊക്കെ താമ സിച്ചിട്ട് ഒരു മാസത്തേയ്ക്ക് നിൽക്കാൻ വരുന്ന സമയത്ത് ഇങ്ങേർക്ക് പട്ടിയേയും കൊണ്ട് അതും കറണ്ട് പോയ സമയത്ത് തന്നെ വരേണ്ട വല്ല കാര്യോമുണ്ടോ? അങ്ങേര് കരുതി കാണും നിങ്ങൾ എല്ലാവരും കൂടി പുറത്തു പോയല്ലോ കിട്ടിയ സമയത്ത് പട്ടിയെ കൂട്ടിൽ നിന്നിറക്കി വിടാം എന്ന്. കൊച്ച് അകത്തുള്ള കാര്യം മനസ്സിലായതുമില്ല. അതായി രിക്കാം കൊച്ച് ബോധത്തിലോട്ട് വന്നതും ഞാനൊന്നു കുരിശു വരച്ചിട്ടു വരാം എന്നെന്നോട് പറഞ്ഞ് വേഗം സ്ഥലം വിട്ടത്. കൊച്ചിനെ കണ്ട് ഒന്നും മിണ്ടാതെ നിന്ന കൊച്ചിന്റെ കാലന്റെ പാപബോധം! ഒടുക്കത്തെ പാപബോധം! അപ്പോഴൊന്നു മിണ്ടിയാൽ ഇങ്ങേർക്കെന്തായിരുന്നു? മറ്റുള്ളവരെ കുരിശേക്കേറ്റീട്ടാ അങ്ങേരുടെ ഒരു കുരിശു വര. എന്നാ ആയാലും പറ്റിയത് പറ്റി. കൊച്ചിനി ഇതാരോടും പറയാൻ നിൽക്കേ ണ്ട. ഞാനും പിള്ളേരും അങ്ങേരുടെ അമ്മച്ചിയും മാത്രം അറിഞ്ഞാൽ മതി. അങ്ങേർക്കിട്ട് ഞാനിന്ന് വച്ചിട്ടുണ്ട്. ആ കാലന്റെ അവതാര ത്തെ ഞാനിന്ന് പച്ചയ്ക്ക് വറുക്കും. കൊച്ച് അകത്തു പോയി ഇത്തിരി വെള്ളം ഉപ്പിട്ട് ചൂടാക്കി ദേഹം കഴുകി തുണിയൊക്കെ ഒന്നു മാറ്. നിന്ന നിൽപ്പിൽ വീണതല്ലേ.ഇപ്പോൾ പേടിയൊക്കെ മാറിയില്ലേ. ഞാനേ പിള്ളാർക്കും അമ്മച്ചിക്കും അത്താഴം കൊടുക്കട്ടെ."

എന്നു പറഞ്ഞ് ത്രേസ്യാമ്മ ചേച്ചി പോയി. അപ്പോഴും വിട്ടുമാറി യിട്ടില്ലാത്ത കാലൻഭയവുമായി വെളിച്ചമുണ്ടെങ്കിലും ഒറ്റയ്ക്ക് വീടിന്റെ അകത്തു കയറിയിരിക്കാൻ പേടിയായിട്ട് ഗയിറ്റിന്റെ താക്കോലുമെടുത്ത് തെക്കോട്ടു കുലച്ച വാഴക്കുലയുടെ ആട്ടത്തെ മനസ്സിൽ നിന്നും പറിച്ചെ റിയാൻ വിഫലശ്രമം നടത്തിക്കൊണ്ട് അർജ്ജുനൻപത്ത് ചൊല്ലി ചൊല്ലി വീണ്ടും ഞാൻ ഉമ്മറത്തിണ്ണയിലെ ബഞ്ചിൽ തന്നെയിരുന്നു അച്ഛന്റേയും മകന്റെയും വരവും കാത്ത്.

കൗസല്യ

ബൈജുവിന്റെ വീട്ടിൽ അപ്രതീക്ഷിതമായി കയറിച്ചെന്നപ്പോൾ ആണ് അയാൾ അത്ഭുതപ്പെട്ടത്.

"എന്താടോ ഒന്ന് വിളിച്ചു പറയുക പോലും ചെയ്യാതെ? ജിജീ..... ഇതാരാ വന്നിരിക്കുന്നത് എന്ന് നോക്കു."

"ജിജി അടുക്കള ജോലിയിൽ വ്യാപൃതയാണെങ്കിൽ വെറുതേ അവളെ വിളിക്കേണ്ട താൻ. ഞാൻ അങ്ങോട്ട് പൊയ്ക്കോളാം."

"എന്നാലും തനിക്കൊന്ന് പറഞ്ഞിട്ട് വരാമായിരുന്നില്ലേടോ."

"ഒന്നുമില്ലെടോ എന്റെ ഏറ്റവും അടുത്ത സഹപാഠികളും സുഹൃത്തുക്കളും അല്ലേ നിങ്ങൾ. എന്തോ ഇന്ന് നിങ്ങളെ ഒന്നു കാണണം എന്ന് തോന്നി... ആ താനന്ന് ചോദിച്ചില്ലായിരുന്നോ അടുത്ത കഥ രാമായണത്തിലെ കൗസല്യയെ കുറിച്ച് എഴുതാമോ? എന്ന്. രാമായണത്തിലെ കൗസല്യയെ കുറിച്ച് എനിയ്ക്ക് അത്ര വലിയ ഗ്രാഹ്യം ഒന്നുമില്ല. എങ്കിലും പിന്നീട് എന്റെ ചിന്ത കൗസല്യയെക്കുറിച്ച് തന്നെയായിരുന്നു.

ഞാനൊന്നു ശ്രമിച്ചു നോക്കി. താനിത് വായിച്ചു നോക്കു. അപ്പോഴേയ്ക്കും ഞാൻ ജിജിയേയും അമ്മയേയും ഒക്കെ കണ്ടിട്ട് വരാം."

അഭിനവ കൗസല്യ.

കൗസല്യയെക്കുറിച്ച് ചിന്തിക്കുമ്പോൾ തന്നെ ഭഗവാൻ ശ്രീരാമന്റെ മാതാവാകാൻ കഴിഞ്ഞ പുണ്യ ജൻമം എന്നാണ്. പക്ഷേ എന്റെ മനസ്സിൽ കൗസല്യ അവഗണനയുടെ ഘോരാമഴയിലെ മനോവ്യഥയാകുന്ന പ്രളയത്തിൽ രക്ഷപ്പെടാനാവാത്ത വിധം അകപ്പെട്ടു പോയ സ്ത്രീരത്നമാണ്.

കോസല രാജപുത്രി... അയോദ്ധ്യാപതി ദശരഥ മഹാരാജാവിന്റെ ധർമ്മപത്നി... സൗഭാഗ്യവതി എന്ന് എല്ലാവരും വാഴ്ത്തിപ്പാടിയ കൗസല്യ... തനിക്കാദ്യം ദശരഥനിൽ ജനിച്ച സന്താനം പുത്രിയായിപ്പോയതു കൊണ്ടുമാത്രം തന്റെ അനന്തരാവകാശിയായി പുത്രനെ കാംക്ഷിച്ച ദശരഥൻ ആ കുഞ്ഞിനെ ലോമപാദരാജാവിന് ദത്തു നൽകി. തന്റെ കുഞ്ഞിനെ ഒന്നു ലാളിക്കാൻ പോലും സാധിക്കാത്തതിൽ പ്രതികരിക്കാൻ പോലും ആവാതെ ദശരഥാജ്ഞ ശിരസ്സാവഹിച്ച് ഉള്ളിന്റെ ഉള്ളിൽ മാതൃദുഃഖത്താൽ വെന്തുരുകിയ അയോദ്ധ്യാമഹാറാണി കൗസല്യ എന്ന അമ്മ.

കൗസല്യയ്ക്ക് പുത്ര ഭാഗ്യം സിദ്ധിക്കില്ല എന്നു ധരിച്ച് (അതോ അതൊരു കാരണമാക്കിയതോ?) രണ്ടാമതും, മൂന്നാമതും വിവാഹം ചെയ്തു ദശരഥൻ. പിന്നീട് പ്രഥമ പത്നീ സ്ഥാനം എന്നതൊഴിച്ച് ഒരു ഭർത്തൃമതിയുടെ എല്ലാ അവകാശങ്ങളും ആഗ്രഹങ്ങളും ദശരഥനാൽ നിഷേധിക്കപ്പെട്ട് അവയൊക്കെ മനസ്സിലടക്കാൻ മാത്രം വിധിക്കപ്പെട്ട കൗസല്യ.

ദശരഥന്റെ വിവാഹം തന്നെ ആ മനസ്സിനെ വേദനിപ്പിച്ചു. കൈകേയിയുടെ സൗന്ദര്യ വർണ്ണനകളും, കാമശാസ്ത്ര നൈപുണ്യവും ദശരഥനിൽ നിന്ന് തന്നെ കേട്ടപ്പോഴും പിന്നീടുള്ള ദശരഥ കൈകേയി വിവാഹത്തിന് സാക്ഷ്യം വഹിച്ചപ്പോഴും ഓടി അന്തഃപ്പുരത്തിൽ എത്തി തന്നെപ്പോലൊരു സ്ത്രീ ജൻമം എന്തിന് വേണ്ടിയായിരുന്നു, എന്ന ദൈവങ്ങളോടുള്ള ചോദ്യത്തോടൊപ്പം കരളുരുകിയുള്ള വിലാപവും ഹൃദയഭേദകമായിരുന്നിട്ടും കൗസല്യയുടെ കാര്യത്തിൽ മാത്രം ദൈവങ്ങളും അന്ധരും, ബധിരരും മൂകരുമായിട്ടു നടിച്ചു. തൻമൂലം പ്രഥമ പത്നീ സ്ഥാനാലങ്കാരത്തിനുള്ളവൾ മാത്രമാണ് താനെന്ന യാഥാർത്ഥ്യം മനസ്സിലാക്കി തപിക്കുന്ന ഹൃദയത്തോടെ എല്ലാത്തിനും മൂകസാക്ഷിയായി നിലകൊണ്ടു കൗസല്യ.

പുത്രകാമേഷ്ടി യാഗത്തിന് ശേഷം ശ്രീരാമൻ എന്ന പുത്രന്റെ ജനന ശേഷം മാത്രമാണ് ആ സാധ്വിക്ക് അൽപ്പമെങ്കിലും ആനന്ദം ഉണ്ടായത്. പതിയുടേയും, സപത്നിമാരുടേയും അവഗണന ആവോളം സഹിച്ചിട്ടും ആ രാജപത്നി സ്വാർത്ഥതയില്ലാതെ മക്കൾ നാലുപേരേയും ഒരു പോലെ സ്നേഹിച്ചു, ലാളിച്ചു.

കൈകേയിയുടെ കുബുദ്ധി മൂലം വനവാസത്തിന് യാത്രയാകുന്ന രാമനോടൊപ്പം കൈകേയി എന്ന സപത്നിയുടെ ക്രൂരതകൾക്ക് താനിനിയും പാത്രീഭൂതയാകേണ്ടി വരുമോ എന്ന ഉൾഭയത്താൽ

യാത്രകാൻ തുനിഞ്ഞ കൗസല്യയോട് രാമൻ ഇപ്രകാരം പറഞ്ഞ് നിരുത്സാഹപ്പെടുത്തുന്നു,

"അല്ലേയോ മാതാശ്രീ ഇത്രയധികം ദുഃഖിതനായ പിതാവ് ഇപ്പോൾ കാംക്ഷിക്കുന്നത് തന്റെ ധർമ്മപത്നിയായ അവിടുത്തെ സാന്നിദ്ധ്യമാണ്. ആ സാമീപ്യവും നഷ്ടമായി കഴിഞ്ഞാൽ അദ്ദേഹം അത്യന്തം ദുഃഖിതനായി ഏതവസ്ഥാവിശേഷത്തിൽ എത്തപ്പെടും എന്ന് പറയാനാവില്ല."

രാമൻ യാത്രയായതിനു ശേഷം മാത്രമാണ് കൗസല്യ ആദ്യമായി ദശരഥനോട് കോപാകുലയായി പ്രതികരിച്ചത്.

"പതീ സൗഭാഗ്യങ്ങൾ ഒന്നും അനുഭവിക്കാൻ എനിയ്ക്ക് ഭാഗ്യം സിദ്ധിച്ചില്ല. രാമനെപ്പോലൊരു ശ്രേഷ്ഠ പുത്രനിൽ നിന്നും പുത്രസൗഭാഗ്യം എങ്കിലും ലഭിക്കും എന്ന് ആശ്വസിച്ചിരുന്നു. അതും എന്റെ പതി എന്നിൽ നിന്നും നഷ്ടമാക്കി. സങ്കടങ്ങൾ തുറന്നു പറഞ്ഞ് പൊട്ടിക്കരയാൻ സാധിക്കാത്ത എന്റെ ദുരവസ്ഥയുണ്ടല്ലോ അത് മൃതിയേക്കാൾ ഭയാനകമായിരുന്നു."

"രാമ മാതാവായ കൗസല്യയെ കൈകേയീഭ്രമത്തിന് വശായ ഞാൻ ഒരിക്കൽ പോലും വേണ്ടവിധം പരിഗണിച്ചില്ലെന്നു മാത്രമല്ല അപഹാസ്യയാക്കുകയും ചെയ്തു എന്നതിന്റെ ശിക്ഷയാണ് ഞാനിപ്പോൾ അനുഭവിച്ചുകൊണ്ടിരിക്കുന്നത്. ഗുണദോഷങ്ങളും, ന്യായാന്യായങ്ങളും വേർതിരിച്ചറിയാൻ കഴിയുന്ന നീയെങ്കിലും എന്നെ പരുഷ വാക്കുകളാൽ മുറിപ്പെടുത്തരുതേ... വേദനിപ്പിക്കരുതേ... എന്നപേക്ഷിക്കുകയാണ് കൗസല്യേ..." എന്ന ദശരഥ വിലാപം കേട്ടപ്പോൾ ഭർത്താവ് തന്നോട് അപേക്ഷിക്കുന്ന അവസ്ഥയുണ്ടാക്കിയതിൽ സ്വയം പരിതപിക്കുന്ന കൗസല്യ. ധർമ്മപത്നി എന്ന നിലയിൽ ദശരഥനെ സാന്ത്വനിപ്പിക്കുന്നതിനോടൊപ്പം രാമൻ പോയ ആറാം ദിവസം പുത്ര ദുഃഖത്താൽ പിതൃലോകംപൂകുന്ന നിമിഷം വരെ അരികിൽ നിന്നും മാറാതെ അദ്ദേഹത്തെ ശുശ്രൂഷിച്ചു. അപ്പോൾ മാത്രമാണ് ദശരഥനും തിരിച്ചറിയുന്നത് സഹനത്തിന്റെയും, ക്ഷമയുടേയും കാരുണ്യത്തിന്റേയും മൂർത്തീമദ്ഭാവം മാത്രമല്ല കൗസല്യ, ധർമ്മിഷ്ഠയായ പത്നീ പ്രതീകം കൂടിയാണ് എന്ന്. അവിടെയും വിധി കൗസല്യയെ തോൽപ്പിച്ചു തന്നെ മനസ്സിലാക്കിയ പശ്ചാത്താപവിവശനായ പതിയോടൊപ്പം ആ സ്നേഹം അനുഭവിക്കാൻ യോഗമില്ലാത്തവളായി. ചില ജൻമങ്ങൾ അങ്ങനെയാണ് നഷ്ടപ്പെട്ടതെല്ലാം കൈയ്യെത്തും ദൂരത്തണയുമ്പോൾ ഒരിക്കലും തിരിച്ചു ലഭിക്കാത്ത വിധം അത് കൈവിട്ടു പോകും.

ഭരതനോടൊപ്പം മകനെ തിരികെ കൊണ്ടുവരാൻ കാട്ടിലേയ്ക്ക് പോയ കൗസല്യ മകന്റെ കാനനവാസം കണ്ടും വ്യാകുലമാനസയാകുന്നു. രാമൻ അയോദ്ധ്യാപതിയായതിനു ശേഷമുള്ള സീതാപരിത്യാഗവും, അതിനു ശേഷമുള്ള രാമന്റെയും സീതയുടേയും ജീവിതത്തെ കുറിച്ചുള്ള ആധികളും, പിന്നീടുള്ള സീതയുടെ ഭൂമിയിലേയ്ക്കുള്ള തിരോധാനവും കൗസല്യയെ അത്യന്തം ദുഃഖിപ്പിക്കുന്നു. ആ ദുഃഖത്താൽ തന്നെ അധികം താമസിയാതെ കൗസല്യ ഇഹലോകവാസം വെടിയുന്നു.

ഞാനും ഒരു കൗസല്യയാണ്. പക്ഷേ എന്റെ ഭർത്താവായ ജയന്തനും രണ്ടാമതൊരു വിവാഹം കഴിക്കാതെ തന്നെ വാസന്തിയെ എന്റെ കൺമുൻപിൽ തന്നെ സപത്നിയാക്കി വാഴിച്ചു കൊണ്ട് എനിയ്ക്ക് സ്നേഹപ്രകടനങ്ങളും, ലാളനയും അറിയില്ല, അതദ്ദേഹത്തിന് ലഭിച്ചത് വാസന്തിയിൽ നിന്നാണ് എന്നു പറഞ്ഞ് പരമാവധി അവഹേളിച്ചു, അവഗണിച്ചു.

ജയന്തൻ രോഗങ്ങൾക്ക് അടിമയായപ്പോൾ, എന്റെ ഭർത്താവിന്റെ തന്നെ ഭാഷയിൽ പറഞ്ഞാൽ, ഇനി ജയന്തനിൽ നിന്നും സ്നേഹപ്രകടനങ്ങളും ലാളനയും ലഭിക്കില്ല, അയാളൊരു ബാധ്യതയാകും എന്നു മനസ്സിലാക്കിയ വാസന്തി, ജയന്തനു പകരം മറ്റൊരാളെ കണ്ടെത്തി, അത് എതിർത്ത ജയന്തനെ പുറത്താക്കി.

തിരികെ എന്റെ അരികിലേയ്ക്ക്.

പശ്ചാത്താപവിവശനായി വന്ന ജയന്തന്റെ പ്രഥമ പത്നീ സ്ഥാനം എനിയ്ക്കു തന്നെ. ഞാൻ ഒന്നിനും പ്രതികരിക്കാൻ അറിയാത്ത പാവം കൗസല്യ എന്ന ധാരണയിൽ ആയിരുന്നു എല്ലാവരും. അതായിരുന്നല്ലോ വിവാഹ ശേഷവും എന്നിലെ സർഗ്ഗാത്മകതയെ, എഴുത്തുകാരിയെ അടിച്ചമർത്തിയിടാൻ ജയന്തനായത്. അന്നയാൾ പറഞ്ഞത് ഞങ്ങളുടെ കുടുംബത്തിൽ ആരും ജോലിക്ക് പോയതും, കഥാകാരിയായതും ചരിത്രമില്ല. അതു കൊണ്ട് നീയും അതനുസരിച്ചാൽ മതിയെന്നാണ്.

അന്ന് പ്രതികരിക്കാൻ അറിയാത്ത ഞാൻ മനസ്സിൽ പറഞ്ഞു നിങ്ങൾക്കും കുടുംബക്കാർക്കും വിവരമില്ലാത്തത് എന്റെ തെറ്റല്ല എന്ന്.

ജയന്തൻ വാസന്തിയോടൊപ്പം പോയ ശേഷം ഞാൻ കഥകളുടെ ലോകത്ത് വിരാജിച്ച് കഥാകാരിയായി. ഇന്ന് ഏവരുടേയും മുൻധാരണകളെ തിരുത്തിക്കുറിച്ചു കൊണ്ട് വാസന്തി കൈയ്യടക്കി വച്ച് ആദായം അനുഭവിച്ചുകൊണ്ടിരുന്ന എല്ലാ വസ്തുവകകളും തിരിച്ചുപിടിച്ചു. അവൾക്ക് പറ്റിയ അബദ്ധം ഒന്നും സ്വന്തം പേരിൽ ആക്കാൻ കഴിയില്ല

എന്നതായിരുന്നു. അതിനു കാരണം മകന്റെ സ്വഭാവം അറിയാമായിരുന്ന ജയന്തന്റെ അച്ഛൻ എല്ലാ സ്വത്തുവകകളും, സ്ഥാവരജംഗമ വസ്തുക്കളും എൻെറയും, ജയന്തന്റെയും പേരിൽ ആക്കിയാണ് പ്രമാണം രജിസ്റ്റർ ചെയ്തത് എന്നതായിരുന്നു.

തന്നെ വേണ്ടാത്ത ഭർത്താവിന്റെ കുടുംബത്തിന്റെ സ്വത്തു വകകൾ തനിക്കെന്തിനാണ്, എന്ന ചിന്തയായിരുന്നു അപ്പോൾ എന്നെ ഭരിച്ചിരുന്നത്. ബൈജു കൗസല്യയെ കുറിച്ച് എഴുതാൻ പാടില്ലേ എന്നു ചോദിച്ചതും ഞാനറിഞ്ഞ ത്രേതായുഗ കൗസല്യയുടെ വികാരവിചാരങ്ങൾ വിശകലനം ചെയ്തപ്പോഴും ആണ് തോന്നിയത്. ഇത് കലിയുഗമാണ്. എനിയ്ക്ക് മക്കൾ ഇല്ല, വാസന്തിക്ക് രണ്ട് പെൺമക്കൾ ആണുള്ളത്.

തിരിച്ചു വന്ന ഭർത്താവിനോട് ഒരു വ്യവസ്ഥയേ വച്ചുള്ളൂ. ഇപ്പോൾ രണ്ടാളുടേയും പേരിൽ ഒരുമിച്ചുള്ള സ്വത്തുക്കൾ തുല്യമായി ഭാഗിച്ച് എന്റെയും, ജയന്തന്റെയും പേരിൽ വെവ്വേറെ പ്രമാണം രജിസ്റ്റർ ചെയ്യണം എന്ന്. എന്റെ കൂടെ ജീവിക്കാൻ വേണ്ടി എന്തിനും തയ്യാറായിരുന്ന അദ്ദേഹം അതിനുള്ള നടപടിക്രമങ്ങൾ ചെയ്തു.

ഇന്ന് ഞാനും ജയന്തനും തമ്മിലുള്ള വിവാഹമോചനം കോടതി അംഗീകരിച്ചു. ഒരാൾക്ക് മറ്റൊരാളെ ഉപേക്ഷിക്കാൻ കാരണങ്ങൾ ഉണ്ടാവും. ആ കാരണങ്ങളിലെ നൻമതിൻമകളെ തിരിച്ചറിയാൻ ആർക്കാണ് സാധിക്കുക?ആദ്യ സമയങ്ങളിൽ ഒരു പാട് വിശ്വസിച്ച് സ്നേഹിച്ചിട്ടുണ്ടെങ്കിലും ഒത്തുപോകാൻ പറ്റില്ല എന്ന കോംപ്ലിക്കേറ്റഡ് കാരണങ്ങൾക്ക് എങ്ങനെയാണ് വിശദീകരണം നൽകുക? രണ്ടുപേർ പിരിയുമ്പോൾ ആർക്കൊക്കെയാണ് വിശദീകരണം നൽകേണ്ടത്? മാനസ്സികമായി അടുപ്പമില്ലാതെ ഇനിയും ഒരുമിച്ച് ജീവിച്ചാൽ പരസ്പരം കൊല്ലേണ്ടി വന്നാലോ എന്ന് പേടിച്ച് പരസ്പരം വേർപിരിയേണ്ടി വരുന്ന ബന്ധങ്ങളും ഉണ്ട്. നമ്മുടെ എല്ലാമെല്ലാമായിരുന്നു എന്നു കരുതിയിരുന്ന ഒരാളിൽ നിന്നുള്ള വേർപിരിയലിൽ ശരീരം മാത്രമേ വേർപിരിയുന്നുള്ളൂ. മനസ്സും ബുദ്ധിയും വേർപിരിയാൻ സമയമെടുക്കും. അതിന് കാലങ്ങൾ വേണ്ടിവരും. ആ കാലങ്ങൾക്ക് ശേഷമാണ് ജയന്തൻ വീണ്ടും എന്റെ ജീവിതത്തിലേയ്ക്ക് കടന്നുവന്നത്. ഒറ്റയ്ക്ക് അനുഭവിച്ച വേദനകളും, സ്വയം തുടച്ച കണ്ണീരുമാണ് എന്റെ ജീവിതത്തിലെ ഏറ്റവും വലിയ പാഠങ്ങൾ തന്നിഷ്ടത്തിന് മാത്രം ജീവിച്ചിരുന്ന ജയന്തന് ഇനിയും ജയന്തന്റെ ഇഷ്ടത്തിന് തന്നെ ജീവിക്കാം. സ്വത്തുക്കൾ മക്കൾക്ക് കൊടുക്കുകയോ, ഒറ്റയ്ക്ക് അനുഭവിച്ച് ജീവിക്കുകയോ എന്തെങ്കിലും ആവട്ടെ.

ഞാനിത്രയും കാലത്തെ ജീവിതം കൊണ്ട് മനസ്സിലാക്കിയത് നമ്മുടെ കൈയ്യിൽ എന്താണോ ഉള്ളത് അതുകൊണ്ട് നമ്മുടെ കൂടെ ഇപ്പോൾ ആരാണോ ഉള്ളത് അവരോടൊത്ത് ഈ ലോകത്തിൽ എവിടെയാണോ ഉള്ളത് അവിടെ ജീവിച്ച കൊണ്ട് ഒന്നാമതായി നമ്മൾ സന്തോഷിക്കണം. രണ്ടാമതായി കൂടെയുള്ളവരേയും സന്തോഷിപ്പിക്കണം. ഇതാണ് ഒരായുസ്സുകൊണ്ട് മനുഷ്യൻ ചെയ്യേണ്ടത്. അപ്പോഴാണ് നമ്മൾ നമ്മളെ സ്നേഹിക്കുന്നത്. ഇപ്പോൾ എന്റെ കൂടെ ഉള്ളത് ശരണാലയത്തിലെ അന്തേവാസികൾ ആണ്. അതുകൊണ്ടാണ് എന്റെ കാലശേഷമുള്ള സ്വത്തുക്കൾ ഞാൻ കരുണ എന്ന അഗതിമന്ദിരത്തിനായി എഴുതി വച്ചത്.

അമ്മയെ കണ്ട ശേഷം ജിജിയോടൊപ്പം ഇറങ്ങി വന്ന ഞാൻ ബൈജുവിനോട് ചോദിച്ചു:

"കഥ വായിച്ചോ ബൈജു അഭിനവ കൗസല്യ ചെയ്തതല്ലേ ശരി? മനസ്സിലാക്കി ചേർത്തു പിടിക്കാൻ ആരുമില്ലെങ്കിൽ എന്താ? മനസ്സു നീറുവോളം എന്നെ കുറ്റപ്പെടുത്താൻ ഒരുപാട് പേരുണ്ടല്ലോ. ആ ഒരു ആശ്വാസമാണെനിക്കിപ്പോൾ. താനതിൽ പെടില്ല കേട്ടോ."

ഇവരിതെന്താണ് സംസാരിക്കുന്നത് എന്നു മനസ്സിലാവാതെ ജിജ്ഞാസയോടെ ജിജി എന്താടാ കാര്യം? എന്ന് ചോദിച്ചപ്പോൾ ഒന്നുമില്ലെടാ എന്നു പറഞ്ഞ് വെറുതേ എന്നർത്ഥത്തിൽ കണ്ണടച്ചുകാട്ടി യാത്ര പറഞ്ഞിറങ്ങുമ്പോൾ ഒന്നും പറയാനാവാതെ എന്നെ പിന്തുടരുന്ന ബൈജുവിന്റെ നീർമുത്തുകൾ തിളങ്ങുന്ന കണ്ണുകളെ നേരിടാനാവാത്തതുകൊണ്ടു മാത്രം ഒരിക്കൽ പോലും തിരിഞ്ഞു നോക്കാതെ ഞാൻ നടന്നു താലിച്ചരടെന്ന ബന്ധനത്തിന്റെ പിടിയിൽ അമരാത്ത എന്റെ മാത്രം ലോകത്തിലേയ്ക്ക്.

മാനസിക വൈകൃതം

രാത്രി പന്ത്രണ്ട് മണി കഴിഞ്ഞ് ശബ്ദിച്ച ഫോൺ നാദമാണ് എന്നെ നിദ്രയിൽ നിന്നും ഉണർത്തിയത്. നോക്കിയപ്പോൾ ശോശാമ്മ.

"എന്താടീ ഈ അസമയത്ത്? എന്തെങ്കിലും പ്രശ്നമുണ്ടോ?"

"പ്രശ്നമേയുള്ളെടീ..... ഉറങ്ങാൻ പറ്റുന്നില്ല, അതാ അസമയത്ത് നിന്നെ വിളിച്ചത്."

"എന്താടി? എന്തായാലും പരിഹാരമുണ്ടാക്കാം. നീ സമാധാനമായിരിക്കു. ബി. പിയുള്ളതാണ് നിനക്ക്,"

"ഞാനിപ്പോൾ തന്നെ നിന്നോട് തുറന്ന് പറയട്ടേ? നിന്റെ കെട്ടിയോനും, പിള്ളാർക്കും ബുദ്ധിമുട്ടാകുമോ? പറഞ്ഞില്ലേൽ ഞാൻ നേരം വെളുപ്പിക്കും എന്ന് തോന്നുന്നില്ല. അത്രയ്ക്ക് കനലെരിയുന്ന വിങ്ങലാണ് നെഞ്ചിന്റുള്ളില്. ചത്തു കളഞ്ഞാലോ എന്നു തോന്നുവാ? അഭിമാനം പോയേച്ചിട്ട് എന്തിനാ ഞാൻ ജീവിക്കുന്നേ? ആരെ സ്നേഹിച്ചാലും ഇതു തന്നെയാ എന്റെ വിധി."

"എന്റെ കെട്ടിയോനും പിള്ളാരും ഉറങ്ങി. ഞാൻ ഡൈനിംഗ് റൂമിൽ വന്നിരുന്നു. എന്താ നിന്റെ പ്രശ്നം?"

"നിന്നോട് സംസാരിച്ച് കഴിഞ്ഞാൽ പിന്നെ വല്യ ആശ്വാസമാണ്. അതാ നിന്നെ വിളിച്ചേ. ഞാൻ നിന്നോട് പറഞ്ഞിട്ടില്ലേ ഞങ്ങളുടെ അയൽക്കാരി ചന്ദ്രിക ചേച്ചിയെ കുറിച്ച്?"

"ആ നീ പറഞ്ഞ് എനിക്കറിയാം. സോനയും, മീനയും എന്ന രണ്ട

കുട്ടികളുടെ അമ്മയല്ലേ അവര്? മീനയുടെ കുഞ്ഞല്ലേ അവര് കുമരകത്തു നിന്നും വന്നു കഴിഞ്ഞാൽ നിന്റെ കൂടെ എപ്പോഴും ഉണ്ടാകും എന്നു പറയുന്ന അമ്മാളു?"

"ആ അതു തന്നെയാടി. ഞാനിവിടെ വരുമ്പോൾ സിയമോൾക്ക് രണ്ടു വയസ്സ്. അന്ന് സോനയും, മീനയും ഒൻപതിലും, അഞ്ചിലും. വന്ന നാൾ മുതൽ എന്തൊരു സ്നേഹമായിരുന്നു ഞങ്ങൾ ഇരു വീട്ടുകാർ തമ്മിൽ. ചന്ദ്രിക ചേച്ചിക്ക് സുഖമില്ലാതായാൽ എന്നോട് പറയും. അവർക്കും ചേട്ടനും ഉള്ള ഭക്ഷണം അങ്ങോട്ട് കൊടുക്കും. പിള്ളാര് രണ്ടു പേരും ഇവിടെയായിരിക്കും."

"സോന വിവാഹശേഷം റിയാദിൽ ആണ്. മീന ഇവിടെ കുമരകത്തും. അടുത്തായതു കൊണ്ട് അവരെപ്പോഴും വരും. വന്നാലും അവരെന്റെയടുത്ത് തന്നെയായിരിക്കും. മീനയുടെ കെട്ടിയോൻ രഞ്ജിത്ത് നല്ല സ്നേഹമുള്ള പയ്യൻ ആണ്. അവൻ ചന്ദ്രികചേച്ചിയുടെ മുൻപിൽ വച്ച് പറയും, "ചന്ദ്രാമ്മയുടെ മീൻ കറിയും ഇറച്ചിക്കറിയും ഒന്നു മല്ല. ശോശമ്മേടെ കറിക്കൊക്കെ എന്നാ രുചിയാ. അമ്മോളു, നമുക്ക് ശോശമ്മയെ കുമരകത്തേയ്ക്ക് കൊണ്ടു പോകാം എന്നൊക്കെ."

"ചന്ദ്രിക ചേച്ചിയുടെ പറമ്പിനോട് ചേർന്നുള്ള ഞങ്ങളുടെ അഞ്ച് സെന്റ് സ്ഥലം അവർക്ക് കൊടുക്കുമോ എന്ന് ചോദിച്ചു. അത് കൊടു ക്കുന്നില്ല എന്ന് സോളമനിച്ചായൻ പറഞ്ഞു. നല്ല കായ്ഫലം തരുന്ന പ്ലാവും, തെങ്ങും ഒക്കെ അവിടെയുണ്ട്.

അമ്മാളുവിന്റെ ശബ്ദം കേട്ടാണ് ഞാൻ ചന്ദ്രിക ചേച്ചിയുടെ വീട്ടിലേ യ്ക്ക് ചെന്നത്. കുഞ്ഞിനെ വിളിച്ചതും, "നാൻ വരത്തില്ല. ശോശമ്മേടെ അടുത്ത് വന്നാൽ എന്റെ കാല് തല്ലിയൊടിക്കും എന്നാ അമ്മ പറഞ്ഞേ."

ചന്ദ്രിക ചേച്ചിയും, മീന മോളും കടന്നൽ കുത്തിയ മുഖഭാവത്തോടെ അകത്തേയ്ക്ക് കയറിപ്പോയി.

ഇവർക്കിത് എന്തു പറ്റി? എന്നു ചിന്തിച്ച് വിഷമത്തോടെ തിരിഞ്ഞ് നടന്നപ്പോൾ ഓർത്തു സ്ഥലം ചോദിച്ചിട്ട് കൊടുക്കാത്ത പിണക്കം ആയിരിക്കാം.

"വൈകിട്ട് പടിഞ്ഞാറെ വീട്ടിലെ ഷെരീഫാത്ത വന്നപ്പോഴാണ് അറി യുന്നത്. ചന്ദ്രിക ചേച്ചി അവരോട് പറഞ്ഞത്രേ ശോശമ്മ രഞ്ജിത്തിനെ വശീകരിച്ചു വച്ചിരിക്കുകയാണ്, എന്ന്. കെട്ടിക്കാറായ ഒരു മകൾ ഉള്ള തല്ലേ? ഇത്രയും പ്രായം കുറഞ്ഞ അവരുടെ മരുമകനെത്തന്നെ എടുക്കേ ണ്ട വല്ല കാര്യവുമുണ്ടോ? അതോണ്ടെന്താ അവൻ വരുമ്പോൾ മുതൽ ശോശയുടെ വീട്ടിലാ - അമ്മായിയമ്മ വയ്ക്കുന്ന ആഹാരത്തേക്കാൾ

അവനിഷ്ടം ശോശമ്മേടെ ഭക്ഷണമാണെന്ന്. ചന്ദ്രിക ചേച്ചി മീനയോട് പറഞ്ഞപ്പോൾ അവൾ രഞ്ജിത്തിനോട് നിങ്ങളും ശോശമ്മയും തമ്മിൽ അവിഹിതം ആണല്ലേ എന്ന് ചോദിച്ചതും ഒറ്റയടിയായിരുന്നു അവളുടെ കവിളത്ത്. അതിന്റെ പേരിൽ മീന രഞ്ജിത്തിനോട് വഴക്കിട്ട് വന്നതാണ്. അവന്റെ മരിച്ചു പോയ അമ്മയെപ്പോലെയിരിക്കുന്ന എന്നെ അവൻ ആ സ്ഥാനത്ത് ആണത്രേ കണ്ടത്. ചന്ദ്രിക ചേച്ചിയും, മീനയും എന്നോട് തെറ്റ് ഏറ്റു പറഞ്ഞ് ഞാൻ രഞ്ജിത്തിനെ വിളിച്ചാൽ മാത്രമേ മീനയെ തിരികെ കുമരകത്തേയ്ക്ക് കൊണ്ടുപോകുകയുള്ളൂ എന്ന നിലപാടിൽ ആണത്രേ രഞ്ജിത്ത്."

"കേട്ടപ്പോൾ തകർന്നു പോയെടീ... ഞാൻ മകനെപ്പോലെ കരുതുന്ന പയ്യനെപ്പറ്റി അവർക്കെങ്ങനെ തോന്നി ഇങ്ങനെയൊക്കെ പറയാൻ? അതും അൻപതിൽ എത്തി നിൽക്കുന്ന ഞാൻ???അതാണ് ഞാൻ മീനമോൾക്ക് കുഞ്ഞിന്റെ വിവരം തിരക്കി എന്ത് മെസേജ് അയച്ചാലും അവളത് നോക്കുന്നുണ്ട്. മറുപടി ഇല്ലാത്തത്. ഞാൻ കരുതിയത് ഫോണിന്റെ കുഴപ്പം ആണെന്നാണ്. വിളിച്ചാലും എടുക്കുന്നില്ലായിരുന്നു. രണ്ടു ദിവസമായിട്ട് എനിയ്ക്ക് ഉറങ്ങാനും,ഭക്ഷണം കഴിക്കാനും ഒന്നിനുമാവുന്നില്ലെടീ.... എങ്ങനെ കഴിഞ്ഞ കുടുംബങ്ങൾ ആയിരുന്നു. എനിക്കാ പിള്ളാര് രണ്ടും എന്റെ മക്കൾ തന്നെയായിരുന്നു."

സിയമോൾ പറയുന്നത്,"അമ്മച്ചിക്ക് വേറെ പണിയൊന്നുമില്ലേ? എല്ലാം കൊടുത്ത് ആത്മാർത്ഥമായി സ്നേഹിച്ചിട്ട് ഇപ്പോൾ കിട്ടിയല്ലോ? ഒന്നും കൂടുതൽ ആകരുത്. അത് സ്നേഹമായാലും, ദാനമായാലും. ഇനിയെങ്കിലും ആരേയും അമിതമായി വിശ്വസിക്കുകയും, സ്നേഹിക്കുകയും ചെയ്യാതെ ചീത്ത ഓർമ്മകളെയെല്ലാം അടുപ്പിലിട്ട് കത്തിച്ച് ആ തീയിൽ വച്ച് നല്ല ഓർമ്മകളെ എല്ലാം അച്ചാറിട്ടശേഷം മനസ്സിലെ ഭരണിയിൽ നിന്നും ഇടയ്ക്കിടെ എടുത്ത് നുണഞ്ഞു കൊണ്ട് സന്തോഷമായിരിക്കു ശോശമ്മേ," എന്നു പറഞ്ഞവൾ എനിക്കൊരു ഉമ്മയും തന്ന് ഹോസ്റ്റലിലേയ്ക്ക് പോയി. "എനിയ്ക്ക് ഒന്നും പറ്റുന്നില്ലെടീ... ഞാനാകെ ഐസായ പോലെ... എന്നാ ചെയ്യണം എന്നറിയാൻ മേലാ...."

"സിയ മോൾ പറഞ്ഞതു തന്നെയാണ് എനിയ്ക്കും നിന്നോട് പറയാനുള്ളത്. ആത്മാർത്ഥത കൂടിപ്പോയവരാണ് ജീവിതത്തിൽ ഏറ്റവും കൂടുതൽ ഒറ്റപ്പെട്ടു പോകുന്നത്. ബന്ധങ്ങൾ രണ്ടു വിധമുണ്ട്. നമുക്ക് താങ്ങായി നിൽക്കുന്നവരും, നമുക്ക് താങ്ങായി നിൽക്കുന്നുണ്ട് എന്ന് ദ്യോതിപ്പിച്ചു കൊണ്ട് നമ്മളറിയാതെ നമുക്കിട്ട് താങ്ങുന്നവരും. അതിൽ രണ്ടാം തരമാണ് നീ പറഞ്ഞ ചന്ദ്രിക. നീയെന്തിനാ വിഷമിക്കുന്നത്? അങ്ങനെ പലരും നമ്മുടെ വഴിയിൽ കുഴി കുഴിക്കും. അതിൽ നാം

അസ്വസ്ഥരാകരുത്. കാരണം അവരാണ് നമ്മെ എങ്ങനെ ചാടണം എന്ന് പഠിപ്പിക്കുന്നത്.

"നിനക്ക് ഒരു കാര്യം കേൾക്കണോ നാട്ടിൻ പുറത്തുള്ളവരുടെ മാത്രം സ്വഭാവം അല്ല അപവാദം പറഞ്ഞുണ്ടാക്കുക എന്നത്. നഗരത്തിൽ ഇത് സർവ്വസാധാരണമാണ്. തെളിവില്ലാലോ. അവര് ഉദ്ദേശിക്കുന്ന വരെ തറപറ്റിക്കുകയും ചെയ്യാം. അവരുടെ വിഷമം കണ്ട് അല്ലെങ്കിൽ കുടുംബം തകരുന്നത് കണ്ട് ഗൂഢമായി ആഹ്ലാദിക്കുകയും ചെയ്യാം."

"നിങ്ങൾക്കാർക്കെങ്കിലും തോന്നിയോ എന്നറിയില്ല എനിയ്ക്ക് ഒരു സംശയം തോന്നുന്നുണ്ട് എപ്പോഴും സങ്കടം വന്നു വിളിക്കുമ്പോൾ ഈ കണ്ണീരെന്തിനാ ഇറങ്ങിപ്പോവുന്നേ അവരു തമ്മിൽ വല്ല അവിഹിതവും ഉണ്ടോ, എന്ന രീതിയിൽ ഭംഗിയായി നുണക്കഥ ചമച്ച് സംസാരിക്കുന്ന ടോക്സിക് ആയുള്ളവരുടെ മനസ്സുനിറയെ അസൂയയും, കുശുമ്പും, സംസ്കാരമില്ലായ്മയും ആണ്. നായ കിടന്ന് കുരച്ചാൽ നാം ശ്രദ്ധിക്കുമോ അതുപോലെ കരുതിയാൽ മതി. അപവാദം പറയുക ഒരുതരം മാനസിക വൈകൃതമാണത്. ഇങ്ങനെയുള്ള വിഷലിപ്തരുടെ ജൽപ്പനങ്ങളുടെ വായടയ്ക്കാനുള്ള ധൈര്യം ഉള്ളവരാണെങ്കിൽ അത് ചെയ്യണം. അതിന് നിന്നെ കൊണ്ടാവാത്തിടത്തോളം ആ റിലേഷൻ അങ്ങ് കട്ട് ചെയ്തേക്കു. കാലത്തിന്റെ കണക്കുപുസ്തകത്തിൽ അതെഴുത പ്പെട്ടു കഴിഞ്ഞു. അവരും കാലവും കൂടി അത് തീർക്കട്ടെ."

"ഞാൻ താമസിച്ചിരുന്ന ഫ്ലാറ്റിൽ ഫസ്റ്റ് ഫ്ലോറിൽ എട്ടു മലയാളി കുടുംബങ്ങൾ ആയിരുന്നു ഉണ്ടായിരുന്നത്. എനിയ്ക്ക് ആകെ ഒരു ഫാമിലിയും ആയേ അടുപ്പമുണ്ടായിരുന്നുള്ളൂ. ബാക്കിയുള്ളവരുമായി ഒരു ഹായ്, ഹലോ റിലേഷൻ മാത്രം. എനിയ്ക്ക് അടുപ്പമുള്ള ധന്യയുടെ തൊട്ടടുത്ത ഫ്ലാറ്റിലെ സാറ ഇതുപോലെ വൈകൃതമുള്ള ഒരു സ്ത്രീയാ യിരുന്നു. അവരുടെ മുഖ്യ വിനോദം മെയിൻഡോറിലെ പീപ്പ് ഹോളിൽ കൂടി നോക്കിയിരുന്നിട്ട് ആരുടെയൊക്കെ വീട്ടിൽ ആരൊക്കെ വരുന്നു പോകുന്നു, എത്ര സമയം അവർ അവിടെയുണ്ടായിരുന്നു, ബാക്കിയുള്ള താമസക്കാർ എവിടെയൊക്കെ പോകുന്നു, എന്തൊക്കെ സാധനങ്ങൾ വാങ്ങുന്നു, ഭക്ഷണം പുറത്തുനിന്നാണോ, എന്നൊക്കെ തിരക്കിയറിഞ്ഞ് കണക്കെടുപ്പ് നടത്തുക. എന്നിട്ടും ഇരിപ്പുറയ്ക്കാതെ പുറത്തിറങ്ങി വരാ ന്തയിൽ കൂടി നടക്കുകയാണെന്ന് വരുത്തി ഓരോ വീട്ടിലും കയറിയി റങ്ങി ബാക്കിയുള്ള വാർത്തകളുടെ അരികും മൂലയും ശേഖരിച്ച് സ്വന്തം ഭാവനയിൽ കഥകൾ മെനഞ്ഞ് കരക്കമ്പിയായി വിലസുക. വിവര മില്ലായ്മയുടേയും പരദൂഷണത്തിന്റേയും കേദാര ഭൂമിയായിരുന്ന ആ

കരക്കമ്പിയുടെ വൈകൃതങ്ങളോട് യോജിക്കുന്നവരുമായുള്ള പരദൂഷണ കമ്മറ്റിയും കൂടാറുണ്ടായിരുന്ന ആ ഫ്ലോറിലെ കോമൺ വരാന്തയിൽ.

എന്റെ ഭർത്താവിന്റെ അടുത്ത സുഹൃത്തായിരുന്ന മുരളീധർ. അദ്ദേഹം ബിസിനസ് സംബന്ധമായ കാര്യങ്ങൾ സംസാരിക്കാൻ അദ്ദേഹത്തിന്റെ അടുത്ത സുഹൃത്തായ സൂരജിന്റെ വീട്ടിൽ വരാറുണ്ടായിരുന്നു. അതായത് ധന്യയുടെ ഭർത്താവിന്റെയടുത്ത്. ഇടയ്ക്കൊക്കെ ഞങ്ങളുടെ ഫ്ലാറ്റിലും വരാറുണ്ടായിരുന്നു. ഒരിക്കൽ എന്റെ ഫ്ലാറ്റിന്റെ തൊട്ടടുത്തുള്ള ഫ്ലാറ്റിലെ റൺസി എന്നോട് ചോദിച്ചു.

"ധന്യയുടെ വീട്ടിൽ എപ്പോഴും മുരളീധർ വരാറുണ്ടല്ലോ എന്തിനാണെന്ന് സ്വപ്നക്കറിയാമോ?"

"റൺസി എന്റെ കാര്യം തന്നെ നോക്കാൻ എനിയ്ക്ക് സമയമില്ല അഥവാ സമയം ഉണ്ടെങ്കിലും ഞാൻ മറ്റുള്ളവരുടെ കാര്യങ്ങൾ ശ്രദ്ധിക്കാറില്ല അതുകൊണ്ട് തന്നെ ഇതുപോലെയുള്ള ചോദ്യങ്ങൾ ഒന്നും ആരോടും ചോദിക്കാറുമില്ല. അറിയണം എന്ന് അത്ര നിർബന്ധം ആണെങ്കിൽ റൺസി നേരിട്ട് ധന്യയോട് പോയി ചോദിക്കു. എനിയ്ക്ക് പണിയുണ്ട്" എന്ന് പറഞ്ഞ് റൺസിയെ ഒഴിവാക്കി.

എല്ലാവരോടും ചിരിച്ച മുഖത്തോടെ സൗമ്യമായും, സ്നേഹസമ്പന്നമായും മാത്രം പെരുമാറാറുള്ള ചിന്താമണി ചേച്ചി എട്ടു ഫ്ലാറ്റുകാരേയും ചേർത്ത് ചിട്ടി നടത്തി. കുറിയിട്ടപ്പോൾ ആദ്യത്തെ ചിട്ടി എനിയ്ക്ക്."

"പൈസ തരാൻ വന്നപ്പോൾ ചിന്താമണി ചേച്ചി പറഞ്ഞു "ഞാൻ കരുതി ആദ്യത്തെ പൈസ എനിക്കായിരിക്കും എന്ന്. ഈ പൈസ ഞാൻ എടുത്തോട്ടെ മോളേ? എന്റെ കുറി വീഴുമ്പോൾ സ്വപ്നയ്ക്ക് തരാം."

"അയ്യോ ചേച്ചി അത് പറ്റില്ല. ഞങ്ങൾക്കും ആവശ്യമുണ്ട്."

"ഞാനിത് സ്വപ്നയോട് ചോദിച്ച കാര്യം ഇവിടെയുള്ള ആരോടും പറയണ്ട. ആ, സ്വപ്നേ... മോളെ കുറിച്ച് ഇവിടെ ചില കഥകൾ ഒക്കെ പ്രചരിക്കുന്നുണ്ട്."

"എന്നെ കുറിച്ചോ? എന്ത് കഥ മെനയാൻ ആണ് ചേച്ചി? കൂടുതൽ കുശലം പറച്ചിൽ കുഴപ്പത്തിലേ കലാശിക്കു എന്നറിയാവുന്ന ഞാൻ ധന്യയോടല്ലാതെ ഇവിടെ ആരോടും ഒരടുപ്പത്തിനും പോകാറില്ലല്ലോ? ബന്ധങ്ങളുടെ വിലയറിയാവുന്നവരുമായി മാത്രം ആരോഗ്യകരമായ ബന്ധങ്ങൾ നിലനിർത്തുക എന്നതാണ് എന്റെ പോളിസി."

"അതേയ് സ്വപ്നേ ധന്യയേയും മുരളീധറിനേയും ചേർത്ത് അവിഹിത കഥകൾ പറയുന്നുണ്ട്. അതു പോലെ മോളേയും ചേർത്തും പറയുന്നുണ്ട്.

മോളും ധന്യയും കൂടി വഴക്കിടാൻ.

ചിലരൊക്കെ മാതാവിന് നേർച്ചകൾ നേർന്നിട്ടുണ്ട്. എനിക്കറിയാം മോളേ നിന്നെ. എത്ര നല്ല കുട്ടിയാ നീയ്... എന്റെ മോളെപ്പോലെ തന്നെയാ ഞാൻ നിന്നെയും കരുതീരിക്കണേ. നിന്നോടുള്ള സ്നേഹം കൊണ്ട് പറഞ്ഞതാണേ."

"അതാരാ ചേച്ചി ഇത്ര വലിയ ഊഹോപോഹകഥാകാരി?"

"അത് ഞാൻ പറയില്ലാ."

"എന്നാൽ ചേച്ചി പറഞ്ഞിട്ട് പോയാൽ മതി. അല്ലെങ്കിൽ ചേച്ചി എന്നോടിങ്ങനെ പറഞ്ഞു എന്ന് ഞാനെല്ലാവരോടും പറയും."

"അയ്യോ! മോളെ ചതിക്കല്ലേ. നമ്മുടെ സാറയാ എന്നോട് പറഞ്ഞത്. റൺസിയും, മോളിയും, സീനത്തും, വിജയമ്മയും, ഷൈനിയും ഒക്കെക്കൂടി ഒത്തുകൂടൽ സഭയിൽ സംസാരിക്കുന്നതും കേട്ടു."

കുറച്ച് ദിവസങ്ങൾക്ക് ശേഷം ഒരുച്ചതിരിഞ്ഞ നേരം ഫ്ലാറ്റിലുള്ള സ്ത്രീകളെല്ലാം കൂടി സംസാരിക്കുന്ന സമയത്ത് ഞാനവിടേയ്ക്ക് ചെന്നു.

ഞാനവരുടെ സംഘത്തിൽ ഇല്ലാത്തതു കൊണ്ട് വിജയമ്മ ചേച്ചി ചോദിച്ചു,

"എന്തു പറ്റി സ്വപ്നേ?"

"ഒന്നുമില്ല ചേച്ചി, ഞാനൊരു കാര്യം അറിഞ്ഞു. എന്നാൽപ്പിന്നെ നിങ്ങളതൊരു ചർച്ചയാക്കി ആരുടേയും ഉറക്കം കളയേണ്ട. എന്താ അറിയേണ്ടത് എന്നു വച്ചാൽ ഓരോരുത്തരായി മുൻഗണനാക്രമത്തിൽ എന്നോട് തന്നെ നേരിട്ട് ചോദിക്ക്. ഞാൻ തന്നെ ഉത്തരം തരാം. എന്നിട്ടും തൃപ്തിയായില്ലേൽ എന്റെ ഭർത്താവ് അകത്തിരുപ്പുണ്ട്. അദ്ദേഹത്തേയും വിളിക്കാം."

കേട്ടതും ചിന്താമണി ചേച്ചിയുടെ മുഖം വിവർണ്ണമായി.

"ഭംഗിയുള്ള മുഖവും വില കൂടിയ ആടയാഭരണങ്ങളും, വലിയ ഗൃഹങ്ങളും അല്ല മനുഷ്യന് വേണ്ടത്. പ്രത്യേകിച്ചും അഭ്യുദയകാംക്ഷികളായ അയൽക്കാർക്ക് വേണ്ടത്. സംസ്കാര സമ്പന്നത കൊണ്ട് ഭംഗിയാർന്ന മനസ്സും, വിലമതിക്കാനാവാത്ത സ്നേഹവും, ഇടുങ്ങിയ ചിന്താഗതിയില്ലാത്ത വിശാല ഹൃദയവുമാണ് വേണ്ടത്. എന്നെയും ധന്യയേയും കുറിച്ച് അപവാദം പറഞ്ഞു എന്നു കേട്ടു. അതാരാ പറഞ്ഞതെന്നും അറിയാം."

"പെട്ടന്ന് സാറാ ചാടിവീണു. അതിന് സ്വപ്നയെക്കുറിച്ച് ആരുമൊന്നും പറഞ്ഞില്ലല്ലോ. ഇതാരാ ഇങ്ങനെ സ്വപ്നയോട് പറഞ്ഞത്?"

ഞാൻ ഒരു നോട്ടം ചിന്താമണി ചേച്ചിയെ നോക്കി. ചിട്ടി പൈസ കൊടുക്കാത്ത നീരസത്തിന് അവരെനിക്കിട്ട് താങ്ങിയതാണല്ലേ എന്ന അർത്ഥത്തിൽ. അവർ ഇഞ്ചി കടിച്ചതു പോലെയിരിക്കുകയാണ്.

"ആരാ പറഞ്ഞതെന്ന് അവിടെ നിൽക്കട്ടെ പറഞ്ഞവരുടെ തറ സ്വഭാവവും എനിയ്ക്ക് വ്യക്തമായി... പകയുള്ളവർ അപവാദങ്ങൾ സൃഷ്ടിക്കും. വിഡ്ഢികൾ അത് പ്രചരിപ്പിക്കും. മൂഢൻമാർ അത് വിശ്വസിക്കും. ഉറക്കെ വിളിച്ചു പറഞ്ഞാലും നമ്മെ കുറിച്ച് നമ്മൾ പറയുന്ന സത്യത്തേക്കാളും ലോകം വിശ്വസിക്കുന്നത് മറ്റുള്ളവർ പതുക്കെ പറയുന്ന നുണകൾ ആയിരിക്കും."

"പിന്നെ നിങ്ങൾ പറഞ്ഞ ധന്യ ഇവിടെയുള്ള എല്ലാവരെക്കാളും നിറവും സൗന്ദര്യവും, സ്റ്റാൻഡേർഡായ വ്യക്തിത്വവും ഉള്ളവരായതു കൊണ്ട് അവർക്കെതിരെ സംസ്കാരശൂന്യരായ തെരുവുസ്ത്രീകളുടെ ഗണത്തിൽപ്പെട്ടവരുടെ സഹജമായ അസൂയയിൽ നിന്നും ഉരുത്തിരിഞ്ഞതാണല്ലേ ഈ അപഖ്യാതി പറഞ്ഞുപരത്തൽ. എന്താ നിങ്ങളൊക്കെ കരുതിയിരിക്കുന്നത്? ഒരാൾ ഒരു വീട്ടിൽ പല പ്രാവശ്യം വന്നാൽ ഉടനേ അവിഹിതം ആണെന്നാണോ? ഈ ലോകത്ത് കാമവും, പ്രണയവും മാത്രമേ ഉള്ളു എന്നാണോ? വിദ്യാഭ്യാസവും, സംസ്കാരവും, ലോകപരിചയവും ലവലേശം ഇല്ലാത്ത വൾഗർ സംസാരം മാത്രം അവലംബിച്ച കുറേ കപടസദാചാരവാദികൾ ഉണ്ടിവിടെ. നിങ്ങളുടെ ഒക്കെ മനസ്സിലാണ് അവിഹിതം... അത് സാധൂകരിക്കാൻ കഴിയാത്ത തിക്കുമുട്ടൽ മൂലം ഉളവായ മാനസികവൈകൃതം അതാണ് നിങ്ങൾ ഞങ്ങളെപ്പോലുള്ളവരുടെ പുറത്ത് തീർക്കുന്നത്. ഇനിയെങ്കിലും ആരെക്കുറിച്ചും തെറ്റായ ഊഹങ്ങൾ ഉണ്ടാക്കരുത്. കാരണം അതവരുടെ ജീവിതത്തിൽ എത്ര സങ്കീർണതകൾ ഉണ്ടാക്കും എന്ന് നിങ്ങൾക്കറിയില്ല. അതോ അത് കണ്ട് സന്തോഷിക്കാമെന്നാണോ?"

ശബ്ദം കേട്ടിറങ്ങി വന്ന ധന്യയും ചൂടായി.

"നീയൊക്കെ ആരാണെന്നാടീ വിചാരം? പതിവ്രതാരത്നങ്ങൾ ആണെന്നാണോ? നിന്നെയൊക്കെ ചെരിപ്പൂരി അടിക്കുകയാണ് വേണ്ടത്."

"വേണ്ട ധന്യേ ഇവരൊക്കെയായിട്ട് കൂടുതൽ സംസാരിക്കാൻ നിന്നാൽ നമുക്കത് അപമാനമാണ്. ലോകത്തിലേയ്ക്കും വച്ച് ഏറ്റവും അപകടകാരികൾ ആണ് അസൂയ കൊണ്ട് അന്ധരായ സ്ത്രീയും പുരുഷനും. അസൂയാലുക്കളേയും, അപവാദം പറയുന്നവരേയും അവരുടെ വഴിക്ക് തന്നെ വിട്ടേയ്ക്കൂ. ഇനിയെങ്കിലും ധന്യ നമ്മുടെ സഹഫ്ലാറ്റുകാരെപ്പോലെ ഉള്ള അതിരുകവിഞ്ഞ സ്നേഹപ്രകടനങ്ങളെ

വിശ്വസിക്കാതിരുന്നാൽ മതി.

"ഞങ്ങളുടെ അഭ്യുദയകാംക്ഷികളായ അയൽക്കാരേ മറ്റുള്ളവർക്കായി വാരിക്കുഴികൾ പണിയുമ്പോൾ ഒന്നോർക്കുക നിങ്ങൾക്കും ഉണ്ട് ബന്ധുക്കളും, സുഹൃത്തുക്കളും, കുടുംബവും, മക്കളും ഒക്കെ. നാളെ നിങ്ങൾക്കെതിരെയും ഇതിന്റെ അനുരണനങ്ങൾ ഉണ്ടാവും. അന്ന് നിങ്ങളൊക്കെ അത്യഗാധമായ ഗർത്തത്തിലേയ്ക്ക് ആയിരിക്കും നിപതിക്കുക. അതാണ് പ്രപഞ്ചശക്തിയുടെ നിയമം. എന്നു പറഞ്ഞ് തിരിഞ്ഞു നടന്നു."

ജീവിതത്തിലെ ചില പ്രത്യേക സന്ദർഭങ്ങളിൽ കടൽക്കരയിലെ കരിങ്കല്ല് പോലെയാവണം നമ്മൾ. ആക്ഷേപങ്ങളും, പരിഹാസങ്ങളും തിരമാല പോലെ വന്നടിച്ചാലും പതറാതെ നേരിടണം.

പിന്നീട് ഞങ്ങൾ രണ്ട് ഫാമിലിയും അവിടെ നിന്നും താമസം മാറി. ഇപ്പോൾ അപഖ്യാതി പറഞ്ഞവർ ഒക്കെ ഓരോരോ കാരണങ്ങൾ കൊണ്ട് അനുഭവിക്കുന്നു. നമ്മെപ്പോലുള്ളവർ നാണക്കേടാകുമല്ലോ? ഈ നുണക്കഥ മറ്റുള്ളവർ കേട്ടാൽ നമ്മളെ കുറിച്ച് മോശമായി ചിന്തിക്കുമോ? ഇനി എങ്ങനെ പുറത്തിറങ്ങി സമൂഹത്തെ അഭിമുഖീകരിക്കും എന്നൊക്കെ കരുതി മിണ്ടാതിരിക്കുമ്പോൾ ആണ് ഇതുപോലെയുള്ള കപടസദാചാരവാദികൾ ആയ പാഷാണത്തിൽ കൃമികൾ ചിറക് വിരിച്ച് പറക്കാനും തുടങ്ങുന്നത്.

നാം നമ്മെ ബോധ്യപ്പെടുത്തിയാൽ മതി. മറ്റുള്ളവരേയും, സമൂഹത്തേയും ബോധ്യപ്പെടുത്തി ജീവിക്കേണ്ട കാര്യം നമുക്കില്ല. തുറന്ന് പറച്ചിലുകൾ ആണ് ഈ ലോകത്ത് സമാധാനത്തോടെ ജീവിക്കാൻ നമുക്കാവശ്യം എന്നു മനസ്സിലാക്കി ഇതുപോലെയുള്ള കപട സദാചാരവാദികളുടെ നാവരിഞ്ഞാൽ മതി.

ഭൂമിയിലെ സ്വർഗ്ഗം ആണ് കുടുംബം.എന്നാൽ അത് സ്വർഗ്ഗമാണോ? നരകമാണോ? എന്ന് ചിന്തിക്കേണ്ടതും മനസ്സിലാക്കേണ്ടതും ഒരുമിച്ച് ജീവിക്കേണ്ടവർ ആണ്. ചന്ദ്രിക പറയുന്നത് കേട്ട് സ്വന്തം ഭർത്താവിനേയും, നിന്നെയും മനസ്സിലാക്കാതെ പോയതാണ് മീനയ്ക്ക് സംഭവിച്ച തെറ്റ്.

കോർത്തുവച്ചൊരു കൈ ഏതാൾക്കൂട്ടത്തിലും ധൈര്യമാണ്. ചേർത്തുവയ്ക്കാവുന്ന മനസ്സ് ഏത് ഒറ്റപ്പെടലിലും ആശ്വാസമാണ്. അതല്ലേ നിനക്ക് നിന്റെ ഭർത്താവും മകളും. നിന്നെ മനസ്സിലാക്കുന്ന അവരില്ലേ നിന്റെ കൂടെ... ഇനിയെങ്കിലും നീ ബന്ധങ്ങളുടെ വിലയറിയാവുന്നവരുമായി മാത്രം ബന്ധങ്ങൾ നിലനിർത്തുക. ആവശ്യം വരുമ്പോൾ അതായത് രഞ്ജിത്ത് തന്റെ നിലപാടിൽ തന്നെ ഉറച്ച

നിന്നാൽ മീനയുടെ ഭാവിയെ കരുതി ഇനിയും ചന്ദ്രിക ക്ഷമ പറഞ്ഞ് നിന്റെ അടുക്കൽ വരും. എല്ലാവർക്കും തെറ്റ് സംഭവിക്കുമല്ലോ എന്ന് കരുതി നിനക്ക് ക്ഷമിക്കാൻ സാധിക്കുമായിരിക്കും, മീനയുടെ ഭാവിയെ കരുതി നിനക്ക് ഒരു പ്രാവശ്യം രഞ്ജിത്തിനെ വിളിച്ച് പറയാം. പിന്നീട് അവരോട് യാതൊരു അടുപ്പത്തിനും പോകരുത്. കാരണം കാപട്യം മാത്രമല്ല അവിഹിതത്തിന്റെ ഇല്ലാ വചനം ചമച്ചുണ്ടാക്കുന്ന മാനസിക വൈകൃതത്തിന്റെ ഉടമ കൂടിയാണവർ.

അങ്ങനെയുള്ളവരെ അകറ്റി നിർത്തുക. നമ്മൾ വിശ്വസിച്ച് സ്നേഹിച്ചവർ നമ്മൾ വിശ്വസിച്ചതു പോലെയല്ല എന്നറിഞ്ഞാൽ ഒഴിവാക്കിയേക്കണം.അതിൽ വിഷമത്തിന്റേയോ കുറ്റബോധത്തിന്റേയോ ആവശ്യമില്ല. ഒരു ദൈവവും കോപിക്കില്ല. നീയാണ് ശരി.

നിനക്ക് മറ്റുള്ളവരോട് ആത്മാർത്ഥത കൂടിപ്പോയതു കൊണ്ട് എവിടെയും തോറ്റ് തോറ്റ് തോൽവിക്കും മടുക്കുമ്പോൾ മാത്രമാണ് നീ ജയിച്ചിട്ടുള്ളത്. ഇനി ആരുടെ മുന്നിലും തോൽക്കാതെ തന്നെ ജയിച്ച ജീവിക്കുക. അതിനായി ദൈവത്തോട് പ്രാർത്ഥിക്കുക. പ്രശ്നത്തിന്റെ ആഴത്തെ ഓർത്തല്ല. ദൈവത്തിന്റെ ശക്തി ഓർത്ത്. അസുഖകരമായ അനുഭവങ്ങളും ആളുകളും ആണ് നമ്മുടെ ആത്മബലം വർദ്ധിപ്പിക്കുന്നത്. സന്തോഷകരവും, സുഖപ്രദവുമായ അനുഭവങ്ങളിലൂടെ മാത്രം സഞ്ചരിക്കുന്നവർക്ക് തളർച്ചയിൽ തകരാനേ കഴിയൂ... വൈവിധ്യങ്ങളും വൈരുധ്യങ്ങളുമാണ് ജീവിതത്തിന്റെ ഈടും, ഉറപ്പും, ഊടും, പാവും... നമ്മൾ ഇല്ലാതാകുന്നതിലൂടെ ആരുടെ ലോകവും അവസാനിക്കുന്നില്ല. നമ്മൾ ഉള്ളതുകൊണ്ട് നമുക്കായിട്ട് ആരും ഒരു ലോകവും പണിയുന്നുമില്ല. നമുക്ക് നാം മാത്രം ആണ് ലോകം. ആ ലോകത്തിൽ വിശ്വസിക്കുക, സ്വയം മുന്നേറുക. വിജയം എപ്പോഴും മധുരതരമായിരിക്കും. നിന്നെ വെറുക്കുന്നവർക്ക് എതിരെയുള്ള ഏറ്റവും വലിയ ആയുധമാണ് നിന്റെ ആഹ്ലാദത്തോടെയുള്ള ജീവിതവും അതിൽ നിന്ന് ഉളവാകുന്ന പുഞ്ചിരിയും. മനസ്സിലായോ നിനക്ക്?"

"മനസ്സിലായെടീ... തപിക്കുന്ന മനസ്സിൽ കുളിർമഴ പെയ്തതുപോലെ എന്തെന്നില്ലാത്ത ആശ്വാസവും, സമാധാനവും, സന്തോഷവും തോന്നുന്നുണ്ട്. ഒരു വലിയ ഭാരം ഒഴിഞ്ഞു പോയതുപോലെ... ഞാനെങ്ങനെയാ നിന്നോടിതിന് നന്ദികാണിക്കുക."

"നന്ദിയോ? എന്നോടോ? ദേ വീണ്ടും തുടങ്ങി അവളുടെ ആത്മാർത്ഥത... പോയിക്കിടന്നുറങ്ങെടീ."

കൊറോണ തന്ന ഭാഗ്യം

മുട്ടയും, ഏത്തപ്പഴം പുഴുങ്ങിയതും ചുക്കുകാപ്പിയും അച്ഛനും, മക്കൾക്കും കൊടുത്ത ശേഷം അവരോടൊപ്പം ഇത്തിരി നേരം ഇൻഡ്യ പാക്കിസ്ഥാൻ ക്രിക്കറ്റ് കളി കണ്ടു നിന്നു. അടുക്കളയിൽ പാത്രങ്ങൾ വീഴുന്ന ഒച്ച കേട്ടപ്പോൾ അവിടേയ്ക്കോടി.

പൂച്ചയാണെന്ന് കരുതി. ഭാഗ്യം! കഴുകി വച്ചിരുന്ന പാത്രങ്ങൾ എങ്ങനെയോ വീണതാണ്. ഞാൻ പേടിച്ചു പോയി, പൂച്ച കയറി ഉണ്ടാക്കി വച്ചിരുന്ന കോഴിക്കറിയുടെ പാത്രം തട്ടിയിട്ടതാണോ എന്നോർത്ത്. അടുക്കള വാതിൽ ഭദ്രമായി അടച്ചു തഴുതിട്ടിട്ടുണ്ട്. ഞാനും മുട്ടയും ഏത്തപ്പഴവും എടുത്ത് കഴിച്ച ശേഷം ചുക്കുകാപ്പിയുമായി വാതിൽക്കലെ തിണ്ണയിൽ പോയിരുന്നു. മഴ ശമിച്ചിരുന്നു എന്നിട്ടും മേൽക്കൂരയിൽ നിന്നും കുറേ ജലകണികകൾ തളം കെട്ടി കിടക്കുന്ന വെള്ളത്തിലേയ്ക്ക് താളത്തിൽ ശബ്ദമുണ്ടാക്കി ചത്തുവീഴുന്നുണ്ടായിരുന്നു.

ന്യൂനമർദ്ദം മൂലമുണ്ടായ മഴ കാരണം പ്രകാശണ്ണന് പണിയില്ലാതായിട്ട് എത്ര ദിവസമായി? പെയിന്റിംഗിന്റെ പണിയാണ് പ്രകാശണ്ണന്, ദിവസം എണ്ണൂറ് രൂപ കിട്ടും. അതു കൊണ്ട് വീട്ടു ചിലവും ആഴ്ചപ്പിരിവുകാരുടെ തവണയടവും, മക്കളുടെ മൂന്നാളുടേയും പഠനച്ചിലവുകളും ഒക്കെയായിട്ടങ്ങ് തട്ടിമുട്ടിപ്പോകും. മിച്ചം വയ്ക്കാൻ ഒന്നുമുണ്ടാവില്ല. ഇടയ്ക്ക് ഞാൻ തൊഴിലുറപ്പിന് പോകുന്നതായിരുന്നു. നടുവ് വേദന കാരണം അതും ഇല്ലാണ്ടായി.

പണ്ടൊക്കെ കൂട്ടുകാരൊത്ത് എവിടെയെങ്കിലും പോകാൻ അനുവാദം ചോദിക്കുമ്പോൾ അച്ഛൻ പറയുമായിരുന്നു ഇപ്പോൾ

വേണ്ട. കൂട്ടുകാരുമായി കറങ്ങി നടന്ന പെണ്ണെന്ന പേരുദോഷം ഉണ്ടാക്കി വയ്ക്കണ്ട. ഒക്കെ വിവാഹ ശേഷം പോകാമല്ലോ. അപ്പോൾ കയറ് പിരിച്ചു കൊണ്ടിരിക്കുന്ന അമ്മ അച്ഛനെ അർത്ഥഗർഭമായി ഒന്നു നോക്കി ചിരിച്ചു കൊണ്ട് ആരോടെന്നില്ലാതെ എന്തോ പിറുപിറുക്കും. വിവാഹശേഷം ഒറ്റ മകനായ പ്രകാശണ്ണന്റെ മാതാപിതാക്കളുടെ മരുന്നുകളും, സഹോദരിമാരുടെ വിവാഹവും എല്ലാം കഴിഞ്ഞ് ബാധ്യത ഒഴിവാക്കാൻ കഴിയാതെ പെടാപ്പാട് പെടുമ്പോൾ എവിടെയാണ് കറങ്ങാൻ പോകാൻ കഴിയുക? ഇപ്പോൾ അതേ കുറിച്ച് ചിന്തിക്കുമ്പോൾ തന്നെ കഞ്ഞിക്കലവും, പുട്ടുകുടവും, മറ്റു പാത്രങ്ങളും ഒക്കെയാണ് എന്നെ നോക്കി അർത്ഥഗർഭമായി ചിരിച്ചു കൊണ്ട് പിറുപിറുക്കുന്നത്.

അത് വ്യക്തമായി അറിയാവുന്നത് കൊണ്ടാണ് ഇരട്ടക്കുട്ടികൾ ആയ പെൺമക്കൾ പ്ലസ് റ്റു ക്ലാസ്സിൽ നിന്നും ടൂറിന് പോകണം എന്ന് പറഞ്ഞപ്പോൾ ഉണ്ടായിരുന്ന ഇത്തിരിപ്പൊന്നിന്റെ കമ്മൽ പണയം വച്ച് അവരെ അതിനയച്ചത്. പാവം കുട്ടികളുടെ സന്തോഷം കണ്ടപ്പോൾ ഞാൻ ഉള്ളിലടക്കിയ എല്ലാ ദുഃഖവും ഒലിച്ചുപോയതുപോലെ തോന്നി. അവരുടെ ഈ പ്രായമാണ് ജീവിതപ്രാരാബ്ധങ്ങളുടെ ചുമടുകൾ തലയിൽ ഇല്ലാത്ത ഏറ്റവും സന്തോഷകരമായ കാലം. അപ്പോൾ അവർക്ക് ആഹ്ലാദിക്കാൻ കിട്ടുന്ന ഇതുപോലെയുള്ള അസുലഭ അവസരങ്ങൾ അച്ഛനമ്മമാരായ നമ്മൾ നിഷേധിക്കരുത്. പലിശ പെരുകി പെരുകി കമ്മൽ എടുക്കാൻ നിവൃത്തിയില്ലാതെ പോയി. സാരമില്ല ഞാൻ കമ്മലണിഞ്ഞു നടന്നാൽ എന്റെ മക്കൾക്ക് കൂട്ടുകാരുടെ കൂടെ വിനോദയാത്ര പോയ സന്തോഷം ലഭിക്കില്ലല്ലോ. അതല്ലേ അവരുടെ ജീവിതത്തിലെ മറക്കാനാവാത്ത സന്തോഷം. വിവാഹ ശേഷമുള്ള ജീവിതത്തിൽ എപ്പോഴും എന്തെങ്കിലും ഒക്കെ പ്രശ്നങ്ങൾ ഉണ്ടായിക്കൊണ്ടിരിക്കും. ഒരു പ്രശ്നം തീർന്ന് അടുത്ത പ്രശ്നം തുടങ്ങുന്നതിന് ഇടയിലുള്ള അൽപ്പസമയത്ത് മാത്രമാവും സന്തോഷം നിലനിൽക്കുന്നത്.

ഞാനെപ്പോഴും മനസ്സിലാക്കിയിരുന്ന ഒരു കാര്യമുണ്ട്. നമ്മുടെ മനസ്സ് നല്ലൊരു കൃഷിയിടമാണ്. എന്ത് വേണമെങ്കിലും അവിടെ നമുക്ക് നടാം സ്നേഹം, പ്രത്യാശ, വെറുപ്പ്, ഭയം, പ്രതികാരം, അസൂയ, അഹങ്കാരം എന്നു വേണ്ട എന്തും. എന്ത് നടണമെന്നും കൊയ്യണമെന്നും തീരുമാനിക്കേണ്ടത് നമ്മൾ ആണ്. അതു കൊണ്ട് ഞാൻ നട്ടത് സ്നേഹവും പ്രത്യാശയും ആണ്.അതായിരിക്കാം എന്റെ ജീവിതത്തിലെ ഈ പ്രതിസന്ധി ഘട്ടത്തിൽ എനിസ്ക്ക് അനുകൂലമായി ഭവിച്ചത്.

നിലയ്ക്കാത്ത മഴ കാരണം പ്രകാശണ്ണന് പണിയില്ലാതായിട്ട് എട്ടു

ദിവസം കഴിഞ്ഞു. ഉണ്ടായിരുന്ന സാധനങ്ങൾ എല്ലാം നുള്ളിപ്പെറുക്കി ഇതുവരെ ഒരുവിധം കഴിച്ചുകൂട്ടി. നാളെ എന്തെടുക്കും എന്ന ചിന്തയിൽ ആകെയുണ്ടായിരുന്ന കുടുക്ക പൊട്ടിച്ചപ്പോൾ ഏതാനും ഒറ്റ രൂപാ നാണയങ്ങളും, അഞ്ചു പത്തിന്റെ നോട്ടുകളും എന്നെ നോക്കി ചിരിക്കുന്നതായി തോന്നി. അപ്പോഴാണ് പ്രകാശണ്ണനും, മല്ലികമോൾക്കും പനിയും ചുമയും കലശലായത്. അവരെയും കൊണ്ട് കുടുക്കയിലെ കാശുമായി ജനറലാശുപത്രിയിലേയ്ക്ക് പോയി. അവിടെ ചെന്ന് ടെസ്റ്റ് ചെയ്തപ്പോഴാണ് അവർക്ക് മാത്രമല്ല എനിയ്ക്കും കൊറോണയാണ്. അവർ തന്ന മരുന്നും വാങ്ങി വീട്ടിൽ വന്ന് അടച്ചിരുപ്പായി. അടുപ്പിൽ വച്ച് ഒന്നും വേവിക്കാനില്ലെങ്കിലും പുറത്തിറങ്ങാൻ കഴിയാത്ത രണ്ടാഴ്ച ക്കാലം അഞ്ചു വയറുകളിലെ വിശപ്പകറ്റാൻ എന്തു ചെയ്യും എന്നോർത്ത് ഉള്ളം വേവുകയായിരുന്നു...

ദൈവത്തോട് കേഴുകയായിരുന്നു..

ആശാവർക്കർമാരും, പഞ്ചായത്ത്കാരും ഒക്കെ വിളിച്ചു. ഒറ്റമണി അരിയില്ലാതിരുന്ന വീട്ടിലേയ്ക്ക് അയൽക്കൂട്ടക്കാരും, പഞ്ചായത്തും, സന്നദ്ധ സംഘടനയും ഒക്കെ വീട്ടു സാമാനങ്ങൾ എത്തിച്ചു തന്നു.

അയൽവാസികളിൽ ഓരോരുത്തരും ജാതി മത ഭേദമില്ലാതെ തന്നാലാവും വിധം രാവിലെ തിണ്ണയിൽ പാൽ, ചിക്കൻ, മുട്ട, മത്സ്യം, പച്ചക്കറികൾ, പഴങ്ങൾ ഇങ്ങനെ ഓരോരോ സാധനങ്ങൾ കൊണ്ടു വയ്ക്കും. അപ്പോൾ ഞാൻ അറിയുകയായിരുന്നു പരമമായ ശക്തിയുടെ കാരുണ്യം... എങ്ങനെയാണ് അവൻ നമുക്ക് താങ്ങാവുന്നത് എന്ന്.

ഇന്നിവിടെ ഞങ്ങളുടെ മുൻപിൽ ദൈവമായി അവതരിച്ചത് കൊറോണയാണ്. രണ്ട് മാസത്തേയ്ക്കുള്ള ഭക്ഷ്യസാമഗ്രികൾ കൊറോണ കൊണ്ടുന്ന സൗഭാഗ്യമായി ഇപ്പോൾ ഈ വീട്ടിൽ ഉണ്ട്. ഇനി രോഗം മാറി പ്രകാശണ്ണന് ജോലിക്ക് പോകാറായിക്കഴിഞ്ഞാൽ ഇത്തിരിപ്പൊന്നിന്റെ ഒരു കമ്മൽ വാങ്ങി കാതിലണിയാൻ ആവും എന്ന പ്രത്യാശയിൽ ആണ് ഞാൻ.

ശക്തമായ ബന്ധങ്ങൾക്ക് വേണ്ടത് വിശാലമായ മനസ്സും നൻമ നിറഞ്ഞ ഹൃദയവും ആണ്. അതാണ് ഞാനെന്റെ അയൽക്കാരിൽ നിന്നും അറിഞ്ഞത്. പണമുള്ളവന്റെ വീട്ടിലെ കടലാസ് കഷണമല്ല കൂലിപ്പണിക്കാരായ ഞങ്ങൾക്ക് പത്തുരൂപ നോട്ട്. അതിന്റെ ശരിയായ വിലയറിഞ്ഞ് ജീവിക്കുന്നവരാണ് ഞങ്ങൾ ഓരോരുത്തരും.

മതം വിളമ്പുന്നിടത്തല്ല ദൈവം. അന്നം വിളമ്പി വിശക്കുന്നവരുടെ

വിശപ്പ് മാറ്റുമ്പോൾ അവിടെ അവരും ദൈവമായി മാറും.അതല്ലേ കാലം എനിയ്ക്കായ് മാറ്റി വച്ച എത്ര മാറ്റി നിർത്തിയാലും എന്നിലേയ്ക്ക് തന്നെ വന്ന കൊറോണ എന്ന വിധിയില്ലൂടെ എന്നെ പഠിപ്പിച്ചത് എന്നോർത്ത് മനസ്സ് നിറഞ്ഞ ചിരിയോടെ ഞാൻ അടുക്കളയിലേയ്ക്ക് പോയി അച്ഛനും മക്കൾക്കും അത്താഴം വിളമ്പാൻ.

തപന

മുംബെയിലെ ആധുനിക കലാമ്യൂസിയത്തിൽ പാശ്ചാത്യ സംഗീതത്തിന്റെ നേർത്ത അലകളോടെ വർണ്ണങ്ങളുടേയും, പ്രകാശത്തിന്റേയും ലോകത്തുള്ള ചിത്രങ്ങളുടെ പ്രദർശനം ഒരു കുട്ടിയുടെ അമ്പരപ്പോടെ ഏറെ നേരം നിർന്നിമേഷയായി നോക്കി നിന്നു.

ആഴിക്കും പഞ്ചസാര മണലിനും ശേഷമുള്ള കാറ്റാടി മരങ്ങൾക്കിടയിൽ നഷ്ടപ്പെട്ട ആരെയോ തിരയുന്ന കണ്ണുകളിലെ വ്യഗ്രതയോടെ ആൾക്കൂട്ടത്തിൽ നിന്നും വേറിട്ടു നിൽക്കുന്നൊരാൾ. ഇതദ്ദേഹം തന്നെയല്ലേ എന്ന തോന്നലിൽ മനസ്സിനെ തൊട്ട ജീവൻ തുടിക്കുന്ന ആ ചിത്രം ശ്രദ്ധയോടെ നോക്കി നിന്നപ്പോൾ ആണ് അകലെയായി ഓടി മറയുന്ന അവ്യക്തമായ സ്ത്രീരൂപവും അതിൽ ഉണ്ട് എന്നറിയുന്നത്..

വിദേശികളോട് തന്റെ ചിത്രങ്ങളെ കുറിച്ച് സംസാരിക്കുമ്പോഴും അദ്ദേഹത്തിന്റെ കണ്ണുകൾ ഇടയ്ക്കിടെ പാറി വീണിരുന്നത് എന്നിലായിരുന്നു എന്ന് ഞാനറിഞ്ഞു.

കൂടുതൽ ചിത്രങ്ങളിലേയും ഉൾക്കാമ്പ് എന്താണെന്ന് എനിക്കറിയില്ലായിരുന്നു.

കിട്ടിയ സമയത്ത് അദ്ദേഹം എന്റെ അടുത്തേയ്ക്ക് വന്നു. ഞാൻ പുതച്ചിരുന്ന ചുവന്ന നിറമുള്ള ഷാൾ ശരിയാംവണ്ണം പിടിച്ചിട്ടശേഷം വ്രീളാവിവശയായ താരുണ്യശോഭ വഴിഞ്ഞൊഴുകുന്ന അർദ്ധനഗ്നാംഗനയുടെ ഒരു ചിത്രം കാട്ടി എന്നോടദ്ദേഹം അതിന്റെ അന്തരാർത്ഥം വിവരിച്ചിട്ട് ഇതും നിനക്ക് മാത്രം അവകാശപ്പെട്ടതാണ്, നിന്റേത് മാത്രം ആണിത് എന്ന് പറഞ്ഞപ്പോൾ ഈ പ്രായത്തിലും ഞാൻ ഹർഷപുളകിതയായി

ലജ്ജാവതിയായ നിമിഷാർദ്ധത്തിൽ തന്നെ തലതാഴ്ത്തി നിന്ന് കരഞ്ഞു.

എന്റെ മുഖം പിടിച്ചുയർത്തി കണ്ണുനീർ രണ്ടു വിരലുകളാൽ തട്ടിക്കളഞ്ഞപ്പോൾ ആ കണ്ണുകളും നിറയുന്നുണ്ടായിരുന്നു.

ഞാൻ പൊയ്ക്കോട്ടേ, എന്ന് ചോദിച്ചപ്പോൾ ഇപ്പോൾ വേണ്ട എന്ന് പറഞ്ഞദ്ദേഹം ആശ്വസിപ്പിക്കുന്നതു പോലെ എന്റെ ചുമലിൽ കൈകൾ കൊണ്ട് രണ്ട് പ്രാവശ്യം താളം പിടിച്ചിട്ട് വീണ്ടും തിരക്കിലേയ്ക്ക് ഊളിയിട്ടപ്പോൾ ഞാൻ ചിന്തിക്കുകയായിരുന്നു, അരികിൽ ഉണ്ടായിട്ടും അടുത്തിടപഴകാൻ അവസരമുണ്ടായിട്ടും എനിയ്ക്ക് മാത്രം അറിയാനോ മനസ്സിലാക്കാനോ സാധിക്കാതെ പോയ നിറഭേദങ്ങളുടെ ലോകത്തെ ആ അതുല്യപ്രതിഭയെ കുറിച്ച്.

വൻ തുകയ്ക്ക് വിറ്റഴിഞ്ഞ ചിത്രം അദ്ദേഹത്തിന്റെ ശിഷ്യൻമാർ ഉയർത്തിക്കാട്ടി. ചിത്രമോ യാഥാർത്ഥ്യമോ എന്ന് സംശയം ദ്യോതിപ്പിക്കുന്ന വിധം വർണ്ണാഭമായ മുത്തുകൾ കൊണ്ടലംകൃതമാക്കിയ ശയനമുറിയിലെ കാഴ്ചയായി നാമമാത്ര വസ്ത്രധാരിണിയായി പുറം തിരിഞ്ഞു നിൽക്കുന്ന പെൺകുട്ടിയുടെ പുറം വടിവുകൾ മനോഹരമായി ചിത്രീകരിച്ചിരിക്കുന്നു...

പിന്നീടദ്ദേഹം എനിക്കരികിലേയ്ക്ക് എക്സിക്യൂട്ടീവ് സ്യൂട്ട് ധരിച്ച പെൺകുട്ടിയുമായി വന്നു. അവരോടൊപ്പം റൂമിലേയ്ക്ക് പൊയ്ക്കൊള്ളാൻ പറഞ്ഞു. അവരോട് ഹിന്ദിയിൽ എന്തൊക്കെയോ നിർദ്ദേശങ്ങൾ നൽകി. ഭക്ഷണം റൂമിൽ ഉണ്ടാവും അത് കഴിച്ച ശേഷം മരുന്നും മറക്കാതെ കഴിച്ച് അവർ വച്ചുതരുന്ന അദ്ദേഹത്തിന്റെ അഭിമുഖം കണ്ടു കൊണ്ടിരിക്കാൻ പറഞ്ഞു.

മുറിയിൽ കൊണ്ടാക്കിയ ശേഷം ആ പെൺകുട്ടി എനിയ്ക്ക് കാണേണ്ട ചാനൽ ശരിയാക്കി വച്ച ശേഷം റിമോട്ട് കൈയ്യിൽ തന്നിട്ട് പോയി.

ഭക്ഷണവും മരുന്നും കഴിച്ച ശേഷം ഞാൻ ടി.വി ഓൺ ചെയ്തു.

“നമസ്കാരം... പ്രോജ്ജ്വല ടി.വിയിലേയ്ക്ക് സ്വാഗതം. ഇന്നിവിടെ സന്നിഹിതനായിരിക്കുന്നത് നമുക്കേവർക്കും സുപരിചിതനായ ജൂനിയർ രവിവർമ്മ എന്ന അപരനാമധേയത്തിൽ അറിയപ്പെടുന്ന നമ്മുടെ പ്രിയങ്കരനായ ഗോവർദ്ധൻ സാർ ആണ്.”

“നമസ്കാരം സാർ.”

“നമസ്കാരം.”

“സർ അങ്ങയെ കുറിച്ച് പ്രമുഖ പത്രത്താളുകൾ വിശേഷിപ്പിച്ച കാര്യങ്ങൾ നമ്മുടെ പേക്ഷകർക്കായി ഞാനിവിടെ ഒന്നു വായിക്കുകയാണ്.”

"ഓക്കേ."

"ശുദ്ധമായ കലയെ മുറുകെപ്പിടിച്ച് രാജാരവിവർമ്മ പുരസ്കാരം സ്വന്തമാക്കിയ ഗോവർദ്ധൻ. തന്റെ ചിത്രങ്ങൾ കൊണ്ടദ്ദേഹം വിസ്മയകരമായ നൂതന പ്രപഞ്ചം തന്നെ സൃഷ്ടിച്ചു. ഒരു കലാകാരൻ എന്ന നിലയിൽ അദ്ദേഹം ഉയർത്തിപ്പിടിക്കുന്ന മാനവിക മൂല്യങ്ങളിലേയ്ക്കുള്ള നൻമയുടെ ചായ്വുകൾ സന്നിവേശിപ്പിച്ച ചിത്രങ്ങൾ ആയതു കൊണ്ട് പലരും അദ്ദേഹത്തെ ശുദ്ധകലയുടെ പ്രതിഭാധനനായശില്പി എന്നു വിശേഷിപ്പിക്കുന്നു. അദ്ദേഹത്തിന്റെ ഭൂരിഭാഗം ചിത്രങ്ങളിലും ഒരു വ്യക്തി മനസ്സിൽ ഉണ്ടായിരുന്ന വൈകാരിക ഭാവങ്ങളിലെ നഗ്നസ്ത്രീ സൗന്ദര്യ സങ്കൽപ്പങ്ങളുടെ പച്ചയായ ആവിഷ്ക്കാരത്തോടൊപ്പം സാമൂഹിക പ്രതിബദ്ധതയും ആണ് പ്രതിഫലിച്ചിരുന്നത്. രാജാ രവിവർമ്മയുടെ അന്യൂന സൗഭഗം പരത്തുന്ന ലോകോത്തര ചിത്രങ്ങളോടൊപ്പം തന്നെ കിടപിടിക്കുന്ന എന്നാൽ മാനസിക ഭാവതലങ്ങളെ പിടിച്ചുകുലുക്കുന്ന, ഇന്നേവരെ ആരും തന്നെ ചെയ്തിട്ടില്ലാത്ത ഒരു ചിത്രം കൂടിയാണ് പുരസ്കാരത്തിനർഹമായ തപന."

"സർ വിശ്വവിഖ്യാത രാജാരവിവർമ്മ അവാർഡ് കരസ്ഥമാക്കിയ അങ്ങയുടെ തപന എന്ന ചിത്രത്തിന്റെ പുറകിലുള്ള ചേതോവികാരം എന്താണ്?"

"മാനുഷിക മൂല്യങ്ങൾക്ക് വില കൽപ്പിക്കാതെ അധപ്പതിച്ച സമൂഹത്തിന്റെ ഒരു വിഭാഗം ആയ സാമൂഹ്യ വിരുദ്ധർ തന്നെ."

"ചുരുക്കം ചിലർ മാത്രം നേരിട്ടുള്ളവ വിളിച്ചു പറയുന്ന ആ ചിത്രങ്ങളെ വിമർശിച്ചു. അതിനെ കുറിച്ച് അങ്ങേയ്ക്ക് എന്താണ് പറയാനുള്ളത്?"

"രണ്ട് കണ്ണുണ്ടായിട്ടും ഒന്നും കാണാതെ ചെവികളിലൂടെ ആളുകളെ വിലയിരുത്തുന്ന ഒരു സമൂഹവും, ബന്ധുക്കളും, സുഹൃത്തുക്കളും ഉള്ളതാണ് പലരുടേയും പ്രശ്നവും ശാപവും. ക്ഷമ ചോദിക്കുന്നതും വിട്ടുകൊടുക്കുന്നതും ആണ് ജീവിതം. എന്നാൽ അതാര് ചെയ്യും ആരെക്കൊണ്ട് ചെയ്യിക്കും എന്നതിലാണ് പോരാട്ടം മുഴുവനും. കാകനെ ആട്ടിഓടിക്കുന്നവർ തന്നെ കൈകൊട്ടി വിളിക്കുന്നൊരു കാലം നമുക്കും വരും. അവരോട് അപ്പോൾ എന്നെപ്പോലുള്ളവർക്ക് പറയാനുള്ളത് ഒന്നിനെയും നിസ്സാരമായി കാണരുത് എന്നാണ്. ജീവിതത്തിലെ ചില കാര്യങ്ങൾ പരിഹരിക്കാൻ ഉള്ളതല്ല അനുഭവിക്കാൻ ഉള്ളതാണ്. അതിൽ നിന്നുള്ള പാഠങ്ങൾ ഉൾക്കൊള്ളാനും."

"തപന എന്ന താങ്കളുടെ ചിത്രം പ്രേക്ഷകർക്കു വേണ്ടി സ്ക്രീനിൽ ഒന്നു കണ്ടാലോ സാർ?"

"ഒഫ്കോഴ്സ്."

ദൂരെയുള്ള നിയോൺ ദീപങ്ങളുടെ അരിച്ചെത്തുന്ന നിഴലും നിലാവും കൂടിക്കലർന്ന മങ്ങിയ വെളിച്ചത്തിൽ കുപ്പത്തൊട്ടിയുടെ മറവിൽ വിവസ്ത്രയാക്കപ്പെട്ട ഗുഹ്യരോഗം ബാധിച്ച നഗ്നമായ അവയവത്തെ വ്രണങ്ങളാൽ മറച്ച ഒരു സ്ത്രീയുടെ നിസ്സഹായതയുടെ ദൈന്യത നിറഞ്ഞ മുഖത്തോടെയുള്ള കിടപ്പിൽ അവളുടെ മാറിടത്തിൽ കാമവെറി തീർക്കുന്ന നരാധമനും അതു കണ്ട് കുരയ്ക്കുന്ന ഒരു നായയും ആയിരുന്നു തപന എന്ന ചിത്രത്തിന്റെ പ്രമേയം.

"സർ വളരെ ഹൃദയഭേദകമായ ചിത്രം ആണ് തപന... ഈ ചിത്രം കാണുന്ന ഏതൊരു വ്യക്തിയേയും കുറച്ച് സമയത്തേയ്ക്ക് മ്ലാനവദനരാക്കി സമൂഹമനസ്സാക്ഷി മരവിച്ചു പോയോ എന്ന് ചിന്തിപ്പിക്കുന്ന ചിത്രം."

"അങ്ങനെ ചിന്തിക്കണം അതാണ് ഞാനും ഉദ്ദേശിച്ചത്. മഴയെത്ര കൊണ്ടിട്ടും ഒന്നും അറിയാത്തതുപോലെ നിൽക്കുന്ന ചേമ്പിലയില്ലേ അതുപോലെയാണ് ചിലരൊക്കെ..."

"സർ പലപ്പോഴും പറഞ്ഞിട്ടുള്ള ഒരു കാര്യം ഉണ്ടല്ലോ. സാറിന്റെ സർഗ്ഗാത്മകതയ്ക്ക് പിന്നിൽ ഒരു സ്ത്രീയുണ്ടെന്ന്. ആരാണവർ?"

"ഉണ്ട്. തപന"

"തപന? താങ്കൾ അവിവാഹിതൻ ആണല്ലോ. -പിന്നെ ആരാണവർ? സാറിന്റെ പൂർവ്വ കാമുകിയാണോ?"

"അല്ല. എന്റെ സർഗ്ഗാത്മകതയെ ഉണർത്തി എന്നിലേയ്ക്ക് പരകായപ്രവേശം നടത്തിയ എന്റെ സർവ്വസ്വം... നമ്മുടെ മൗനങ്ങളിലും, വാത്മീകങ്ങളിലും, കാലത്തിന്റെ പ്രയാണത്തിനപ്പുറം... ദൂരങ്ങൾക്കപ്പുറം എന്നും അരികെ വേണം, സാന്ത്വനപ്പുഞ്ചിരിയുമായി വരുന്ന ഈ വിധമുള്ള സ്നേഹ സായൂജ്യ ബന്ധങ്ങൾ... ഇപ്പോഴില്ലാത്തതും, എന്നിലും തപനയിലും ഉള്ളതും അതുതന്നെ."

"സർ ഒന്നുകൂടി വ്യക്തമാക്കാമോ?"

"മുൻപരിചയമില്ലാതെ തന്നെ മനസ്സു കീഴടക്കുന്ന ആത്മബന്ധം. ഒരു മാത്ര നേരത്തെ നോട്ടം മതി അല്ലെങ്കിൽ ഒരു നിമിഷത്തെ സംഭാഷണം മതി അതും അല്ലെങ്കിൽ ഒരു ചെറുപുഞ്ചിരി മതി. സഹായത്തിന്റെ ഒരു കൈത്താങ്ങ് മതി ഒരു യുഗത്തിന്റെ മറക്കാനാവാത്ത ബന്ധം പിറവിയെടുക്കാൻ, ഇണങ്ങിയാലും പിണങ്ങിയാലും, തല്ലുകൂടിയാലും, പിരിഞ്ഞാലും, വർഷങ്ങൾക്കിപ്പുറമായാലും, അകലങ്ങളിലായാലും, ഓർമ്മതൻ തീരങ്ങളിലിരുന്ന് നാമറിയാതെ മനസ്സുകൊണ്ട്

കൂടിച്ചേരുന്നൊരു ആത്മബന്ധം. അതിന്റെ പേരെന്താണ്? വിശുദ്ധ സ്നേഹം എന്നാണോ? പരിശുദ്ധ പ്രണയം എന്നാണോ? അറിയില്ലെനിയ്ക്ക്... ഒന്നുമാത്രമറിയാം ഒരിക്കൽ മനസ്സിൽ ചേക്കേറിയാൽ മരണം വരെ പിന്തുടരുന്ന ആത്മബന്ധം ആണത്."

"അങ്ങയുടെ ജീവിതത്തെ കുറിച്ച് അറിയണമെന്ന് മുറവിളി കൂട്ടുന്ന മാധ്യമങ്ങളോട് അങ്ങേയ്ക്ക് എന്ത് മറുപടിയാണ് നൽകാനുള്ളത്?"

"അവിവാഹിതനായ എന്റെ കാര്യത്തിൽ മാധ്യമങ്ങൾ പല അഭ്യൂഹങ്ങളും, ഊഹാപോഹങ്ങളും പ്രചരിപ്പിക്കുന്നുണ്ട്. അവരോടൊക്കെ എനിക്കൊന്നേ പറയാനുള്ളൂ. എന്റെ ജീവിതയാത്രയിൽ എന്നിൽ സ്വാധീനം ചെലുത്തിയ ഏതൊന്നിലും അത് കലയിൽ ആയാലും, വ്യക്തികളിൽ ആയാലും പരമാവധി ആത്മാർത്ഥത പാലിക്കണമെന്ന് വിശ്വസിക്കുന്ന ആളാണ് ഞാൻ. ആത്മാർത്ഥ സ്നേഹം എന്നാൽ മനസ്സിലാക്കുക എന്നുകൂടി അർത്ഥമുണ്ട്. സ്നേഹിക്കുന്നവരുടെ സാഹചര്യങ്ങളും, സന്ദർഭങ്ങളും, മാനസികാവസ്ഥയും, സന്തോഷങ്ങളും സന്താപങ്ങളും, രോഗാവസ്ഥയും മനസ്സിലാക്കി അവരോട് പെരുമാറുമ്പോൾ ആണ് ആ സ്നേഹത്തിന് മാറ്റുകൂടുന്നത്. താജ്മഹൽ എല്ലാവരും കണ്ടു. പക്ഷേ... മുംതാസ് മാത്രം കണ്ടില്ല. ജീവിച്ചിരിക്കുമ്പോൾ ആണ് സ്നേഹിക്കേണ്ടത്.

നിങ്ങളുടെ ഭിന്നാഭിപ്രായങ്ങളിലെ ഉദ്ദേശശുദ്ധി എന്തു തന്നെയായാലും എന്റെ അഭിപ്രായവുമായി അതിന് അടിസ്ഥാനമില്ല. പെട്ടെന്നുള്ള ഒരാവേശത്തിന് പറഞ്ഞതും അല്ല. ഇതൊക്കെ പലർക്കും അഹിതമാകുമെന്നും, തെറ്റിദ്ധാരണ പരത്തും എന്നും അറിയാം. ഈ അഭ്യുദയകാംക്ഷികളുടെ ഒക്കെ ഉപദേശങ്ങൾ തന്നെ രണ്ടു വിധം ഉണ്ട്. ഒന്ന് നമ്മൾ നന്നായി കാണുവാൻ വേണ്ടിയുള്ളതും മറ്റൊന്ന് അവർ നല്ലതാണെന്ന് കാണിക്കുവാൻ വേണ്ടിയുള്ളതും. എല്ലാ ജീവിതവും കഥകൾ ആണ്. ആവർത്തിച്ച് വായിച്ചാലും മനസ്സിലാവാതെ ചിലർ... എത്ര വായിച്ചാലും മടുക്കാത്ത ചിലർ... വീണ്ടും വീണ്ടും വായിക്കാൻ പ്രേരിപ്പിക്കുന്ന ചിലർ... അക്ഷരവൈരികൾ ആയ ചിലർ.

ഒറ്റ വായന കൊണ്ട് ഒപ്പം ചേരുന്ന ചിലർ... മറ്റുള്ളവരുടെ ജീവിതത്തിൽ കടന്നു കയറി സത്യമറിയാതെ ഊഹിക്കരുത്. മനസ്സിലാക്കാതെ വിധിക്കരുത്. ചിന്തിക്കാതെ സംസാരിക്കരുത്. ഇതിൽ കൂടുതൽ ഒന്നും എനിക്കിനി പറയാനില്ല."

"ഞങ്ങളോടൊപ്പം ഇത്രയും സമയം അങ്ങയുടെ വിലയേറിയ സമയം ചിലവഴിച്ചതിന് എന്റെ വ്യക്തിപരമായ പേരിലും, പ്രോജ്ജ്വല

ടിവിയുടെ പേരിലും നന്ദി രേഖപ്പെടുത്തുന്നു."

അഭിമുഖം കണ്ടുകഴിഞ്ഞപ്പോഴാണ് ആ മനസ്സിൽ എനിക്കുള്ള സ്ഥാനത്തെ കുറിച്ച് വ്യക്തമായി മനസ്സിലായത്. 'ആരാണ് ഞാൻ? നിയതി കളിപ്പാവയാക്കിയ എന്നെപ്പോലൊരു അഭിശപ്ത ജൻമം ഉണ്ടാവുമോ ഉലകത്തിൽ? വിളിക്കാതെ കയറി വരുന്ന ആ അതിഥി അപ്പോഴും കടന്നു വന്ന സന്തോഷങ്ങളുടേയും സങ്കടങ്ങളുടേയും ശേഖരമായ എന്റെ ജീവിത സ്മരണകൾ.

നമ്മുടെ നാട്ടിൽ ജാതി നട്ടത് മണ്ണിലും വേരൂന്നിയത് മനുഷ്യ മനസ്സിലുമായിരുന്നു. വർഗ്ഗീയ കലാപം അനാഥത്വത്തിലാക്കിയ പതിനെട്ടും, ഇരുപതും വയസ്സുള്ള രണ്ടു പേർ, സഫല ലത്തീഫും, ഗണേശനും...

രണ്ടാളും ഒരുമിച്ചൊരു ജീവിതം തുടങ്ങി. കലാപകാരികളുടെ മർദ്ദനമേറ്റതിനു ശേഷം. ഏതൊരു പണി ചെയ്താലും ഗണേശന് കലശലായ ചുമയും ശ്വാസതടസ്സവും ഉണ്ടാവാറുണ്ടായിരുന്നു. സർക്കാരാശുപത്രിയിൽ കാണിച്ചപ്പോൾ വാരിയെല്ലുകൾക്ക് ക്ഷതം സംഭവിച്ചതിനോടൊപ്പം ഹൃദയവാൽവിന് തകരാറുമാണ്. മരുന്നു കൊണ്ട് ഭേദമാവില്ല. ശസ്ത്രക്രിയ തന്നെ ചെയ്യണം. അതുവരെ മുടങ്ങാതെയുള്ള മരുന്നു കഴിക്കലും, പരിപൂർണ്ണ വിശ്രമവും ഗണേശന് ആവശ്യമാണ് എന്ന് ഡോക്ടർമാർ വിധിയെഴുതി. അന്നന്ന് കഴിഞ്ഞു പോകണം, മരുന്ന് വാങ്ങണം, വീട്ടുവാടക കൊടുക്കണം, എങ്ങനെ എന്ന് ചിന്തിച്ചിരിക്കുമ്പോൾ ആണ് ദേവതയെപ്പോലെ ഒരു സ്ത്രീ വന്നത്. അവരുടെ വീട്ടിലെ പണികളും കാര്യങ്ങളും ഒക്കെ സഫല നോക്കിയാൽ മതി, സഫലയ്ക്ക് ആവശ്യമായ തുക അവർ നൽകാം എന്നു പറഞ്ഞു.

അതൊരു വലിയ ആശ്വാസം തന്നെയായിരുന്നു. ഗ്ലോറി ചേച്ചി ദിവസവും സഫലയെക്കൊണ്ട് പോഷകാഹാരങ്ങൾ ഒക്കെ നിർബന്ധിച്ച് കഴിപ്പിക്കുമായിരുന്നു. നാല് മാസങ്ങൾ കൊണ്ട് ഞാൻ ആളറിയാത്ത വിധം സുന്ദരിയായി. ഇടയ്ക്ക് ഗ്ലോറി ചേച്ചി ഗണേശനെയും സന്ദർശിക്കുമായിരുന്നു. അപ്പോഴൊക്കെ ഗണേശനോട് പറയുമായിരുന്നു,

"ഒന്നും വിഷമിക്കേണ്ട എല്ലാക്കാര്യത്തിനും ഞാനുണ്ടാവും നിങ്ങൾക്ക്."

ഒരു ദിവസം ജോലി കഴിഞ്ഞ് പോകാൻ തുടങ്ങുമ്പോൾ ആണ് ഗ്ലോറി ചേച്ചി ധൃതിയിൽ ഒരുങ്ങി വന്നിട്ട് പറഞ്ഞത്, "സഫലാ മുകളിലത്തെ ബാത്ത്റൂമിൽ എന്റെ മാല മറന്നുവച്ചു അതൊന്ന് എടുത്തു കൊണ്ടു വരൂ."

ബാത്റൂമിൽ കയറിയ ഞാൻ മാല കാണാതെ തിരിച്ചിറങ്ങി ബെഡ്റൂമിലേയക്ക് വന്ന് പുറത്തേയ്ക്കുള്ള കതക് തുറക്കാൻ നോക്കുമ്പോൾ അത് തുറക്കാൻ സാധിക്കുന്നില്ല. പരിഭ്രമത്തോടെ നോക്കുമ്പോൾ ബെഡ്റൂമിൽ ഒരുപരിചിതൻ. ചേച്ചിയെ വിളിച്ച് ഉറക്കെ കരഞ്ഞു. ഒരു ഫലവും ഉണ്ടായില്ല. ഭ്രാന്തിളകിയ കാളക്കൂറ്റൻ ഉഴുതുമറിച്ചിട്ടനിലം പോലെയായിരുന്നു എന്റെ ശരീരം.

പിന്നീടവർ പറഞ്ഞു ഞാൻ മരിച്ച് സ്വർഗ്ഗത്തിൽ പോകാൻ വേണ്ടിയല്ല ഇപ്പോഴുള്ള എന്റെ ജീവിതം നന്നായി ആസ്വദിക്കാൻ വേണ്ടി നിന്നെ കണ്ടു കൊണ്ടു തന്നെയാണ് നിന്റെ ഭർത്താവിനെ ചികിത്സിക്കുന്നതും, നിങ്ങൾക്കായ് വാരിക്കോരി പണം മുടക്കുന്നതും എന്ന്.

സഹിക്കാൻ പറ്റില്ലെന്ന് കരുതുന്നതെന്തും സഹിക്കാൻ പഠിപ്പിക്കുന്നതാണ് ജീവിതം എന്ന് ഞാൻ ഒരിക്കൽ കൂടി തിരിച്ചറിയുകയായിരുന്നു. ഞങ്ങളുടെ ആ ജീവിത സാഹചര്യത്തിൽ ഗണേശന്റെ ജീവൻ രക്ഷിക്കുക എന്ന എന്റെ കടമകൾക്ക് മുൻപിൽ വീണ്ടും വീണ്ടും ഗ്ലോറി ചേച്ചിയുടെ ഇംഗിതങ്ങൾ വിജയിച്ച് ഞാനൊരു ചലിക്കുന്ന പാവയായപ്പോൾ എന്നിലെ പവിത്രമായ സ്വപ്നങ്ങൾ തോൽക്കുകയായിരുന്നു.

പിന്നീടവർ എന്നെ അളകമ്മാ എന്ന മറ്റൊരു സ്ത്രീയുടെ വിൽപ്പനശാലയിൽ എത്തിച്ചു.

അളകമ്മായ്ക്ക് അറിയില്ലായിരുന്നു ഞാൻ വിവാഹിതയാണെന്ന കാര്യം. അതറിഞ്ഞാൽ എന്റെ വില ഇടിയുമത്രേ. ഗ്ലോറി ചേച്ചിയ്ക്ക് അളകമ്മായിൽ നിന്നും കമ്മീഷൻ ലഭിക്കും. വിലയേറിയ വിൽപ്പന ചരക്കായി മാറിയ എന്നിൽ നിന്നുള്ള വരുമാനത്തിൽ സന്തോഷിച്ച അവർ എന്റെ കത്തുകൾ നൽകുന്നതോടൊപ്പം, ഗണേശന്റെ ചികിത്സയും, ഭക്ഷണവും, വീട്ടുവാടകയും മുടക്കിയില്ല. ഗണേശനെഴുതിയതെന്ന് പറഞ്ഞ് അവർ എനിക്കും കത്തുകൾ തന്നിരുന്നു. എഴുത്തും വായനയും അറിയാത്ത ഗണേശന് വേണ്ടി കത്തുകൾ വായിച്ചു കൊടുക്കുന്നതും എഴുതുന്നതും ഗ്ലോറി ചേച്ചി തന്നെയായിരുന്നു.

അളകമ്മായുടെ അളകാപുരിയിൽ ഞാൻ ആവശ്യം കഴിഞ്ഞാൽ ഒഴിവാക്കുന്നവരുടെ ചമയങ്ങൾക്കാണ് ചമയങ്ങൾ ഇട്ടു കൊണ്ടിരുന്നത്. ഓരോ ചമയക്കാരനേയും ശൂന്യമാക്കിയ എന്റെ മനസ്സ് ഭർത്താവ് ഗണേശനായി അകക്കണ്ണിൽ ദർശിച്ച് എന്റെ ഭർത്താവിന്റെ കുറവ് നികത്താൻ ശ്രമിക്കുമ്പോഴൊക്കെ ഞാനറിഞ്ഞു എന്റെ ഭർത്താവിന്റെ കൂടുതൽ നഷ്ടം. എന്റെ ഗണേശന് മാത്രമേ നാട്യങ്ങളില്ലാതെയുള്ള എന്നിലെ സ്ത്രൈണതയെ ഉണർത്താൻ കഴിയൂ എന്ന സത്യവും

ഞാനറിയുകയായിരുന്നു.

ഒരു പ്രാവശ്യം അളകമ്മായ്ക്ക് പണം കൊടുത്ത് ഗണേശൻ എന്നെ കാണാൻ വന്നപ്പോൾ ഞെട്ടിപ്പോയി. അന്ന് രാത്രി മുഴുവൻ ഞാനും ഗണേശനും സംസാരിച്ചുകൊണ്ടിരുന്നു. പോകാൻ നേരം കൂടെച്ചെല്ലാമോ എന്ന് ചോദിച്ചു കൊണ്ടെന്റെ മൂർദ്ധാവിൽ അമർത്തി ചുംബിച്ചു.

"തന്റെ ജീവിത സ്വപ്നങ്ങൾ സാക്ഷാത്കരിക്കും എന്ന പ്രതീക്ഷയിലാണ് ഓരോ പെൺകുട്ടിയും ദാമ്പത്യ ജീവിതത്തിലേയ്ക്ക് പ്രവേശിക്കുന്നത്. അവൾക്ക് വ്യക്തിത്വവും അന്തസ്സും ഉണ്ട്. ഒരു വ്യക്തിയുടെ ജീവിതത്തിലെ ഏറ്റവും വലിയ സുഗന്ധം അവരുടെ അന്തസ്സാണ്. എപ്പോൾ ആ അന്തസ്സ് നഷ്ടപ്പെടുന്നുവോ അപ്പോൾ ജീവിതത്തിന്റെ ശ്വാസം തന്നെയാണ് നിലയ്ക്കുന്നത്. അതൊക്കെ തകർത്ത ഞാനാണ് നിന്റെ ഈ ദുരവസ്ഥയ്ക്ക് കാരണക്കാരൻ.സ്വന്തം ഭാര്യയുടെ ശരീരം വിറ്റാണ് നീ ജീവിക്കുന്നത് എന്നൊരാൾ അധിക്ഷേപിച്ചപ്പോൾ നിജസ്ഥിതി മനസ്സിലാക്കാൻ വന്നതാണ് ഞാൻ."

"ഓപ്പറേഷനുള്ള കൂടുതൽ പണം പെട്ടെന്ന് ഉണ്ടാക്കാൻ വേണ്ടി ദൂരെയുള്ള അവരുടെ ബന്ധുവീട്ടിൽ രോഗിണിയായ അമ്മയെ നോക്കുന്നതു കൊണ്ട് സഫലയ്ക്ക് ഉടനെ തിരികെ വരാൻ സാധിക്കാത്ത ജോലിയാണ് എന്ന് ഗ്ലോറി ചേച്ചി പറഞ്ഞപ്പോൾ എത്രയും പെട്ടെന്ന് അസുഖം മാറി പണിയെടുത്ത് നിന്റെ കഷ്ടപ്പാടിന് അറുതി വരുത്തി നിന്റെ കൂടെ ജീവിക്കാനുള്ള കൊതി കൊണ്ടാണ് നിന്നെ ഒരു ദിവസം പോലും പിരിഞ്ഞിരിക്കാൻ സാധിക്കില്ലെങ്കിലും ഞാൻ മനസ്സില്ലാമനസ്സോടെ അത് അനുവദിച്ചത്," എന്നു പറഞ്ഞ് എന്റെ മടിയിൽ കിടന്ന് ഗണേശൻ കരഞ്ഞു.

"ഇവിടെ നിന്നും എനിയ്ക്ക് ഇപ്പോൾ രക്ഷപ്പെടാനാവില്ല. ഗണേശൻ പറഞ്ഞ സ്ത്രീയുടെ ആ അന്തസ്സ് നഷ്ടപ്പെട്ട ഞാൻ സമൂഹത്തിൽ വിലയില്ലാത്തവളായിത്തീർന്നു. ഞാനിപ്പോൾ സഫലയല്ല അളകമ്മാ എനിയ്ക്ക് നൽകിയിരിക്കുന്ന പേര് മുത്തുലക്ഷ്മി എന്നാണ്. അവരുടെ തന്നെ ഓരോരോ സ്ഥാപനങ്ങളിലേയ്ക്ക് ഞങ്ങളെ ഇടയ്ക്കിടെ മാറ്റിക്കൊണ്ടിരിക്കും. ഈ ദുരവസ്ഥയിലും എല്ലാം സഹിച്ച് ആത്മഹത്യയ്ക്ക് മുതിരാതെ ഞാൻ ജീവിക്കുന്നത് എന്റെ ഈ ഗണേശന് വേണ്ടിയാണ്. മരുന്ന് മുടക്കരുത്, എത്രയും വേഗം ഓപ്പറേഷൻ നടത്തണം. ഗണേശന്റെ സഫലയാണെന്നുള്ള ചിന്തയിൽ തന്നെയാണ് എന്റെ മനസ്സിപ്പോഴും. ശരീരം മാത്രമേ കളങ്കപ്പെട്ടിട്ടുള്ളൂ. അൽ-അമീന്റെ കൃപയുണ്ടെങ്കിൽ ഒരുമിച്ച് ജീവിച്ച് കൊതി തീരാത്ത നമുക്ക് എന്നെങ്കിലും ഇനിയും

നമ്മളെ ആരുമറിയാത്ത ഏതെങ്കിലും നാട്ടിൽ പോയി ജീവിക്കാം എന്ന പ്രത്യാശയുണ്ടെനിയ്ക്ക്. അതുവരെ ഇവിടെ എന്നെ കാണാൻ ഗണേശൻ വരരുത്. മറ്റെല്ലാം ഞാൻ സഹിച്ചോളാം ഇത് മാത്രം എനിയ്ക്ക് സഹിക്കാനാവില്ല," എന്ന് പറഞ്ഞ് ആ കാൽക്കൽ വീണ് പൊട്ടിക്കരഞ്ഞപ്പോൾ ഗദ്ഗദത്തോടെ എന്നെ പിടിച്ചെഴുന്നേൽപ്പിച്ച് രണ്ടുകൈകൾ കൊണ്ടും ആശ്ലേഷിച്ച് ശരീരത്തോട് വരിഞ്ഞ് മുറുക്കി എന്റെ മൂർദ്ധാവിലും നെറ്റിയിലും, കണ്ണിലും അമർത്തി അമർത്തി ചുംബിച്ച ശേഷം വേഗം മുറി വിട്ടിറങ്ങിപ്പോയി.

അന്ന് കണ്ടതാണ് ഞാനെന്റെ ഗണേശനെ. പിന്നീടൊരിക്കലും കണ്ടിട്ടില്ല. ഗണേശനുള്ള പൈസയും കത്തും മാത്രം മുടക്കം വരാതെ ഗ്ലോറിചേച്ചി വഴി എത്തിച്ചുകൊണ്ടിരുന്നു. ഗണേശനെ ഞാൻ കണ്ടതിന് ശേഷം കൃത്യമായി പറഞ്ഞാൽ പത്ത് വർഷവും ഏഴ് മാസവും ഇരുപത്തി ഒന്ന് ദിവസവും തികഞ്ഞ ഒരു ദിവസം ഗ്ലോറി ചേച്ചി വളരെ അവശയായി എന്നെ കാണാൻ വന്നു. കുറേ പണവും, പണ്ടങ്ങളും എന്റെ പേരിലാക്കിയ ഒരു വീടിന്റെ ആധാരവും എന്റെ കാൽക്കൽ വച്ചു.

"നിന്നോട് ചെയ്തതിനൊക്കെ ഞാൻ അനുഭവിച്ചുകൊണ്ടിരിക്കുകയാണ്, നീയെന്നോട് ക്ഷമിക്കണം" എന്നു പറഞ്ഞു കരഞ്ഞു. എന്നെ കണ്ട് ഇവിടെ നിന്നും പോയ അന്നുതന്നെ ഗണേശൻ ആത്മഹത്യ ചെയ്തു. അതവർ എന്നെ അറിയിക്കാതെ ഗണേശന്റെ കത്തുകൾ എനിയ്ക്ക് തന്നു കൊണ്ടിരുന്നു. പിന്നീട് ഞാൻ കൊടുത്ത പണം കൊണ്ടുണ്ടാക്കിയ സമ്പാദ്യങ്ങൾ ആണത്രേ എന്റെ കാൽക്കൽ വച്ചിരിക്കുന്നത്. അവരുടെ ഭർത്താവും ഒരേയൊരു മകനും കുടുംബവും ഒരപകടത്തിൽ മരണമടഞ്ഞത്രേ. പ്രിയപ്പെട്ടവരുടെ നഷ്ടങ്ങൾ എന്നും നഷ്ടങ്ങൾ തന്നെയാണ്. ജീവിതാവസാനം വരെ അത് നമ്മുടെ കണ്ണുകൾ നനയിച്ചുകൊണ്ടിരിക്കും. അവരുടെ നാളുകളും ശ്വാസകോശം ചുരുങ്ങുന്ന രോഗത്താൽ എണ്ണപ്പെട്ടിരിക്കുകയാണ്, എന്നു പറഞ്ഞു കരഞ്ഞു.

ഞാൻ എന്ത് പറയാൻ? ആർക്ക് വേണ്ടിയാണോ ഞാൻ ഇങ്ങനെയായത് എന്റെ എല്ലാമെല്ലാമായ ആ ആളിന്റെ ആത്മഹത്യയറിഞ്ഞ നിമിഷം ഒന്നും ഉരിയാടാനാവാതെ തളർന്നിരുന്നു പോയി.

മൗനം അതെന്റെ പിണക്കമോ പ്രതികാരമോ അല്ല. വാക്കുകൾ കൊണ്ട് തകർത്തഭിനയിക്കുന്നവർക്ക് മുൻപിൽ വീഴാതെ പിടിച്ച് നിൽക്കാനുള്ള ഒരു തയ്യാറെടുപ്പ് മാത്രം. മൗനം ബലഹീനതയല്ല, അതൊരിടവേളയാണ്. പുതിയ തിരിച്ചുവരവിലേയ്ക്കുള്ള നിസ്സാരമായ ഇടവേള.

മൗനമൊരു ഭാഷയാണ്. ചിലപ്പോൾ അതിനർത്ഥം ദേഷ്യമെന്നാണ്. ചിലപ്പോൾ സ്നേഹമെന്നും. ചില മൗനങ്ങൾ മട്ടുത്തു എന്ന ഏറ്റുപറച്ചിലും. ചില മൗനങ്ങൾക്ക് നീ തന്നെ മിണ്ടിത്തുടങ്ങണം എന്ന വാശിയാണ്. ചിലത് ആർക്കും പകർന്നു കൊടുക്കാൻ ഇഷ്ടപ്പെടാതെ ഉള്ളിൽ അടക്കുന്ന വിതുമ്പലുകൾ ആണ്. മൗനത്തിനങ്ങനെ ആയിരം അർത്ഥങ്ങൾ ഉണ്ട്. മനസ്സറിയുന്നോർക്ക് മാത്രം എളുപ്പം വായിച്ചെടുക്കാൻ കഴിയുന്ന ലിപിയില്ലാത്ത ഭാഷയാണ് മൗനം.

അളകാപുരി ഉൾപ്പെടെയുള്ള അനധികൃത സ്ഥാപനങ്ങൾ ഒക്കെ സർക്കാർ അധീനതയിലായി. പിന്നീട് അളകമ്മായുടെ വീട്ടിൽ ആയിരുന്നു ഞങ്ങൾ എല്ലാവരും. അളകമ്മായും യമപുരിപൂകിയതോടെ അവരുടെ അവകാശികൾ വന്ന് വീടൊഴിഞ്ഞ് കൊടുക്കാൻ ആവശ്യപ്പെട്ടു. അനാശാസ്യ ജീവിതത്തിൽ നിന്നും ഞങ്ങൾക്ക് സ്വാതന്ത്ര്യം ലഭിച്ചപ്പോൾ എത്രയും വേഗം ഗണേശന്റെ അരികിലേയ്ക്ക് എത്തണം എന്ന മോഹമായിരുന്നു. ഗ്ലോറിചേച്ചിയെ കണ്ടപ്പോൾ വിവരമറിഞ്ഞ് എന്നെ ഗണേശന്റെ അടുത്തേയ്ക്ക് കൊണ്ടുപോകാൻ വന്നതായിരിക്കുമെന്നും വ്യാമോഹിച്ചു. ഇനി എന്ത്? ആർക്ക് വേണ്ടി ജീവിക്കണം? മരിച്ചാലോ? എന്ന് ചിന്തിച്ചപ്പോൾ ആണ് എന്റെ കൂടെ ഉണ്ടായിരുന്ന എവിടെയും പോകാനില്ലാത്തവരെ കുറിച്ച് ഓർത്തത്. ഞാനും കൈവിട്ടാൽ അവർക്ക് തെരുവ് മാത്രമേ ആശ്രയമുള്ളൂ. ഇത്രയും ഒക്കെ അനുഭവങ്ങൾ ആയില്ലേ.ഇനി വരുന്നിടത്ത് വച്ച് കാണാം എന്നു കരുതി എന്റെ പേരിൽ കിട്ടിയ വീട്ടിലേയ്ക്ക് അവരുമായി പുറപ്പെട്ടു. അപ്പോഴേയ്ക്കും ഞാനടക്കം പലർക്കും ഗുഹ്യരോഗങ്ങൾ പിടിപെട്ടിരുന്നു.

കൈയ്യിലുള്ള സ്വർണ്ണവും, പണവുമൊക്കെ തീർന്ന് എന്ത് ചെയ്യും എന്ന് വിഷമിച്ചിരിക്കുന്ന സമയത്താണ് ദൈവദൂതനെപ്പോലെ അദ്ദേഹം കടന്നു വന്നത്. അദ്ദേഹത്തെ കണ്ടപ്പോൾ ഞാൻ തിരിച്ചറിഞ്ഞില്ല. അദ്ദേഹം പറഞ്ഞപ്പോൾ അതും ഓർമ്മയിൽ നിന്നും ചികഞ്ഞെടുക്കുകയായിരുന്നു.എന്റെ ഭർത്താവല്ലാതെ കാമാസക്തിയില്ലാതെ എന്നെ പരിപാലിച്ച ഒരേ ഒരു പുരുഷൻ.

ഒരിക്കൽ മാത്രം ഗോവർദ്ധൻ എന്റെ മുറിയിൽ വന്നു. അദേഹം എന്റെ നഗ്നശരീരം കാണണം എന്നാവശ്യപ്പെട്ടു.

നിർലജ്ജയായി ഞാൻ അദ്ദേഹത്തിനു മുൻപിൽ വിവസ്ത്രയായി കിടന്നു. വരുന്നവർക്ക് ഒക്കെ എന്നിൽ നിന്നും വേണ്ടത് ആവേശത്തോടെ കാമ്യകർമ്മങ്ങളുടെ രാസലീലകൾ ആടിയുള്ള അനുഭൂതി നേടിയതിന് ശേഷമുള്ള ആലസ്യമായിരുന്നു. ചിലർ മൃഗതൃഷ്ണ

ഉള്ളവരായിരുന്നു... വേദനിപ്പിക്കുന്നതിൽ സുഖം കണ്ടെത്തുന്നവർ. എന്നാൽ അവരിൽ നിന്നൊക്കെ വ്യത്യസ്തനായിരുന്നു അദ്ദേഹം. എന്നെ അകവും പുറവും വശങ്ങളും അടക്കം അടിമുടി നോക്കിക്കൊണ്ടു കയായിരുന്നു. ഒരു പൂവിനെ എന്നതുപോലെ മൃദുവായി കോരിയെടുത്തെന്റെ നെറ്റിയിലും അധരത്തിലും ചുംബിച്ചു. അത്ര മാത്രം. ഇങ്ങനെയും പുരുഷനോ? അത്ഭുതമായിരുന്നു എനിക്കപ്പോൾ.

"എന്തിനാണിപ്പോൾ പുഴക്കുത്തേറ്റ പൂവുകൾ പോലെയുള്ളവർ താമസിക്കുന്ന ഈ ഇടത്തിൽ എന്നെത്തേടി വന്നത്"

എന്റെ ചോദ്യത്തിനുത്തരമായി അദ്ദേഹം പറഞ്ഞു,

"സുഹൃത്തുക്കളോടൊപ്പം എവിടേയ്ക്കാണ് വരുന്നത് എന്നതു പോലും അറിയാതെയാണ് ഞാൻ അന്ന് അവിടേയ്ക്ക് വന്നത്. അവരുടെ നിർബന്ധത്തിന് വഴങ്ങിയാണ് ഒരു നിമിത്തം പോലെ നിന്റെ മുറിയിലേയ്ക്ക് വന്നത്. അന്നു ഞാൻ നിന്നെ ആദ്യമായി കണ്ട നിമിഷാർദ്ധത്തിൽ എവിടെയോ എങ്ങനെയോ എനിയ്ക്ക് നിന്നെ അറിയാം എന്ന് തോന്നി.

എന്റെ ജീവിതത്തിൽ ആദ്യമായും അവസാനമായും ഞാൻ കണ്ട നഗ്നമായ സ്ത്രീശരീരം നീയായിരുന്നു. നിന്നിലെ നിന്നെ ഞാൻ അന്ന് എന്നിലേയ്ക്ക് ആവാഹിക്കുകയായിരുന്നു. നിന്നെ കണ്ട് തിരികെ വന്ന ശേഷം എന്നിലാരോ പരകായപ്രവേശം നടത്തിയതായി ഞാൻ തിരിച്ചറിഞ്ഞു... അന്നു മുതൽ ഞാൻ ചിത്രങ്ങൾ വരയ്ക്കാൻ തുടങ്ങി. അതും സ്ത്രൈണതയുടെ ഭാവതലങ്ങൾ...

ചിത്രങ്ങളുടെ ഭാവാത്മകത മാത്രം കണ്ടപ്പോൾ മറ്റു കാര്യങ്ങൾ കാണാതെ പോയി. നിന്റെ ചിത്രങ്ങൾ വരച്ച് നിന്നെ ദർശിച്ചപ്പോൾ ഏറ്റവും അധികം ആഗ്രഹിച്ചത് നിന്നെ അടുത്തൊന്ന് കാണാനും സ്വന്തമാക്കി ആ മൂർദ്ധാവിൽ ചുംബിച്ച് ഉള്ളുരുകി ഉരുകിയുരുകി ഉള്ളിൽ വച്ച് കളങ്കരഹിതയാക്കി നിന്നിലെ നിന്നെ പൂർണ്ണമായും അറിഞ്ഞ് എന്നിലെ പുരുഷനെ പൂർണ്ണനാക്കാൻ ആണ്."

"ആ തോന്നലിൽ അവർ പറയുന്ന എന്ത് വില കൊടുത്തും നിന്നെ സ്വന്തമാക്കാൻ ഞാൻ നിന്നെത്തേടി പല പ്രാവശ്യം അളകമ്മായുടെ അടുത്ത് എത്തി. നീയവിടെ ഇല്ല എന്ന മറുപടിയാണ് ലഭിച്ചത്. പലയിടത്തും അന്വേഷിച്ചു. ഒരറിവും ലഭിച്ചില്ല എങ്കിലും അന്വേഷണം തുടർന്നുകൊണ്ടേയിരുന്നു എന്റെ ജീവിതത്തിലെ ഒരേയൊരു സ്ത്രീയായ അതായത് ഗോവർദ്ധന്റെ മനസ്സിനെ കീഴടക്കി തപിപ്പിച്ചു കൊണ്ടിരുന്ന എന്റെ തപനയെത്തേടി... ഒടുവിൽ ഇവിടെയും എത്തി. നിന്നെ ഉള്ളിൽ വച്ച് കണ്ട് കണ്ട് പുടപാകം ചെയ്താണ് ഞാൻ ചിത്രങ്ങൾ

വരച്ചിരുന്നത്. നിന്നെത്തേടി നടന്ന് നിരാശനായ സമയത്ത് മാത്രം ഞാൻ വരച്ചില്ല. മനസ്സ് മരവിച്ചാൽ വരയ്ക്കാനാവുമോ? ഇല്ലാ.... ഇന്നും അപൂർണ്ണനായ എന്നിലെ അന്ധമായ ചില പിന്തുടരലുകൾ മാത്രമാണ് എന്നെ നിന്നിലേയ്ക്ക് എത്തിച്ചത്."

"വൈകിപ്പോയി, ഒരു പാട് രഹസ്യരോഗങ്ങളുടെ വിളനിലമാണ് ഞാനിപ്പോൾ"

"ഒന്നും സാരമില്ല. ഇന്നെന്റെ കൈയ്യിൽ പണമുണ്ട്. നിന്നെ മാത്ര മല്ല നിന്റെ കൂടെയുള്ളവരുടേയും ചികിത്സയും സംരക്ഷണവും ഞാൻ ഏറ്റെടുക്കുകയാണ്."

അദ്ദേഹത്തിന്റെ സുഹൃത്തായ വെനറോളജിയിലെ വിദഗ്ധ ഡോക്ടറായ രത്തൻ ഷാ നൽകിയ ചികിത്സയിൽ ഞാനടക്കം എന്റെ കൂടെയുള്ളവരും രോഗവിമുക്തരായി. രാത്രികളിലും, പകലുകളിലും സമാ ധാനത്തോടെ ഭക്ഷണം കഴിച്ചും, ഉറങ്ങിയും സാധാരണക്കാരെപ്പോലെ ഉള്ളവരുടെ ജീവിത ശൈലിയിലേയ്ക്ക് ഞങ്ങളും ആമഗ്നരായി.

അദ്ദേഹത്തിന്റെ ആവശ്യപ്രകാരം ഞാൻ ഒരുപാട് എതിർത്തിട്ടും അദ്ദേഹം ഒരിക്കൽ കൂടി എന്നെ വിവസ്ത്രയാക്കി ദർശിച്ചു. അതിന്റെ ഫലമായുണ്ടായ ചിത്രമാണ് തപന..."

കാളിംഗ്ബെല്ലിന്റെ ശബ്ദമാണ് ചിന്തകളിൽ നിന്നുണർത്തിയത്. കതക് തുറന്നപ്പോൾ അദ്ദേഹം.

"ഭക്ഷണവും, മരുന്നും, കഴിച്ചോ?"

"കഴിച്ചു. സാറെന്തിനാ തിരക്കിനിടയിലും ഓടി വന്നത്? ഞാൻ സാറിന്റെ ഇന്റർവ്യൂ കണ്ടു കഴിഞ്ഞതേ ഉള്ളൂ."

"എത്ര തിരക്കാണെങ്കിലും വേറെ ഒരാൾക്കായി നമ്മൾ കൊടുക്കു ന്ന സമയം. അതിലുണ്ട് നമുക്ക് അയാളോടുള്ള അടുപ്പവും, ഇഷ്ടവും... ഇന്റർവ്യൂ കണ്ടിട്ട് എന്ത് തോന്നി?"

"എന്തിനാണ് എന്നെപ്പോലെ പുഴുക്കുത്തേറ്റ ഒരുവളോട് ഇത്രയ ധികം ആത്മാർത്ഥത കാണിക്കുന്നത്? അങ്ങ് ഒരുപാട് ഉയരങ്ങളിൽ എത്തി ജീവിതത്തിൽ വിജയിച്ചു നിൽക്കുന്നയാൾ. ഞാനോ? നല്ലതു മാത്രം ചെയ്തിട്ടും ജീവിതത്തിൽ അനങ്ങാൻ സാധിക്കാത്ത വിധം തോറ്റു പോയവളാണ്. ആ തോൽവി എന്നെ തെറ്റുകളുടെ സങ്കേതമാക്കി സമൂ ഹത്തിൽ അവജ്ഞ മാത്രം ഏൽക്കേണ്ട അധപ്പതിച്ച സ്ത്രീയാക്കി മാറ്റി. അങ്ങനെയുള്ള ഒരുവളെ എന്തിന് ഇത്രയധികം പ്രാധാന്യം കൽപ്പിച്ച് അങ്ങയുടെ കൂടെ?"

മുഴമിക്കാൻ സമ്മതിക്കാതെ അദ്ദേഹം പറഞ്ഞു തുടങ്ങി.

“ചിത്രകലയെ ഗണ്യമായി സ്വാധീനിച്ച എന്നെത്തന്നെ മാധ്യമങ്ങളും, സുഹൃത്തുക്കളും, അപഖ്യാതി പറയുന്നത് എനിക്കാശ്വാസമാണ്, കാരണം അപ്പോഴും എന്റെ പേരിന്റെ കൂടെ നീയുണ്ട്. നീയാണെന്റെ സർവ്വസ്വവും. എനിക്കീ സൗഭാഗ്യങ്ങൾ ഒക്കെത്തന്ന നീ ഇനി എന്നിൽ നിന്നും വേർപിരിയില്ല, അങ്ങനെ വിശ്വസിച്ചോട്ടേ എന്ന് ചോദിച്ചവരോട് വിശ്വസിക്കണം എന്ന് കാട്ടാൻ വേണ്ടിയാണ് നിന്നെ ഞാൻ ഇവിടെ കൊണ്ടുവന്നത്. ഇനി ഞാൻ പോകുന്ന ഇടങ്ങളിലെല്ലാം നീയുണ്ടാവും എന്റെ കൂടെ. എന്തായാലും മരണം വരെ നിന്നെ എനിക്കിനി കാണാൻ സാധിക്കുമല്ലോ. കുമാരനാശാൻ ലീലയിൽ പാടിയ പോലെ മാംസനിബദ്ധമല്ല രാഗം എന്നതു പോലെയാണ് എന്റെ മനസ്സിൽ നീയെന്ന തപന... തിരി തെളിയിക്കാൻ എളുപ്പമാണ്. എന്നാൽ അത് ശ്രദ്ധിച്ചില്ലെങ്കിൽ കരിന്തിരിയാകും. അണയാതെ നോക്കേണ്ടത് തിരിതെളിച്ചവർ തന്നെയായിരിക്കണം. അത് ബന്ധങ്ങളിലായാലും... ജീവിതത്തിലായാലും... എന്നിൽ ഉറങ്ങിക്കിടന്ന സർഗ്ഗാത്മകതയുടെ തിരികൊളുത്തി എല്ലാ ഉയർച്ചയ്ക്കും കാരണഭൂതയായി മാറിയ കെടാവിളക്കാണ് നീ. എന്റെ സർവ്വസ്വം... ആ കെടാവിളക്ക് എന്റെ മരണം വരെ എന്നോടൊപ്പം ഉണ്ടാവണം,” എന്ന് പറഞ്ഞദ്ദേഹം മുറി വിട്ടിറങ്ങിയപ്പോൾ ഗോവർദ്ധൻ സാറിനെപ്പോലെ ഭൂമിയിൽ ആരെങ്കിലും ഉണ്ടാവുമോ? അദ്ദേഹം ആരാണ്എന്നെപ്പോലെ ഒരുവൾക്ക്? ദൈവമാണ് എനിയ്ക്ക് അദ്ദേഹം.. ദൈവത്തെ പൂജിക്കാനല്ലാതെ പ്രണയിതാവാക്കാനോ പതിയാക്കാനോ ആർക്കെങ്കിലും കഴിയുമോ? ഇല്ല. ഒരിക്കലും കഴിയില്ല. പുഴുക്കുത്തേറ്റ വാടിക്കൊഴിഞ്ഞ പൂജയ്ക്കെടുക്കാത്ത പൂവല്ലേ ഞാൻ?ഇനിയെങ്ങോട്ടാണെന്റെ പ്രയാണം? എന്ന് ചിന്തിച്ച് അസ്തപ്രജ്ഞയായി ഞാനിരുന്നപ്പോൾ മുഖം കുത്തി മുന്നിലേയ്ക്ക് വീണ എന്നിലേയ്ക്ക് പ്രവേശിക്കുകയായിരുന്നു നിശ്ശബ്ദകൊലയാളിയായുള്ള ഹൃദയസ്തംഭനരൂപമാർന്ന മരണം...

പിന്നീടവൾ അവളുടെ ദൈവത്തിന്റെ ബാക്കിയായ ജീവിതത്തിലുടനീളം ഹൃദയം വിതുമ്പുമ്പോൾ കേൾക്കാൻ കൊതിക്കുന്ന ശബ്ദമായി..... മിഴി നിറയുമ്പോൾ കാണാൻ കൊതിക്കുന്ന കാഴ്ചയായി...... ഒറ്റപ്പെടുമ്പോൾ കൂടെ നിന്ന് കൈത്താങ്ങായി... ഗോവർദ്ധന്റെ ഓരോ ചിത്രങ്ങളിലും അദൃശ്യ സ്നേഹത്തിന്റെ സർവ്വസ്വമായ കെടാവിളക്കായി രൂപാന്തരപ്പെട്ടുകൊണ്ടിരുന്നു.

ബഹുകൃതവേഷം

"ആഗ്നസേ എയർപോർട്ടിൽ എത്തിയല്ലോ. എന്തായാലും നീ എലീസയുടെ പപ്പയെ വിളിച്ച് പറഞ്ഞേയ്ക്കു. നമ്മൾ അവരുടെയടുത്തേയ്ക്ക് പോകുകയാണെന്ന്. ഇനി അതിന്റെ പേരിൽ ഒരു കുറ്റപ്പെടുത്തലും പിണക്കവുംവേണ്ട. എന്നും കാണേണ്ട മനുഷ്യരല്ലേ?"

"നിങ്ങൾ തന്നെ വിളിക്കു. അപ്പോൾ ഞാൻ സംസാരിച്ചോളാം."

അങ്ങനെ അതും കഴിഞ്ഞു. ഇപ്പോൾ എന്തൊരു മര്യാദയാണ് എലീസയുടെ പപ്പ കുര്യാക്കോസിന്? എന്റെ കർത്താവേ എത്ര സന്തോഷമായി കഴിഞ്ഞ കുടുംബമായിരുന്നു എന്റേത്? ഏഴ് മണിക്കാണ് ഫ്ലൈറ്റ്. സമയം അഞ്ചായതേ ഉള്ളൂ. ഇത്രയും പിരിമുറുക്കത്തോടെ ഒരിക്കലും യാത്ര ചെയ്തിട്ടില്ല. ഈ ലോകത്ത് നമുക്ക് മനസ്സിലാക്കാൻ സാധിക്കാത്തത് മനുഷ്യന്റെ മനസ്സാണ്. ചിലർ നമ്മെ അത്ഭുതപ്പെടുത്തും. ചിലർ നമുക്ക് കൂട്ടാവും.

മധ്യകാലഘട്ടം മുതൽ പ്രധാന വ്യാപാര കേന്ദ്രമായി പ്രവർത്തിക്കുന്ന ഹംബർഗ് ജർമ്മനിയിലെ തുറമുഖ നഗരവും രണ്ടാമത്തെ വലിയ നഗരവും ആണ്. സമുദ്ര സ്വാധീനം മറ്റു നഗരങ്ങളെ അപേക്ഷിച്ച് കാലാവസ്ഥയിൽ ഹാംബർഗിനെ വ്യത്യസ്തമാക്കുന്നു.

എൽബെ നദിയെ കേന്ദ്രീകരിച്ചുള്ള ധാരാളം സംസ്കാരങ്ങളും, വാസ്തുവിദ്യയുടെ സമന്വയവും ഒക്കെ അവിടുത്തെ പ്രത്യേകതയാണ്. അവിടുത്തെ റെയിൽവേ മ്യൂസിയവും മിനിയേച്ചർ വണ്ടർലാന്റും ഒക്കെ വിനോദ സഞ്ചാരികളെ ഹഠാദാകർഷിക്കുന്നു.

മക്കൾ രണ്ടാളും അവിടുത്തെ ടൂറിസം മേഖലയിലെ ലോക്കോ പൈലറ്റുമാരാണ്.

പപ്പായെക്കൊണ്ട് നിർബന്ധിച്ച് വോളണ്ടറി റിട്ടയർമെന്റ് എടുപ്പിച്ച് ഞങ്ങളേയും അവർ ജർമ്മനിയിലേയ്ക്ക് കൊണ്ടുവന്നു. നാലുപേരും ചേർന്നുള്ള സുഖകരമായ ജീവിതം.

മൂത്ത മകൻ ജയ്സണിന് നാട്ടിൽ നിന്നും ഒരു വിവാഹാലോചന വന്നു. പെൺകുട്ടി എലീസ. അവന്റെ കൂടെത്തന്നെ ലോക്കോ പൈലറ്റായി ജോലി നോക്കുന്ന കുട്ടിയാണ്. ഞങ്ങൾ പോയി കണ്ടപ്പോൾ ഇഷ്ടമായി. എലീസായ്ക്ക് ജയ്സണെ ഇഷ്ടമാണത്രേ. അവൾ അക്കാര്യം വീട്ടിൽ അറിയിച്ചതിനെ തുടർന്നാണ് അലോചനയുമായി അവർ വന്നത്. ജയ്സണ് ഇതൊന്നും അറിയില്ലായിരുന്നു.

എന്തായാലും നാട്ടിലെ പള്ളിയിൽ വച്ച് വിവാഹം ആർഭാടമായി നടന്നു.

എലീസ എനിയ്ക്ക് മരുമകൾ അല്ലായിരുന്നു. മകൾ ആയിരുന്നു. അവൾക്കും വലിയ കാര്യമായിരുന്നു ഞങ്ങളെ. ഞാൻ കണ്ണെഴുതിയില്ലെങ്കിൽ അവളെന്നെ പിടിച്ചിരുത്തി കണ്ണെഴുതി തരും. ഞാൻ ധരിക്കുന്ന വസ്ത്രങ്ങൾ പോലും അവളുടെ ഇഷ്ടത്തിനുള്ളതായിരുന്നു. വീക്കൻഡുകളിൽ എല്ലാവരും കൂടിയാണ് ഉല്ലാസയാത്ര നടത്തിയിരുന്നത്. മറ്റുള്ള ദിവസങ്ങളിൽ അവര് ഡ്യൂട്ടി കഴിഞ്ഞ് വരുമ്പോൾ ഞാൻ എല്ലാ ജോലിയും തീർത്ത് വയ്ക്കും.

രണ്ട് കൊച്ചു മക്കൾ ഐെറയും, ഐെറിനും വന്നതോടുകൂടി വീട് സ്വർഗ്ഗസമാനമായി.

ഞങ്ങളാണ് അവരുടെ എല്ലാ കാര്യങ്ങളും നോക്കിയിരുന്നത്. കുഞ്ഞുങ്ങൾക്ക് ആറും, നാലും വയസ്സായപ്പോഴാണ് ജഫ്രീൻമോനും കാഞ്ഞിരപ്പള്ളിക്കാരി റീബയും ആയി കെട്ടുറപ്പിച്ചത്.

വളരെ ആഹ്ലാദത്തോടെയാണ് നാട്ടിലെ വീട്ടിൽ എത്തിയതും ചടങ്ങുകൾ എല്ലാം ഗംഭീരമായി നടത്തിയതും. അന്നും ചിലർ അസൂയയോടെ പറഞ്ഞു, “ആഗ്നസിന്റേയും, മാത്യുവിന്റേയും ഭാഗ്യമാണ് ഇതു പോലെ സുന്ദരികളായ മരുമക്കളെ കിട്ടിയത്. കണ്ണ് കിട്ടാതെ നോക്കിക്കോളൂ” എന്ന്. അവരോടായി ജയ്സൺ പറഞ്ഞു “എവിടെയോ ഉള്ള പെണ്ണിനെ വിളിച്ചോണ്ടുവന്ന് ചിലവിനും കൊടുക്കണം ചീത്തയും കേൾക്കണം അതല്ലേ കല്യാണം.” അതു കേട്ട് എല്ലാവരും ചിരിച്ചു.

വിവാഹം കഴിഞ്ഞ മൂന്നാം ദിവസം മാത്യുച്ചായന് അടിവയറ്റിൽ

ശക്തമായവേദന. ഹോസ്പിറ്റലിൽ പോയപ്പോൾ ഹെർണിയ ആണ്. അത് ഓപ്പറേറ്റ് ചെയ്ത് വീട്ടിൽ വന്നതിന്റെ രണ്ടാം ദിവസം എലീസയ്ക്ക് പനിയും, തലകറക്കവും, വൈറ്റമിൻഡെഫിഷ്യൻസി മൂലം അവളെയും ഹോസ്പ്പിറ്റലിൽ അഡ്മിറ്റ് ചെയ്തു. ജയ്സൺ അവളുടെ കൂടെയിരുന്നു. ഞാനും, അച്ചായനും, കുഞ്ഞുങ്ങളും വീട്ടിൽ. ജഫ്രിനും, റീബയും അവരുടെ വീട്ടിൽ പോയി.

രണ്ടാഴ്ച കഴിഞ്ഞപ്പോൾ ജഫ്രിനും, റീബയും ജർമ്മനിയിലേയ്ക്ക് പോയി.

എലീസ ഡിസ്ചാർജായി വീട്ടിൽ വന്ന ശേഷം ദിവസങ്ങൾ കടന്നു പോയപ്പോൾ കുറച്ചകലെയുള്ള അമ്പലത്തിൽ ഉത്സവം. അവിടുത്തെ മേളങ്ങൾ കേട്ടപ്പോൾ കുട്ടികൾക്ക് കൗതുകം. ഞാനും എലീസയും, കുട്ടികളുമായിട്ട് ഉത്സവം കണ്ട് മടങ്ങി ആകെ തളർന്ന് വന്നപ്പോൾ ജയ്സൺചോദിച്ചു,

“എന്തിനാ മമ്മി അവിടെ വരെ നടന്നു പോയത്? എന്നെ വിളിച്ചി രുന്നെങ്കിൽ ഞാൻ കൊണ്ടുപോകില്ലായിരുന്നോ നിങ്ങളെ?”

“നീയല്ലേ എലീസയോട് പറഞ്ഞത് നിനക്ക് കഴിയില്ല. നിങ്ങള് പോയിട്ട് വരൂ എന്ന്?”

“അതിന് അവളെന്നോട് ഒന്നും ചോദിച്ചില്ലല്ലോ! അവള് ഹോസ്പി റ്റലിൽ വച്ച് എന്നോട് പിണങ്ങിയതാണ്. അതിന് ശേഷം ഇതുവരെ മിണ്ടിയിട്ടില്ല.”

“ആണോ മോളേ? എന്തു പറ്റി?”

“എന്നെക്കൊണ്ട് ഒന്നും പറയിക്കേണ്ട ജയ്സന്റെ ഗുണവതിയാരം”

“എന്ത് പറയാനാണെടീ? അവർക്ക് അറിയാമെടീ എന്നെ. നിന്നെ യാണെടീ ഇതുവരെ ആയിട്ടും അവർക്കറിയാത്തത്. പപ്പയ്ക്കും മമ്മിക്കും അറിയ്യോ? ഹോസ്പിറ്റലിൽ വച്ച് അവിടെയുള്ള നഴ്സുമാരുമായിട്ട് ഞങ്ങൾ രണ്ടുപേരും കൂട്ടുകാരെപ്പോലെയായി.

അവർ ഞങ്ങൾക്ക് രണ്ടുപേർക്കും ഗുഡ്മോണിംഗ് മെസേജസ് അയയ്ക്കാൻ തുടങ്ങി. പിന്നെ അവൾക്ക് എന്നെയും അവരെയും ചേർത്ത് സംശയമായി, വഴക്കായി, മിണ്ടാതായി.”

പെട്ടെന്ന് തന്നെ എലീസ അവിടെ നിന്നും എഴുന്നേറ്റ് പോയി.

രാത്രി അത്താഴം കഴിച്ചു കൊണ്ടിരുന്നപ്പോൾ ആണ് ഫോൺ വന്നത്, ആലീസമ്മാമ്മയുടെ അമ്മായിയമ്മ മരിച്ചു എന്ന്.

ഞാനപ്പോൾ എലീസായോട് പറഞ്ഞു.

“നാളെ കുറച്ച് നേരത്തേ എഴുന്നേൽക്കണം. ജോലിയൊക്കെ പെട്ടെന്ന് തീർത്തിട്ട് മരണ വീട്ടിലേയ്ക്ക് പോകാം. ഇച്ചായന് ഓപ്പറേഷൻ കഴിഞ്ഞതുകൊണ്ട് വരാൻ പറ്റില്ലല്ലോ.”

അവൾ സമ്മതം മൂളി ഉറങ്ങാൻ പോയി.

ഞാൻ വെളുപ്പിനേ എഴുന്നേറ്റ് ഭക്ഷണമെല്ലാം ഉണ്ടാക്കി കഴിഞ്ഞിട്ടും എലീസായെ കണ്ടില്ല. അവരുടെ ബെഡ്റൂമിന്റെ കതക് അൽപ്പം തുറന്നിരുന്നതുകൊണ്ട് മോനും കുഞ്ഞുങ്ങളും ഉറങ്ങുന്നത് കണ്ടു. എലീസാ ബാത്റൂമിലായിരിക്കും എന്നു കരുതി രാവിലെയും, ഉച്ചയ്ക്കും കഴിക്കാനുള്ള ഭക്ഷണമെല്ലാം ഡൈനിംഗ് ടേബിളിൽ എടുത്ത് വച്ച ശേഷം ഞാൻ പോകാനായി തയ്യാറായി വന്നപ്പോഴും എലീസാ വന്നിട്ടില്ല. കുഞ്ഞുങ്ങൾ ഉണർന്നു വന്നിരിപ്പുണ്ട്. അവർക്കുള്ള പാൽ എടുത്തു കൊടുത്ത ശേഷം ഉറങ്ങുന്ന ജയ്സണെ തട്ടിയുണർത്തി എലിസയെ കുറിച്ച് ചോദിച്ചപ്പോൾ അവളിവിടെ എവിടെയെങ്കിലും കാണും എന്നു പറഞ്ഞവൻ വീണ്ടും തിരിഞ്ഞു കിടന്നു. വീടും പരിസരവും മുഴുവൻ തിരഞ്ഞിട്ടും അവളെ കണ്ടില്ല. അവളുടെ ഫോണിൽ വിളിച്ചപ്പോൾ സ്വിച്ചിഡ് ഓഫ്.

അച്ചായനോടും മോനോടും പറഞ്ഞപ്പോൾ അവർ റോഡിലേയ്ക്കിറങ്ങി നോക്കി. പിന്നീട് സി.സി.ടി.വി ദൃശ്യങ്ങൾ നോക്കുമ്പോൾ ആണ് കണ്ടത് അവൾ രാത്രി രണ്ട് പതിനഞ്ചിന് ഇറങ്ങിപ്പോയി ഗയിറ്റിങ്കൽ നിർത്തിയിട്ടിരുന്ന കാറിൽ കയറുന്നത്...

അപ്പോൾ തന്നെ അവളുടെ വീട്ടിൽ വിളിച്ചപ്പോൾ അവളിവിടെ എത്തിയിട്ടുണ്ട് എന്ന് പറഞ്ഞു.

ഇവളിതെന്താ ഇങ്ങനെ ചെയ്തത് എന്നോർത്ത് വല്ലാതെ വിഷമിച്ചു. ഞാനും മോനും കുഞ്ഞുങ്ങളും മരണവീട്ടിലേയ്ക്ക് പുറപ്പെട്ടു. അവനോട് എലീസയുടെ വീട്ടിൽ പോയി അന്വേഷിക്കാൻ പറഞ്ഞ ശേഷം ഞാനും കൊച്ചുമക്കളും മരണവീട്ടിൽ ഇരുന്നു. വീട്ടിലേയ്ക്ക് തിരികെ പോകുമ്പോഴും ജയ്സൺ മൂകനായിരുന്നു.

വീട്ടിൽ എത്തി ഏതാനും നിമിഷങ്ങൾക്കുള്ളിൽ തന്നെ ഫോൺ വന്നു ഞങ്ങൾ മൂന്നു പേരും കുട്ടികളുമായി പോലീസ് സ്റ്റേഷനിലേയ്ക്ക് ചെല്ലണം എന്നു പറഞ്ഞ്.

പരിഭ്രമത്തോടെ പോലീസ് സ്റ്റേഷനിൽ എത്തിയപ്പോൾ ആണ് എലീസ ചൈൽഡ് ലൈനിൽ പരാതി കൊടുത്തത്രേ ഞങ്ങൾ കുട്ടികളെ അവൾക്ക് വിട്ടുകൊടുക്കാതെ അവളെ വീട്ടിൽ നിന്നും ഇറക്കിവിട്ടു എന്ന്

പറഞ്ഞ്. അപ്പോഴാണ് ജയ്സൺ പറഞ്ഞത്,

“ഞാനിന്ന് രാവിലെയും എലീസയെ കാണാൻ അവളുടെ വീട്ടിൽ ചെന്നിരുന്നു. അവൾ ഇറങ്ങി വരാതെ അവളുടെ പപ്പ അസഭ്യം പറഞ്ഞ് എന്നെ ഇറക്കി വിടുകയാണുണ്ടായത്.”

വിശദാംശങ്ങൾ വ്യക്തമാക്കിയപ്പോൾ സി.സി.ടി വി ദൃശ്യത്തിന്റെ കാര്യവും സൂചിപ്പിച്ചു.

അത് പരിശോധിച്ചപ്പോൾ ആണ് അവർക്ക് നിജസ്ഥിതി മനസ്സിലായത്. കൂട്ടത്തിൽ പ്രായം കൂടിയ വനിതാ പോലീസ് എലീസയോടായി പറയുന്നത് കേട്ടു,

“ദുർവ്വാശിയും, വക്രബുദ്ധിയും പക്വതയില്ലായ്മയും കൊണ്ട് നമ്മൾ സ്നേഹിച്ച നമ്മളെ സ്നേഹിച്ച ഒരാളെയും നഷ്ടപ്പെടുത്തരുത്. നഷ്ടപ്പെടുത്തിയാൽ നഷ്ടപ്പെടുന്നത് പിന്നീടൊരിക്കലും തിരിച്ചു കിട്ടാത്ത ചിലരെയാണ്. അതോർത്ത് വിവേകത്തോടെ ജീവിച്ചാൽ നല്ലത് കുട്ടി.”

തിരികെ പോരുമ്പോഴാണ് ജയ്സൺ പറയുന്നത്.

“വിവാഹം കഴിഞ്ഞ് ഒരു മാസത്തിന് ശേഷം തുടങ്ങിയതാണ് എലീസായുടെ സംശയരോഗവും വഴക്കും. രണ്ടു മക്കളായ ശേഷം അവരുടെ ഭാവിയെ കരുതിയുള്ള എന്റെ ജീവിതം കൊണ്ട് ഞാൻ മനസ്സിലാക്കിയത് ഉപേക്ഷിക്കാൻ കഴിയാത്ത ഇടങ്ങളിലൊക്കെ പലതും കണ്ടു നിൽക്കേണ്ടി വരും. ഇഷ്ടമില്ലാതിരുന്നിട്ടും പലതും കേൾക്കേണ്ടി വരും. ഉള്ളിൽ സങ്കടങ്ങൾ കടിച്ചമർത്തി പുറത്ത് പുഞ്ചിരിക്കേണ്ടിയും വരും. പലപ്പോഴും പലതും അനുസരിക്കുന്നതും അനുഭവിക്കുന്നതും ഇഷ്ടം കൊണ്ടായിരിക്കില്ല. വേറൊരു നിവൃത്തി ഇല്ലാത്തതു കൊണ്ടു കൂടിയാണ്. കാണുമ്പോൾ സുന്ദരമായതിലൊക്കെ മനസ്സു മടുത്ത ജീവിതങ്ങൾ ഉണ്ട്. മനസ്സ് മാറാത്ത മനുഷ്യരും ഉണ്ട്. റീബയോടും അവൾക്കിഷ്ടമില്ല. അവളുടെ സ്ഥാനം ഇല്ലാതാക്കാൻ വന്നവൾ എന്നാണ് അവൾ പറയുന്നത്. മമ്മിയെയും, പപ്പായെയും ഒന്നുമറിയിച്ച് വിഷമിപ്പിക്കേണ്ട എന്നു കരുതി വെറുതേ സന്തോഷം നടിച്ചു.”

വീട്ടിൽ എത്തിയ ശേഷം അച്ചായൻ പറഞ്ഞു, “ഇനി നമുക്കീ ബന്ധം വേണ്ട. ഉടൻ തന്നെ ഒരു വക്കീലിനെ കാണണം”.

വക്കീലിനെ കണ്ട് വേണ്ട നടപടിക്രമങ്ങൾ സ്വീകരിച്ചപ്പോൾ എലീസയും കുടുംബവും കോപ്രമൈസിന് തയ്യാറാണെന്ന് പറഞ്ഞു.

“അത് സമ്മതിക്കാതെ ഇനിയും ഇവിടെ നിന്നാൽ സമാധാനം

നഷ്ടപ്പെട്ടും, ബന്ധങ്ങൾ എന്ന മുത്തുമാല ഒരിക്കൽ പൊട്ടിയാൽ പോലും വാരിക്കൂട്ടി എത്ര കോർത്താലും പിന്നീടത് പഴയതു പോലെ യാവില്ല. കാരണം വിശ്വാസം എന്ന മുത്ത് എവിടെയോ നഷ്ടമായി. വിശ്വാസമാണ് ജീവിതത്തിലെ ആത്മബിന്ദു. എപ്പോഴും ഓർക്കേണ്ട ഒരു കാര്യം നമ്മുടെ പിന്നാലെ കൂടുന്നവരെല്ലാം നമ്മോട് സ്നേഹവും, ആത്മാർത്ഥതയും ഉള്ളവരായിരിക്കണം എന്നില്ല എന്നതാണ്."

ലീവും തീർന്നു കുട്ടികളുടെ പഠനവും മുടങ്ങേണ്ട എന്നു പറഞ്ഞ് ജയ്സണും മക്കളും ജർമ്മനിക്ക് പോയി.

അവിടെ ചെന്നശേഷം ജയ്സൺ പറയുമ്പോൾ ആണ് ജഫ്രിനും, റീബയും വിവരങ്ങൾ അറിയുന്നത്.

ജയ്സണും മക്കളും തിരികെ പോയതറിഞ്ഞ എലീസയും ഞങ്ങള റിയാതെ അവിടേയ്ക്ക് പോയി. അവിടെ ചെന്നും അവൾ വഴക്കുണ്ടാക്കി. അതൊക്കെ കണ്ട് പേടിച്ച റീബ ഒരു മുറിയിൽ കയറി അടച്ചിരുപ്പായി. റീബയെ ജഫ്രിൻ നാട്ടിലേയ്ക്ക് വിട്ടു. അവളിപ്പോൾ ഡിപ്രഷനുള്ള മരുന്ന് കഴിക്കുകയാണ്. ഒക്കെ മാറിയിട്ട് തിരികെ കൊണ്ടുവരും.

വാർദ്ധക്യം അനാരോഗ്യം അല്ലെങ്കിൽ ഒറ്റപ്പെടൽ, അതിനു മുൻപു വരെ എല്ലാവരും വർണപ്പട്ടങ്ങൾ തന്നെയാണ്. പക്ഷേ പിന്നീടങ്ങോട്ട് ആരുടെ കൈയ്യിലാണോ അതിന്റെ ചരടിരിക്കുന്നത് അതുപോലെയിരി ക്കും ജീവിതത്തിന്റെ വർണവും, വർണപ്പകിട്ടും. മറ്റുള്ളവരുടെ കൈയ്യിൽ ആ ചരടെത്താൻ ഇടയാക്കരുതേ... ആരുടേയും ജീവിതത്തിൽ ഒരു ഭാരമാകാതെ ജീവിച്ചു മരിക്കാൻ സാധിച്ചാൽ അതാണ് ഒരു മനുഷ്യന്റെ ഏറ്റവും വലിയ ഭാഗ്യം. ആ ഭാഗ്യം ഞങ്ങൾക്കും തരുമാറാകേണമേ... എന്നൊരു തേടലേ ഉള്ളൂ എന്നും പ്രാർത്ഥനയിൽ. ഇനി എന്തായാലും ജർമ്മനിയിലേയ്ക്കില്ല എന്ന തീരുമാനത്തിൽ ആയിരുന്നു ഞാനും, അച്ചായനും.

രണ്ട് മക്കളെ കരുതി മാത്രം ജയ്സൺ എലീസയുമായി ഒത്തു പോകുന്നു. അവനാണ് പറഞ്ഞത് ഇനിയും മമ്മിയും, പപ്പായും ഇവിടെ വന്നില്ലെങ്കിൽ ഐറയും, ഐറിനും ബന്ധങ്ങൾക്ക് മൂല്യം കൽപ്പിക്കാതെ മാധുര്യമുള്ള വാക്കുകളാലും, മനം മയക്കുന്ന പ്രവൃത്തികളാലും ആരേയും വീഴ്ത്തുന്ന കപടാഭിനയത്തിന്റെ ആ തന്നിഷ്ടക്കാരിയുടെ രീതിയിൽ വളരും. അത് പാടില്ല അതുകൊണ്ട് നിങ്ങൾ ഇവിടെ വന്ന് നമ്മുടെ ശിക്ഷണത്തിൽ തന്നെ അവരെ വളർത്തണം. അതു മാത്രമല്ല മമ്മിയും പപ്പയും ഇവിടെ ഉള്ളത് എനിയ്ക്കും ജഫ്രിനും ആശ്വാസമാണ്. എലീസ ഇവിടെ കഴിയുന്നത് വിശ്രമ സങ്കേതത്തിൽ എന്നതു പോലെയാണ്.

ഒരു കാലത്തും അവളെന്നെ വിട്ടു പോകാൻ അനുവദിക്കുകയും ഇല്ല. സമാധാനവും തരില്ല. മമ്മിയും പപ്പയും ഇവിടേയ്ക്ക് വന്നേ മതിയാവൂ."

ഫ്ലൈറ്റിൽ കയറാനുള്ള അനൗൺസ്മെന്റ് കേട്ടതും കാലാവധി നിശ്ചയിക്കാത്ത ഒരു സന്ദർശക വിസയാണ് മോനേ ഓരോ ജീവിതവും. മടങ്ങിവരവും പുതുക്കലും അസാധ്യമായതിനാൽ ഉള്ള ജീവിതം കൂടെക്കൂടിയവരുടെ ബഹുകൃതവേഷത്തിമിർപ്പിലെ ആറാട്ടത്തിൽ നശിപ്പിക്കാതെ നിന്റെ മക്കളാകുന്ന പൂക്കളുടെ ജീവിതമെങ്കിലും നിറമുള്ളതാക്കാൻ മണ്ണിനിടയിൽ ആഴ്ന്നിറങ്ങി നിറം കെട്ടുപോയ വേരുകളെപ്പോലെ ക്ഷമിച്ചും സഹിച്ചും എല്ലാം ദൈവഹിതത്തിൽ അർപ്പിച്ച് രമ്യതയോടെ ഇനിയുള്ള ജീവിതം ജീവിച്ചു തീർക്കാം.... എന്നു മനസ്സിൽ പറഞ്ഞ് അച്ചായന്റെ കൈയ്യിൽ പിടിച്ച് ഞാൻ നടന്നു.

ക്യൂപ്പൺ

മക്കളോട് രണ്ടാളോടും പറഞ്ഞപ്പോൾ അവർക്ക് ഉറങ്ങണം, വരുന്നില്ല. അങ്ങനെ ഒരു പാട് നാളുകൾക്ക് ശേഷം ഈ ഞായറാഴ്ച വെളുപ്പിനേ ദേവരാജൻ ചേട്ടനും ഞാനും കൂടി പുറപ്പെട്ടു.

കൊടുങ്ങല്ലൂർ ചെന്നപ്പോൾ തിരക്കുണ്ട്. എന്നാലും ദേവിയെ കണ്ടു തൊഴുത ശേഷം തൃപ്രയാർ പോയി. അവിടെ നിന്നും ഗുരുവായൂർക്ക്.

പാർക്കിംഗിന് അധികം തിരക്കില്ലാത്തത് കണ്ടപ്പോൾ ഓർത്തു എന്തു പറ്റി ഇന്ന്? എന്തായാലും ഭഗവാനെ കണ്ട് തൃപ്തിയായി തൊഴാം എന്നു നിരീച്ച് അമ്പലത്തിലേയ്ക്ക് എത്തിയപ്പോൾ ആണ് അസാമാന്യ തിരക്ക്. ഇനി ക്യൂപ്പൺ എടുത്ത് ദർശനത്തിനുള്ള ക്യൂവിൽ കയറണമെങ്കിൽ തന്നെ ഒരുപാട് സമയമെടുക്കും. അവിടെയും തിരക്കാണ്.

ചുറ്റമ്പലത്തിന് വലംവയ്ക്കാം എന്നു കരുതി നാമ ജപത്തോടെ നടക്കുമ്പോൾ ആണ് കണ്ടത് നടപ്പാതയുടെ വശത്തായി ഒരു ക്യൂപ്പൺ. അതവഗണിച്ച് അടുത്ത വലത്തിടുമ്പോഴും അത് കണ്ടു. മൂന്നാമത്തെ വലത്തിടലിന്റെ നടത്തത്തിനിടയിൽ ഓർത്തു ഞാൻ കെട്ടിക്കൊണ്ടു വന്ന തുളസിമാലയും, പിച്ചിപ്പൂമാലയും നെയ്യും ഒക്കെ എങ്ങനെയാണ് ഒന്ന് അകത്ത് എത്തിക്കുക? അതവിടെ എത്തിക്കാൻ ഭഗവാൻ തന്നെ കാട്ടിത്തന്ന വഴിയാണോ ഇത്? അല്ലെങ്കിൽ ഈ ഒരു ക്യൂപ്പൺ മാത്രം ഇവിടെ എങ്ങിനെ വന്നു?

പണ്ട് വളരെ ഭക്തനായ ഒരാൾ നദിയിൽ വീണു. താൻ വിളിക്കുന്ന ഈശ്വരൻ തന്നെ രക്ഷിക്കും എന്ന അചഞ്ചലമായ വിശ്വാസത്തിൽ മുറുകെ പിടിച്ച് ഒഴുകി വന്ന തടിയിൽ പിടിച്ച് അയാൾ കിടന്നു. അപ്പോൾ

അതുവഴി ബോട്ടുവന്നു. അയാൾ കയറിയില്ല. പിന്നീട് വള്ളം വന്നു അതിലും കയറിയില്ല. ശേഷം ചങ്ങാടം വന്നു. അപ്പോഴും കയറിയില്ല. അവസാനം പിടി വിട്ട് അയാൾ വെള്ളത്തിൽ മുങ്ങിത്താണു പോയി. ഭഗവാൻ അയച്ചതായിരുന്നു ബോട്ടും, വള്ളവും, ചങ്ങാടവും ഒക്കെ. താൻ പാതി ദൈവം പാതി എന്ന പ്രമാണമനുസരിച്ച് ഭഗവാൻ തന്റെ കർമ്മം ചെയ്തു. പക്ഷേ കയറുക എന്നത് അയാളുടെ കർമ്മം ആയിരുന്നു. അതയാൾ ചെയ്തില്ല. ഭഗവാനും കൈവിട്ടു അയാൾ വെള്ളത്തിൽ മുങ്ങി ത്താണു.

അതുപോലെ മൂന്നാം വലത്തിടുമ്പോഴും എന്നെ നോക്കിക്കിടക്കുന്ന കൂപ്പണിനെ നോക്കി ഞാൻ അധികനേരം നിന്നില്ല. കൈയ്യിലെടുത്ത് നോക്കിയപ്പോൾ തിയതിയും ദിവസവും ഇന്നത്തേത് തന്നെ. ആഹ്ലാദത്തോടെ കൂപ്പൺകാരുടെ ക്യൂവിൽ പോയി നിന്നപ്പോഴും ചിന്തിച്ചു, തിരക്കുള്ള അമ്പലങ്ങളിൽ ഭർത്താവോ മക്കളോ കൂടെ വന്നാലും അവരൊരിക്കലും ദർശനത്തിനോ, പ്രദക്ഷിണത്തിനോ എന്റെ കൂടെ വരാറില്ല. അവര് മൊബൈലിൽ അവരുടെ ലോകത്തായിരിക്കും. നമ്മുടെ കൂടെ ചേർന്നു നിൽക്കാൻ ആളുണ്ടായിട്ടു കാര്യമില്ല. ചേർന്നു പോകുന്ന മനസ്സും വേണം. അല്ലെങ്കിൽ ജീവിതത്തിൽ എത്ര ദൂരം പിന്നിട്ടാലും ഒറ്റയ്ക്ക് നടന്നതു പോലെയാകും. ഒറ്റപ്പെട്ടത് പോലെയാകും. ഇപ്പോൾ ഈ ഒറ്റപ്പെടൽ പരാതിയും, പരിഭവവും ഇല്ലാത്ത ശീലമായി മാറിയിരിക്കുന്നു. എന്തായാലും ഭഗവത് നാമം ജപിക്കാം എന്നു കരുതി നിറഞ്ഞ കണ്ണുകളോടെ അതിലേയ്ക്ക് ശ്രദ്ധ തിരിച്ചു.

കൂപ്പൺ കൊടുത്ത് അകത്തേയ്ക്ക് കയറാൻ ഭാവിച്ചപ്പോൾ ഒരാക്രോശം.

"എങ്ങടേയ്ക്കാ ഇത്ര തത്രപ്പെട്ട്? കൊള്ളാമല്ലോ! ഞാൻ ചെറുങ്ങനെ കീറി എന്നു വരുത്തിയ കൂപ്പണും പിടിച്ച് വന്നിരിക്യാ വീണ്ടും ഇവിടേയ്ക്ക്? ഒരു കൂപ്പണിന്റെ പണം ലാഭിക്കാൻ വേണ്ടീട്ട് പറ്റിക്കാൻ ഇറങ്ങീരിക്യാ?"

എല്ലാവരുടേയും നോട്ടം എന്നിലേയ്ക്കായി. എന്ത് ചെയ്യണം എന്നറിയാതെ വിവർണ്ണമായ മുഖത്തോടെ സ്തബ്ധയായി പ്രഹരമേറ്റവളെപ്പോലെ നിൽക്കുമ്പോൾ വീണ്ടും ചോദ്യം.

"കൂപ്പണെടുക്കാതെ കയറാൻ നിങ്ങൾക്കെങ്ങനെ ധൈര്യം വന്നു? നിങ്ങൾക്കിതെവിടെ നിന്നും കിട്ടി? ഞാനിവിടെ നിൽക്കുന്നത് പിന്നെന്തിനാ? വിഡ്ഢികളിക്കാൻ ആണെന്നാ വിചാരം? ഗുരുവായൂരപ്പനെ തൊഴാനും കള്ളക്കൂട്ടങ്ങൾ എത്തീരിക്കണു. നാണംകെട്ടവർഗ്ഗം. മാറി നിൽക്ക്" എന്നു പറഞ്ഞയാൾ ഒറ്റത്തള്ള്. എന്ത് ചെയ്യണം

എന്നറിയാതെ തിരിഞ്ഞു നടന്നു. നേരത്തേ അടക്കി വച്ചിരുന്ന കണ്ണു നീർത്തുള്ളികൾ അണപൊട്ടി ഒഴുകി. എന്തിനാ കണ്ണാ എന്നോടിങ്ങനെ?... നാരായണീയം ചൊല്ലിക്കൊണ്ട് നിനക്ക് കെട്ടിയ മാലകളും, നിനക്കായി വാങ്ങിയ നെയ്യും തരാൻ വേണ്ടീട്ടല്ലേ നീ തന്നതാണെന്നു കരുതി ഞാനാ കൂപ്പൺ എടുത്തത്? എത്ര പേരുടെ മുൻപിൽ വച്ചാണ് ഞാൻ അപമാനിക്കപ്പെട്ടത്? കൂടാതെ കള്ളി എന്നുള്ള പേരും.

അപ്പോഴും ഞാൻ നോക്കി അവിടെ എവിടെയെങ്കിലും ദേവരാജൻ ചേട്ടൻ നിൽപ്പുണ്ടോ?എങ്കിൽ ആ കൈകളിൽ ഒന്നു ബലമായി പിടിച്ച് ആശ്വസിക്കാമായിരുന്നു... എന്റെ വ്യാമോഹം. എന്നല്ലാണ്ടെന്തു പറയാൻ? എന്റെ കൂടെ അദ്ദേഹവും വന്നിരുന്നെങ്കിൽ... വീണു കിട്ടിയ കൂപ്പൺ എടുത്തപ്പോൾ അതു വേണ്ടാ ഉഷേ എന്നൊന്നു പറഞ്ഞിരുന്നെങ്കിൽ... എനിക്കിങ്ങനെ അപമാനിതയാവേണ്ടി വരില്ലായിരുന്നല്ലോ. നമ്മുടെ നേരെ ദേഷ്യപ്പെടാനും, കുറ്റപ്പെടുത്താനും,വേണ്ട കാര്യങ്ങൾ ഒക്കെ ചെയ്തു കൊടുക്കാനും ഏറെ അവകാശികൾ ഉണ്ടാവും നമുക്ക്. എന്നാൽ അവകാശികൾ ഇല്ലാത്ത ആരും അവകാശം പറഞ്ഞു വരാത്ത ഒന്നേയുള്ളു ഈ ഭൂമിയിൽ... നമുക്ക് ലഭിക്കുന്ന ശാരീരിക, മാനസികവ്യഥകൾ. നാം തന്നെ അതനുഭവിച്ചു തീർക്കണം. അനുഭവിച്ച് അനുഭവിച്ച് ആരും അറിയാതെയിരിക്കാൻ അഭിനയിച്ച് അഭിനയിച്ച് മനസ്സിൽ കൊണ്ടു നടക്കുന്ന സങ്കടങ്ങളുടെ ആഴവും, മനസ്സിൽ എരിയുന്ന കനലിന്റെ വേദനയും കൂടെ നടക്കുന്ന നിഴലിനു പോലും മനസ്സിലാവാത്ത വിധത്തിൽ ജീവിച്ചു തീർക്കുകയാണ് സന്തുഷ്ടയെന്നു നടിക്കുന്ന ഞാനെന്ന സീമന്തിനിയും, അമ്മയും, കുടുംബിനിയും ആയ സ്ത്രീജൻമം.

നടന്നെത്തിയത് കൂപ്പൺ എടുക്കുന്ന സ്ഥലത്താണ്. കൗണ്ടറിൽ ചോദിച്ചപ്പോൾ, "കൂപ്പൺ കഴിഞ്ഞൂലോ," എന്ന പറച്ചിലും. തിരിഞ്ഞു നടക്കാൻ തുടങ്ങിയപ്പോൾ, "നിൽക്കുട്ടോ ദാ ഒരെണ്ണം ബാക്കീണ്ട് വാങ്ങിക്കോളൂ."

അതും വാങ്ങി എത്തിയപ്പോൾ അയാളുടെ പുച്ഛത്തോടെയുള്ള സംസാരം വീണ്ടും തുടങ്ങി.

"ഇത്തവണ എവിടന്നു കിട്ടീ.... കൂപ്പൺ? വേറെയും വീണു കിട്ടിയോ? ഭഗവാന് പാദസേവ ചെയ്ത് നിങ്ങളെപ്പോലെയുള്ളവരെ പിടിക്കാൻ വേണ്ടി തന്നെയാണ് എന്നെപ്പോലെയുള്ളവർ ഇവിടെ നിൽക്കുന്നത്. എന്തായാലും ഇന്നത്തെ ദിവസം വെറുതെയായില്ല" എന്നു പറഞ്ഞയാൾ ആക്ഷേപഹാസ്യം തുടങ്ങി.

അപ്പോഴേയ്ക്കും എന്നിലെവിടെയോ ഉറങ്ങിക്കിടന്നിരുന്ന ധൈര്യം ഉണർന്നു.

"ഹേ! മാന്യനേ താനെന്താടോ കരുതീരിക്കുന്നത്? മൂർത്തിയേക്കാൾ വലിയ ശാന്തിയുള്ള കാലം എന്ന് കേട്ടിട്ടേ ഉള്ളൂ. അതിവിടെ ബോധ്യായി. ഒരു പാട് അത്ഭുതകൾ നടക്കുന്ന അമ്പലമാണല്ലോ ഇവിടം. ഭഗവാനെ ദർശിക്കാനുള്ള എന്റെ ആഗ്രഹം കണ്ട് ഭഗവാൻ എനിയ്ക്ക് തന്നതാവും നടപ്പാതയിൽ നിന്നും വീണു കിട്ടിയ ആ കൂപ്പൺ എന്നു വൃഥാ നിനച്ചു പോയി ഞാൻ. ഭഗവാൻ മോഹിനീ വേഷം പൂണ്ട് അസുരൻമാരിൽ നിന്നും അമൃതകുംഭം കൈക്കലാക്കിയില്ലേ? അത്രത്തോളം ഒന്നും ഞാൻ ചെയ്തില്ലാലോ. ഞാൻ ചെയ്തത് തെറ്റു തന്നെ. അത് ഞാൻ സമ്മതിക്കുന്നു. ഒരബദ്ധം ഒക്കെ ആർക്കും സംഭവിക്കാം. അതിനിങ്ങനെ കോമരം തുള്ളേണ്ട കാര്യമൊന്നുമില്ല. താങ്കൾ ഭഗവാന്റെ പാദസേവ ചെയ്യുന്ന യഥാർത്ഥ ഭക്തനായിരുന്നെങ്കിൽ സൗമ്യമായ ഭാഷയിൽ എന്നോട് പറയാമായിരുന്നു ഇത് ഇവിടെ കൊണ്ടുവന്ന കൂപ്പൺ ആണ്. സഹോദരിയെ ആരോ തെറ്റിദ്ധരിപ്പിച്ചിരിക്കുന്നു. വേറെ കൂപ്പൺ എടുത്തിട്ട് വരൂ എന്ന്. അതാണ് മാന്യത. നിങ്ങളെപ്പോലുള്ളവർ ഭഗവാന് പാദസേവ ചെയുകയല്ല ഭഗവാന്റെ പാദം വാരി നിലത്തടിക്കുകയാണ്. അല്ലെങ്കിലും കേരളത്തിലെ പേരുകേട്ട തിരക്കുള്ള ക്ഷേത്രങ്ങളിലെ താങ്കളെപ്പോലുള്ള അൽപ്പ ജ്ഞാനികളായ ചെറിയ ചെറിയ ജീവനക്കാർക്കെല്ലാം ഉള്ളതാണ് ആരൊക്കെയോ ആണെന്ന ഭാവം. ഒന്ന് തുമ്മിയാൽ തെറിക്കുന്ന ജോലിയാ മാഷേ തന്റേതും. അതില്ലാതായി കഴിഞ്ഞാൽ ഏതൊരു ഉദ്യോഗസ്ഥരേയും പോലെ ഫ്യൂസായ ബൾബിനു തുല്യനായിത്തീരും സഹോദരാ നിങ്ങളും. ഇനി എന്നും വിഷ്ണു സഹസ്രനാമം ചൊല്ലിയ ശേഷം താങ്കൾക്കും, താങ്കളെപ്പോലെ പെരുമാറുന്ന മറ്റു ജീവനക്കാർക്കും ഭക്തജനങ്ങളെ അധിക്ഷേപിക്കാതെ പെരുമാറാനുള്ള സദ്ബുദ്ധിയും വിവേകവും നൽകാൻ കനിഞ്ഞനുഗ്രഹിക്കണേ എന്ന് പ്രാർത്ഥിക്കാം... അതല്ലേ എനിക്കാവൂ. വളരെയധികം സമയം കാത്തു നിന്ന് കഷ്ടപ്പാട് സഹിച്ച് ഞങ്ങളെപ്പോലുള്ളവർ ഭഗവാനെ ദർശിക്കാൻ അകത്തേയ്ക്ക് പ്രവേശിച്ചാലോ മൂർത്തിയെ കണ്ട് തൊഴുന്നതിനു മുൻപേ മാറിക്കേ എന്നു പറഞ്ഞ് പിടിച്ചു തള്ളി മാറ്റുകയാണ്. തൊഴുതു നിൽക്കുന്ന ഭക്തരെ സ്പർശിക്കാൻ പാടില്ല എന്നുള്ള കാര്യം ഈ ജീവനക്കാർക്ക് അറിയില്ലാന്നുണ്ടോ? ഞങ്ങൾ ഭക്തരുടെ പണമാണ് നിങ്ങളുടെ ഒക്കെ പോക്കറ്റിൽ ശമ്പളമായി വയ്ക്കുന്നതെന്ന കാര്യം ഇനിയെങ്കിലും വിസ്മരിക്കാതിരുന്നാൽ നന്ന് സഹോദരാ....." എന്നു പറഞ്ഞ് അകത്തെ തിരക്കിൽപ്പെട്ട് മാലകളും, നെയ്യും ഏൽപ്പിച്ച്

ഫ്ലൈ ഓവറിൽ കയറിയിറങ്ങി അരനിമിഷനേരം ഭഗവാനെ കണ്ട പ്പോൾ ചിരിക്കുന്ന ആ മുഖത്ത് നോക്കി വ്യസനത്തോടെ ചോദിച്ചു എന്തിനായിരുന്നു കണ്ണാ എന്നോടിങ്ങനെ?

കിഴക്കേ നടയിലെ ഭണ്ഡാരപ്പെട്ടിയിൽ പിടിപണം നിക്ഷേപിച്ച് നടയ്ക്കൽ നോക്കി തൊഴുത ശേഷം തിരിഞ്ഞ് നടക്കുമ്പോൾ "കുട്ടീ" എന്നൊരു വിളി.

തിരിഞ്ഞു നോക്കിയപ്പോൾ അടുത്തേയ്ക്ക് വന്ന കാഷായവസ്ത്രധാരി ഒരിലക്കീറിൽ വെണ്ണ തന്നിട്ട് പറഞ്ഞു,

"ദാ കഴിച്ചോളൂ അകത്ത് കണ്ണന് നേദിച്ച വെണ്ണയാണ്."

"ഒന്നുമോർത്ത് വ്യസനിക്കേണ്ട. ഭഗവാന്റെ ലീലയ്ക്ക് പിന്നിൽ ഒരു സദ്ദുദ്ദേശ്യം കാണും. കണ്ണിൽ കൊള്ളാനുള്ളത് പുരികത്തിൽ കൊണ്ടുപോയി എന്നത് വഴിയേ മനസ്സിലാവും, കുട്ടിക്ക്...

ഇത്തവണത്തെ വിനായകചതുർത്ഥി ദിവസം കുട്ടി ചന്ദ്രനെ കണ്ടിരുന്നു അല്ലേ?അതാണ് കാര്യം. വിനായക ചതുർത്ഥിക്ക് ചന്ദ്രനെ കണ്ടാൽ അടുത്ത ചതുർത്ഥിക്ക് മുൻപായി കള്ളപ്പേര് കേൾക്കും എന്നുള്ളത് നിഷേധിക്കാനാവാത്ത സത്യാ."

"ആ കഥ അറിയ്യോ കുട്ടിക്ക്? ഒരിക്കൽ കുബേരന്റെ മൃഷ്ടാന്നഭോജനം കഴിഞ്ഞ് വരുന്ന വഴിക്ക് ഗണപതി ഭഗവാൻ തട്ടിതടഞ്ഞ് വീണു. ആരും കണ്ടില്ല എന്ന ആശ്വാസത്തിൽ ആ കിടപ്പിൽ മുകളിലേയ്ക്ക് നോക്കുമ്പോൾ ആകാശത്ത് ദാ ചിരിച്ചു കൊണ്ടു നിൽക്കുന്നു ചന്ദ്രൻ. തന്റെ വീഴ്ച കണ്ട് കളിയാക്കി ചിരിച്ച ചന്ദ്രനെ ഗണപതി ഭഗവാൻ ശപിച്ചു. ഇന്നേദിവസം നിന്നെ കാണുന്നവർ കള്ളപ്പേര് കേൾക്കാൻ ഇടയാവട്ടെ എന്ന്. കഥയറിയാത്ത പലരും അന്നേ ദിവസം ചന്ദ്രനെ കാണുന്നതും കള്ളപ്പേര് കേൾക്കുന്നതും അനുസ്യൂതം ഇന്നും തുടരുന്നു. ജീവിതത്തിൽ ഏറ്റവും വലിയ അബദ്ധവും, പരാജയവും സംഭവിച്ചവരിൽ ഭൂരിഭാഗവും മറ്റുള്ളവരെ അന്ധമായി സ്നേഹിക്കുകയും അതിലുപരി വിശ്വസിക്കുകയും ചെയ്തവരാണ്. ഒക്കെ ഈശ്വരൻ കാണുന്നുണ്ട്... എല്ലാം നല്ലതിന് വേണ്ടീട്ടാണെന്ന് കരുതി നടന്നോളൂ കുട്ട്യേ..."

അദ്ദേഹത്തെ തൊഴുത് തൃക്കൈവെണ്ണ നുണഞ്ഞ് കാർ പാർക്കിംഗിന്റെ സ്ഥാനം ലക്ഷ്യമാക്കി നടന്നു.

കാറിൽ കയറിയ ഉടനേ,

"എത്ര നേരമായി? എവിടെപ്പോയി കിടക്കുകയായിരുന്നു നീ? പുറത്തു നിന്ന് തൊഴുതിട്ട് വരാംന്ന് പറഞ്ഞിട്ട്? ഫോണും എടുത്തില്ല."

"ഫോൺ കൊണ്ടുപോകാൻ പാടില്ലാലോ? ഞാൻ അകത്തു കയറി തൊഴുതു. ദാ വെണ്ണ കഴിച്ചോളൂ."

പിന്നീട് ഞാൻ നടന്ന കാര്യങ്ങൾ ഒക്കെ പറഞ്ഞപ്പോൾ,

"അസത്ത് മനുഷ്യനെ അപമാനിക്കാനായിട്ട്! നിന്നെയൊക്കെ കെട്ടി വലിച്ചോണ്ട് വന്ന എന്നെ പറഞ്ഞാൽ മതിയല്ലോ. അല്ലെങ്കിൽ തന്നെ മനുഷ്യന് സമാധാനം ഇല്ല. അതിന്റെ ഇടയിലാ അവളുടെ ഒരു കൂപ്പൺ വിശേഷം. ഇത്രയും പ്രായമായില്ലേ നിനക്ക്? ഇനിയെങ്കിലും കുറച്ച് പക്വതയോടെ പെരുമാറിക്കൂടേ? എന്തായാലും നിന്നെ തിരക്കി വരാൻ തോന്നാതിരുന്നത് നന്നായി."

നിറഞ്ഞ കണ്ണുകളോടെ സൈഡ് ഗ്ലാസ്സിലൂടെ പുറത്തേയ്ക്ക് നോക്കിയിരുന്നു. ജീവിതത്തിൽ തളരുമ്പോൾ നമുക്ക് വേണ്ടത് വഴക്കും, ഉപദേശവും അല്ല. നമ്മെ താങ്ങുന്ന കൈകൾ ആണ്...... നമ്മെ കാണാനുള്ള കണ്ണുകൾ ആണ്.... കേൾക്കാനുള്ള കാതുകൾ ആണ്. നമ്മെ സ്നേഹിക്കാനും, ആശ്വസിപ്പിക്കാനും, വിശ്വസിക്കാനുമുള്ള വിശാലമായ ഹൃദയമാണ് വേണ്ടത്...... ഞാനില്ലേ നിനക്ക് എന്ന ഒരു വാക്കുമതി..... ഒന്നു ചേർത്തു പിടിച്ചാൽ മതി...... അവിടെയാണ് സ്നേഹം. അല്ലാതെ ഭക്ഷണവും, വസ്ത്രവും, ജീവിത സൗകര്യങ്ങളും, സമ്പാദ്യങ്ങളും ഒരുക്കിത്തരുന്നത് മാത്രമല്ല സ്നേഹം.

"എന്തിനാ ചേട്ടാ ഇത്രയും വേഗത്തിൽ വണ്ടിയോടിക്കുന്നത്? എന്നോടുള്ള ദേഷ്യാ?'

ഒന്നും പറയാതെ വണ്ടിയോടിച്ച് വീട്ടിലേയ്ക്ക് പോകാതെ ഹോട്ടലിലേയ്ക്ക് തിരിയുന്നത് കണ്ടപ്പോഴും പേടിച്ചിട്ട് പിന്നീട് ഒന്നും ചോദിച്ചില്ല.

അവിടെ എത്തിയപ്പോൾ ആൾക്കൂട്ടം. വണ്ടി നിർത്തി ചേട്ടൻ വേഗം ഹോട്ടലിലേയ്ക്ക് കയറിപ്പോയി. സങ്കോചത്തോടെ ഞാനിറങ്ങിയപ്പോൾ അടുത്തേയ്ക്ക് വന്ന സുഗുണനോട് ചോദിച്ചു,

"എന്താ സുഗുണാ കാര്യം?

"അപ്പോ ഉഷചേച്ചി ഒന്നും അറിഞ്ഞില്ലേ? ഇന്ന് രാവിലെ ഇവിടെ നിന്നും ഭക്ഷണം കഴിച്ച അഞ്ചു പേർ അത്യാസന്നനിലയിൽ ആണ്."

"അയ്യോ! ഗുരുവായൂരപ്പാ! ഭഗവാനേ."

"പോലീസും, ഭക്ഷ്യവകുപ്പുകാരും ഒക്കെ വന്ന് പരിശോധന കഴിഞ്ഞു പോയി."

"ചേച്ചി നിങ്ങൾ ഗുരുവായൂർക്ക് പോയതാ അല്ലേ? ഗുരുവായൂരപ്പൻ തുണച്ചു.. ഇവിടുത്തെ ഭക്ഷണത്തിന് കുഴപ്പം ഒന്നുമില്ല. അവർ മദ്യം

കഴിച്ചിട്ടുണ്ടായിരുന്നു. അവരുടെ വണ്ടിയേൽ മദ്യപിച്ചതിന്റെ ബാക്കിയുണ്ടായിരുന്നു. അതിലായിരുന്നു കുഴപ്പം. അതെങ്ങാനും കിട്ടിയില്ലായിരുന്നെങ്കിൽ കേസും കോടതിയും ഒക്കെയായിട്ട് ചേച്ചിയുടെയൊക്കെ ഫോട്ടലും പൂട്ടേണ്ടി വന്നേനേ. ഒരു വലിയ അപമാനത്തിൽ നിന്നും പ്രതിസന്ധി ഘട്ടത്തിൽ നിന്നും രക്ഷിച്ച് കണ്ണിൽ കൊള്ളാനുള്ളത് പുരികത്തിൽ കൊണ്ടതു പോലെ ആക്കിത്തന്നു ഗുരുവായൂരപ്പൻ."

അത് കേട്ടതും മനസ്സിൽ തെളിഞ്ഞത് കാഷായ വസ്ത്രധാരി ആണ്. അദ്ദേഹം പറഞ്ഞ അതേ വാക്കുകൾ തന്നെയാണ് ഇപ്പോൾ സുഗുണനും പറഞ്ഞത്.

വീട്ടിലെത്തിയതും പൂജാമുറിയിലെ കണ്ണനോട് ഞാൻ പറഞ്ഞു,

"കണ്ണാ നിന്റെ ലീലാവിലാസം എനിയ്ക്ക് വേദനയും അപമാനവും തന്നതിലൂടെ ഞാനറിഞ്ഞു... നന്നായറിഞ്ഞു... ഞാൻ ഏറെ വിഷമിച്ചു എങ്കിലും എന്റെ കുടുംബത്തെ വലിയ അപമാനത്തിൽ നിന്നും നീ രക്ഷിച്ചല്ലോ. അതുമതി എനിയ്ക്ക്... നന്ദി കണ്ണാ നന്ദി...

മക്കൾ രണ്ടുപേരോടുമായി നടന്ന സംഭവങ്ങൾ വിശദീകരിച്ചപ്പോൾ മൂത്തവൻ അനന്തു,

"അമ്മേ ഇനി ഗുരുവായൂരമ്പലത്തിൽ എല്ലായിടത്തും ഭക്തജനങ്ങളുടെ ശ്രദ്ധയ്ക്ക് എന്നെഴുതി അമ്മയുടെ ഫോട്ടോയുടെ താഴെയായി കൂപ്പൺ കൈയ്യിൽ ഉള്ളവർ കീറിയതാണെങ്കിലും ഡസ്റ്റ് ബിന്നിൽ തന്നെയിടുക. അല്ലെങ്കിൽ എവിടെ കൂപ്പൺ കണ്ടാലും ഇവരിത് എടുക്കും. അമ്പലത്തിൽ കയറാൻ ശ്രമം നടത്തുകയും ചെയ്യും. അതു കൊണ്ട് ഏവരും കൂപ്പണിന്റെ കാര്യത്തിൽ അതീവ ജാഗ്രത പാലിക്കുക." എന്ന നോട്ടീസ് പതിക്കും..

അനന്തുവും, ചന്തുവും ചിരി തുടങ്ങിയപ്പോൾ അത് കേട്ടുകൊണ്ടു വന്ന ചേട്ടനും അവരുടെ ചിരിയിൽ പങ്കുചേർന്നതു കണ്ടപ്പോൾ ആശ്വാസത്തോടെ ഞാൻ പൂജാമുറിയിലേയ്ക്ക് നോക്കി. അവിടെ.....അവിടെ ആ കാഷായവസ്ത്രധാരി അത്യധികം തേജസ്സോടെ പുഞ്ചിരി തൂകി നിൽക്കുന്നു. തഥ്യയോ മിഥ്യയോ എന്നറിയാൻ എന്നെത്തന്നെ ഞാൻ നുള്ളി നോക്കിയപ്പോൾ... അദ്ദേഹം കണ്ണടച്ചുകാട്ടി എന്നോട് പറഞ്ഞു:

"നീയേ കണ്ടുള്ളൂ... നീ മാത്രം"...

സന്തോഷാധിക്യത്താൽ കൂപ്പുകരങ്ങളോടെ മനസ്സുകൊണ്ട് ഞാനും മൊഴിഞ്ഞു,

"അതേ ഞാനേ കണ്ടുള്ളൂ... ഞാൻ മാത്രം...

സ്വർണ്ണമാല

ഞന്നമ്മായിയമ്മയുടെ പന്ത്രണ്ട് മണിക്കുള്ള ഉച്ചയൂണ് വൈകിയാലുള്ള ഭവിഷ്യത്തോർത്ത് ധൃതി പിടിച്ച് അയലയുമായി വിജനമായ ഇടറോഡിൽ കൂടി നടക്കുമ്പോൾ ആണ് സൈക്കിളിൽ വന്നയാൾ കഴുത്തിലെ മാല പൊട്ടിച്ചത്. അയലപ്പൊതി താഴെ വീണതിനൊപ്പം അറിയാതെ പിടിമുറുക്കിയത് അയാളുടെ മുണ്ടിൽ ആയിരുന്നു. ഭയന്ന് അലറി വിളിച്ചതുകൊണ്ടാകാം അയാൾ എഴുന്നേറ്റ് നിന്ന് ആഞ്ഞ് ചവിട്ടി സൈക്കിളിൽ രക്ഷപ്പെട്ടപ്പോൾ മുണ്ടെന്റെ കൈയ്യിൽ ഇരുന്നു. അറപ്പോടെ മുണ്ട് താഴെയിടാൻ നോക്കിയപ്പോൾ മുണ്ടിൽ ഒരു കെട്ട്. അതഴിച്ചപ്പോൾ പൊട്ടിയ രണ്ട് സ്വർണ്ണമാലകൾ. ഒരു തരിപ്പൊന്നിടാനുള്ള എന്റെ ആഗ്രഹം കണ്ടിട്ട് ദൈവങ്ങൾ തന്നതായിരിക്കും എന്ന് ആഹ്ലാദത്തോടെ ചിന്തിക്കുമ്പോഴും മുക്കുപണ്ടം ആണെന്നറിയുമ്പോഴുള്ള അയാളുടെ വിളറുന്ന മുഖത്തെ ഓർത്ത് താഴെ വീണ അയലയെടുക്കാൻ നിൽക്കാതെ ഞാൻ നടന്നു. പോലീസ് സ്റ്റേഷനിൽ മാലകൾ ഏൽപ്പിച്ച് തിരികെ നടക്കുമ്പോൾ മനസ്സിലെ പത്തു പവന്റെ സ്വർണ്ണമാലയണിഞ്ഞ സന്തോഷാതിരേകത്തിൽ അമ്മായിയമ്മപ്പോരിന്റെ ഉൾഭയം മുങ്ങിപ്പോയി.

പാടിതപാണി പ്രണയിനി
(പിളർക്കപ്പെട്ട ഭാര്യ)

കാളിംഗ്ബെല്ലടിക്കുന്നത് കേട്ടാണ് മുകളിൽ നിന്നും മെല്ലെ ഇറങ്ങി വന്നത്. എന്നും അസ്തമന സൂര്യന്റെ ആ ഒരു ഗ്ലോ കാണുന്നതും ഇരുൾ പരക്കുന്നതു വരെ അവിടെ നിൽക്കുന്നതും ഒരു ശീലമായിരിക്കുന്നു. മുട്ടിന് വേദനയുണ്ട്, അതുകൊണ്ട് നാലുമണിയാകുമ്പോഴേ മുകളിലേയ്ക്ക് പോകും. അഞ്ചര കഴിയുമ്പോൾ ടെറസിൽ പോയിരിക്കും. കടൽക്കരയ്ക്ക് അഭിമുഖമായി റോഡിനെതിർവശത്തായിട്ടുള്ള വീടായതിനാൽ വാതിൽക്കൽ നിന്നാലും അസ്തമയം കാണാം. എന്നാലും മുകളിൽ പോയി കാറ്റേറ്റുനിന്ന് കാണുന്ന അസ്തമനത്തിന് എന്തോ ഒരു പ്രത്യേക സുഖമാണ്. വീണ്ടും രണ്ടു പ്രാവശ്യം ബൽ മുഴങ്ങി. കതക് തുറക്കാൻ താമസിക്കുന്നത് കൊണ്ടാകും ആരോ അക്ഷമയോടെ തുടർച്ചയായി ബൽ മുഴക്കാൻ തുടങ്ങി.

കതക് തുറന്നതും,

"എന്നെ തീരെ പ്രതീക്ഷിച്ചു കാണില്ല അല്ലേ? എങ്ങനെ അഭിമുഖീകരിക്കും എന്നോർത്തുള്ള വൈക്ലബ്യം കൊണ്ടാവും കതകു തുറക്കാതിരുന്നത് അല്ലേ?"

"അയ്യോ! അതല്ല കുട്ടീ. ഞാൻ മുകളിലത്തെ മുറിയിൽ ആയിരുന്നു. കാൽമുട്ടിന് തേയ്മാനം ഉള്ളതുകൊണ്ട് വളരെ സാവധാനമേ ഇറങ്ങി വരാൻ സാധിക്കൂ. പണിക്കാരത്തിയും ഇന്ന് വന്നിട്ടില്ല. എന്തായാലും

കുട്ടികയറിയിരിക്കൂ. കുടിക്കാൻ എന്താണ് വേണ്ടത് കാപ്പിയോ? ചായയോ?"

"ഞാൻ നിങ്ങളുടെ സത്ക്കാരം സ്വീകരിക്കാൻ വന്നതല്ല. എന്നാലും പറയാനുള്ളത് പറയാൻ ഇരുന്നല്ലേ മതിയാവൂ. ആവശ്യം എന്റേതായിപ്പോയില്ലേ?"

"ഞാനെന്താ നിങ്ങളുടെ വീട് കണ്ടു പിടിക്കില്ലാന്ന് കരുതിയോ? നീ ആരാണെടീ? എന്തിനാ എന്റെ ജീവിതത്തിൽ കേറി കളിക്കുന്നത്? നിങ്ങൾക്ക് വേറെ ആരേയും കിട്ടിയില്ലേ? നല്ല പ്രായത്തിൽ കെട്ടിയിരിന്നെങ്കിൽ ഇപ്പോൾ കൊച്ചു മക്കളേയും നോക്കിയിരിക്കേണ്ടി വന്നേനേ. ആ പ്രായത്തിലും അനുഭൂതി തേടിയിറങ്ങിയിരിക്കുന്നു? നാണമില്ലേ നിങ്ങൾക്ക് ഒരു കൂസലും ഇല്ലാതെ എന്റെ മുൻപിൽ നിൽക്കാൻ"?

"അക്ഷന്തവ്യമായ തെറ്റാണ് ഞാൻ കുട്ടിയോട് ചെയ്തതെന്ന് എനിക്കറിയാം. സംഭവിച്ചു പോയി. കുട്ടി എന്നോട് ക്ഷമിക്കൂ.കുട്ടിയുടെ കാലിൽ തൊട്ടു ഞാൻ ചോദിക്കുകയാണ് ക്ഷമിക്കൂ എന്നോട്."

"ഛീ മാറി നിൽക്കെടീ. എന്റെ കാലിൽ തൊടാൻ നിനക്ക് എന്തർഹതയാണുള്ളത്? നിന്നെയൊക്കെ തൊട്ടാൽ തന്നെ ഏഴ് പ്രാവശ്യം കുളിക്കണം. എത്ര കുടുംബങ്ങൾ ആണെടീ നീ തകർത്തത് ഒരുമ്പെട്ടോളേ?"

"ഞാൻ പറയുന്നത് ഒന്നു കേൾക്കൂ കുട്ടി"

"എന്ത് കേൾക്കാൻ? ഞാൻ പറയുന്നത് നിങ്ങൾ കേട്ടാൽ മതി. ഇനി എന്റെ ജീവിതം തകർക്കാൻ നിങ്ങൾ വരരുത്. എനിയ്ക്ക് രണ്ട് കുട്ടികൾ ഉണ്ട്. നിങ്ങളെപ്പോലെ അഴിഞ്ഞാടി നടക്കുന്ന അഭിസാരികയല്ല ഞാൻ. ഇനിയും കളിച്ചാൽ ഞാൻ പരാതി കൊടുക്കും, അതു തന്നെയുമല്ല ഡെപ്യൂട്ടി തഹസീൽദാരുടെ അഴിഞ്ഞാട്ടത്തെ കുറിച്ച് സോഷ്യൽ മീഡിയയിലും പൊടിപ്പും തൊങ്ങലും ചേർത്തങ്ങ് പോസ്റ്റ് ചെയ്യും. നാറ്റിക്കും നിങ്ങളെ ഞാൻ."

പെട്ടെന്ന് ഞാൻ ചെന്ന് മുൻവശത്തെ കതക് ലോക്ക് ചെയ്ത് താക്കോൽ കൈയ്യിലെടുത്തു.

"നിങ്ങൾ എന്താ ചെയ്യുന്നത്? എന്നെ പൂട്ടിയിട്ട് ഉപദ്രവിക്കാനാണോ? കതക് തുറക്ക്. എനിയ്ക്ക് പോകണം. അല്ലെങ്കിൽ ഞാൻ ബഹളം വയ്ക്കും. അതുമല്ലെങ്കിൽ ഫോണിൽ വിളിച്ച് എന്റെ ആൾക്കാരെ ഇവിടെ വരുത്തും."

ഒന്നും മിണ്ടാതെ ഞാൻ അവൾക്ക് എതിർവശത്തായിട്ടുള്ള

സെറ്റിയിൽ വന്നിരുന്നു.

"ഇത്രയൊക്കെ പറഞ്ഞതല്ലേ. ഇനി ഞാൻ പറയുന്നത് കൂടി കേട്ടിട്ട് കുട്ടി പോയാൽ മതി. അവിടെയിരിക്കൂ."

"ഞാൻ പറഞ്ഞല്ലോ ഞാനും നിന്റെ ഭർത്താവും തെറ്റാണ് ചെയ്തത്. സമ്മതിച്ചു. ഇനി ആവർത്തിക്കില്ല. ഒരിക്കലും കുട്ടി കരുതുന്നത് പോലെ അരുതാത്തത് ഒന്നും സംഭവിച്ചിട്ടില്ല. മനുഷ്യരല്ലേ കുട്ടീ തെറ്റ് പറ്റിപ്പോയി. ഫോണിൽ കൂടി ചാറ്റ് ചെയ്യുകയും, ഇടയ്ക്ക് വിളിക്കുകയും ചെയ്തിട്ടുണ്ട്. അങ്ങനെയുള്ള സംഭാഷണമാണ് കുട്ടി കേൾക്കാൻ ഇടയായത്. കുട്ടി അതിനെച്ചൊല്ലി അദ്ദേഹത്തോട് വഴക്കിട്ടപ്പോൾ കുട്ടിയുടെ മുൻപിൽ വച്ചല്ലേ അദ്ദേഹം എന്നെ വിളിച്ചു പറഞ്ഞത്.

"നമ്മുടെ സംസാരം ഇവിടെയുള്ളവർ കേട്ടു അതിന്റെ പേരിൽ ചെറിയ കുടുംബ പ്രശ്നം ഉടലെടുത്തിരിക്കുകയാണ്. അതുകൊണ്ട് ഖദീജാ ഇനി ഞാൻ വിളിക്കില്ല," എന്ന്.

"അന്നത്തേതിന് ശേഷം ഒരിക്കൽ പോലും ഞാൻ അദ്ദേഹ ത്തെയോ അദ്ദേഹം എന്നെയോ വിളിച്ചിട്ടില്ല. മുപ്പത്തിരണ്ട് വർഷ ങ്ങൾക്ക് ശേഷം ഒരിക്കൽ മാത്രമാണ് ഞങ്ങൾ നേരിട്ട് കണ്ടത്. അതും ഞങ്ങളുടെ ഗ്രൂപ്പിലെ വൈശാഖന്റെ മകളുടെ വിവാഹത്തിന്, അല്ലാതെ കണ്ടിട്ടേ ഇല്ല. വിശ്വസിക്കാമെങ്കിൽ വിശ്വസിച്ചാൽ മതി."

"കുട്ടി പറഞ്ഞില്ലേ ആണുങ്ങളെ വലവീശിപ്പിടിക്കാൻ ആണ് ഞാൻ ഒരുമ്പെട്ട് ഇറങ്ങിയിരിക്കുന്നതെന്ന്? എല്ലാവർക്കും എല്ലാവരേയും മനസ്സിലായിക്കൊള്ളണമെന്നില്ല. അതാണിവിടെ കുട്ടിക്കും സംഭവി ച്ചിരിക്കുന്നത്. കുറച്ച് കൂടി സഭ്യമായ ഭാഷയിൽ സംസാരിച്ചാൽ നന്നാ യിരുന്നു കുട്ടീ."

"നിങ്ങളെപ്പോലുള്ളവരുടെ അടുത്ത് ഇത്രയും സഭ്യതയൊക്കെ മതി ഒരുമ്പെട്ടോളേ. എന്റെ ഭർത്താവിനെ മാത്രമേ നിങ്ങൾക്ക് കിട്ടിയുള്ളോ? അതോ പലരിൽ ഒരാളാണോ അയാളും? നിങ്ങളുടെ ഈ സ്വഭാവം കൊണ്ടായിരിക്കും നിങ്ങളുടെ വിവാഹം പോലും നടക്കാതിരുന്നതും അല്ലേ?"

"ഒരിക്കലും അല്ല. എന്റെ വിവാഹവും നടന്നതാണ്. മുപ്പത്തിരണ്ട് വർഷങ്ങൾക്ക് മുൻപ്. അദ്ദേഹം ജീവിച്ചിരിപ്പുണ്ട്."

"എനിയ്ക്ക് നിങ്ങളുടെ പഴം പുരാണം ഒന്നും കേൾക്കണ്ട. നിങ്ങളുടെ പിടിയിൽ നിന്നും എന്റെ ഭർത്താവിനെ വിട്ടു തന്നാൽ മതി."

"കേൾക്കണം. കേട്ടേ മതിയാവൂ. കാരണം അതുപോലെയുള്ള

വാക്കുകൾ ആണ് കുട്ടി പറഞ്ഞത്. സമുദ്രത്തിലേയ്ക്ക് കല്ലെറിയാൻ എളു പ്പമാണ്. ഒരുപക്ഷേ എറിയുന്നവർക്ക് അറിയില്ല അതെത്ര ആഴത്തിലേ യ്ക്കാണ് നിപതിക്കുന്നത് എന്ന്. അതു പോലെയാണ് ചില വാക്കുകളും മനസ്സിന്റെ വേദനയുടെ ആഴങ്ങളിലേയ്ക്കാണ് അതു ചെന്നെത്തുന്നത്. ഒരാളുടെ ആരെങ്കിലും ആവാൻ എളുപ്പമാണ്. എന്നാൽ അയാളുടെ ഒരേ ഒരാൾ ആവുക അത് ഭാഗ്യമാണ്. ആ ഒരേ ഒരാൾ ആയിരുന്നു എനിക്ക് എന്റെ ഭർത്താവ്."

"എന്നെ ഇഷ്ടമില്ലാത്ത കുട്ടിയിൽ നിന്നും സ്നേഹമോ സഹതാപമോ സമ്പാദിക്കാൻ വേണ്ടിയല്ല ഞാനിതൊക്കെ പറയുന്നത്. അതെന്റെ അഭിമാനം പണയം വയ്ക്കുന്നതിന് തുല്യമാണെന്നും അറിയാം.എങ്കിലും ഞാൻ പറയുകയാണ്."

"കുട്ടി ഇത് കണ്ടോ മുപ്പത്തിമൂന്ന് വർഷം മുൻപ് അതായത് ഞാൻ പി.ജിയ്ക്ക് ഫസ്റ്റ് ഇയർ പഠിക്കുന്ന സമയത്ത് എന്റെ വിവാഹം രജിസ്റ്റർ ചെയ്ത സർട്ടിഫിക്കറ്റ് ആണിത്."

"ഞങ്ങൾ ആറ് വർഷമായി പ്രണയത്തിൽ ആയിരുന്നു. യത്തീമായ എന്റെ ഉമ്മ അറബിക്കല്യാണത്തിന്റെ ബലിയാടായിരുന്നു. ഉമ്മ കല്ലു ചുമന്നും, വീട്ടുവേല ചെയ്തും വളരെയധികം കഷ്ടപ്പെട്ടാണ് എന്നെ വളർ ത്തിയതും പഠിപ്പിച്ചതും. അങ്ങനെയുള്ള എന്നെയും പലരും നിക്കാഹ് ചെയ്യാൻ വേണ്ടി ഉമ്മയെ സമീപിച്ചു. ആ കാര്യം അറിഞ്ഞപ്പോൾ ആണ് അദ്ദേഹം രണ്ട് വിശ്വസ്തരായ സുഹൃത്തുക്കളെ സാക്ഷിയാക്കി രഹസ്യമായി ഞങ്ങളുടെ വിവാഹം രജിസ്റ്റർ ചെയ്തത്. അദ്ദേഹത്തിനും വീട്ടിൽ പ്രാരാബ്ധമായിരുന്നു. കുടുംബത്തെ രക്ഷിക്കാൻ പഠനം കഴിഞ്ഞ ഉടനേ അദ്ദേഹം വിദേശത്ത് പോയി. എല്ലാ വിവരത്തിനും കത്തയയ്ക്കാ റുണ്ടായിരുന്നു."

എനിയ്ക്ക് റെവന്യൂവിൽ എൽ.ഡി.സി ആയി നിയമനം കിട്ടിയ വിവരം ആദ്യം അദ്ദേഹത്തെ അറിയിക്കാൻ തുടങ്ങുമ്പോഴാണ് അദ്ദേഹത്തി ന്റെ കത്ത് വന്നത്. സഹോദരിമാരുടെ വിവാഹവും നടത്തി, വീടിന്റെ പേരിലുള്ള ലോണും ഒക്കെ ഒഴിവാക്കി പ്രാരാബ്ധങ്ങളിൽ നിന്നും മുക്തനായ അദ്ദേഹം രണ്ട് മാസത്തിനുള്ളിൽ നാട്ടിലേയ്ക്ക് വരുന്നുണ്ടെ ന്നും അന്ന് എന്നെ വീട്ടിലേയ്ക്ക് കൂട്ടിക്കൊണ്ടു പോകും എന്നും എഴുതിയിരു ന്നു. അതിനോടൊപ്പം മറ്റൊരു കാര്യം കൂടിയുണ്ടായിരുന്നു അദ്ദേഹത്തെ വിദേശത്ത് അയയ്ക്കാൻ സാമ്പത്തിക സഹായം ചെയ്ത അമ്മാവന്റെ മകൾ അടുത്ത വീട്ടിലെ ഡ്രൈവറുമായി ഒളിച്ചോടി. അവളെ അയാൾ രണ്ടാഴ്ചയ്ക്ക് ശേഷം തിരികെ കൊണ്ടാക്കി. അപമാനഭാരത്താൽ ആ

കുടുംബം ആത്മഹത്യയുടെ വക്കിലാണ്. പാവനയ്ക്ക് കുടുംബത്തിന്റെ അന്തസ്സിനും ആഭിജാത്യത്തിനും ഒത്ത വിധം മറ്റൊരു വിവാഹം നടക്കാൻ പ്രയാസമായതുകൊണ്ട് അദ്ദേഹം അവളെ വിവാഹം ചെയ്യണം എന്നാണ് അമ്മാവനും, അമ്മയും ഒക്കെ ആവശ്യപ്പെട്ടുന്നത്. നാട്ടിൽ വന്ന ശേഷം അത് അംഗീകരിക്കാൻ അദ്ദേഹത്തിന് സാധിക്കില്ല എന്ന കാര്യം തുറന്നു പറയും എന്നിട്ട് നമ്മുടെ കാര്യം അവതരിപ്പിക്കും.അവർ സമ്മതിച്ചില്ലെങ്കിൽ നമുക്ക് നമ്മുടെ ജീവിതം തുടങ്ങാം എന്നായിരുന്നു കത്തിൽ."

ജോലി കിട്ടിയ സന്തോഷമൊക്കെ ആ ഒരു നിമിഷത്തിൽ കെട്ടടങ്ങി. ഒരുപാട് ചിന്തിച്ചു. ഞാൻ മൂലം ഒരു കുടുംബത്തിലെ മൂന്നാത്മാക്കൾ തൂങ്ങിയാടി പിടയുന്നത് എന്റെ നെഞ്ചിൽ ആണെന്ന് മനസ്സിലായപ്പോൾ, കത്തിന് മറുപടി അയയ്ക്കാതെ വാടകവീടൊഴിഞ്ഞ് ആരോടും ഒന്നും പറയാതെ ഉമ്മയുമായി കാസർകോട്ടേയ്ക്ക് യാത്രയായി. അവിടെത്തി ജോലിക്ക് ജോയിൻ ചെയ്തു. പല പ്രാവശ്യം നാട്ടിലേയ്ക്ക് ട്രാൻസ്ഫർ ഓർഡർ വന്നെങ്കിലും അതൊക്കെ റദ്ദാക്കിച്ച് ആരും പോകാൻ താൽപ്പര്യപ്പെടാത്ത അട്ടപ്പാടി, വയനാട്, കട്ടപ്പന അടക്കമുള്ള ഉൾനാടുകളിൽ ജോലി തുടർന്നു കൊണ്ട് അജ്ഞാതവാസത്തിലായിരുന്നു."

"ഇപ്പോൾ കുട്ടിക്ക് മനസ്സിലായിക്കാണുമല്ലോ ആരായിരുന്നു എന്റെ ഭർത്താവെന്ന്. കുട്ടിയുടെ മുറച്ചെറുക്കൻ അജിത് മേനോൻ. ഒരു തെറ്റും വരാതെ ആരും ജീവിച്ചിട്ടുണ്ടാവില്ല. നടക്കാൻ പഠിച്ചപ്പോൾ വീഴാനും വീണപ്പോൾ എഴുന്നേൽക്കാനും പഠിച്ചില്ലേ? തിരുത്തലുകൾ ആണ് ജീവിതത്തെ സമ്പൂർണ്ണമാക്കുന്നത്."

"ഉമ്മ മരിച്ചു കഴിഞ്ഞപ്പോൾ ട്രാൻസ്ഫറായി കോഴിക്കോടെത്തി. അവിടെ വച്ചാണ് ഒരു സ്ഥലത്തിന്റെ കാര്യവുമായി ബന്ധപ്പെട്ട് കൂടെ പഠിച്ച സുമയെ കാണുന്നതും അവളാണ് ഞങ്ങളുടെ പി.ജി ഗ്രൂപ്പിൽ എന്നെ ചേർക്കുന്നതും."

"അദ്ദേഹം അങ്ങനെയാണ് എന്നെ ഫോണിൽ വിളിച്ചത്. എന്നെത്തേടി ഒരുപാട് അലഞ്ഞെന്നും മഹല്ലിൽ തിരക്കിയപ്പോൾ ആരോ എന്റെ നിക്കാഹ് കഴിഞ്ഞു എന്നും പറഞ്ഞത്രേ. അങ്ങനെയാണ് അദ്ദേഹം പാവനയെ വിവാഹം ചെയ്തത്. ഞാൻ വിവാഹിതയല്ലെന്ന് അറിഞ്ഞപ്പോൾ അദ്ദേഹത്തിന് വല്ലാത്ത കുറ്റബോധമായിരുന്നു. ഒക്കെ കഴിഞ്ഞില്ലേ കുടുംബവുമായി സന്തോഷമായിരിക്കാൻ ഞാൻ പറയുമ്പോഴാണ് കുട്ടി ഞങ്ങളുടെ സംഭാഷണം ശ്രവിച്ചത്."

എന്ത് പറയണം എന്നറിയാതെ ഹതാശയായി നിറഞ്ഞ കണ്ണു കളോടെ എന്നെ നോക്കി കൈകൂപ്പിയ ശേഷം പടിയിറങ്ങിപ്പോയ പാവനയെ നോക്കി നിന്നപ്പോൾ തന്റെ ഭാര്യമാരായ രാത്രിയുടേയും പകലിന്റെയും ഇടയിൽ പാടിതയായ തന്റെ പാണിപ്രണയിനിയായ സന്ധ്യയെ ഒരിക്കലും സ്വന്തമാക്കാൻ കഴിയാതെ വേർപെടുന്ന ദു:ഖത്തിൽ ചുവന്നു തുടുത്ത സൂര്യൻ രാത്രിയുടെ പിടിയിൽ അമരുക യായിരുന്നു. അപ്പോഴും സന്ധ്യ വിങ്ങലോടെ സൂര്യനോട് പറയുന്നത് പോലെ ഖദീജയ്ക്ക് തോന്നി വിഷമിക്കാതെ ഒരിക്കലും ഒരുമിക്കാൻ കഴിഞ്ഞില്ലെങ്കിലും ഇദ്ദേഹത്തിൽ എവിടെയോ ഞാനുണ്ട്... എന്നിൽ നിറയെ ഇദ്ദേഹവും... അതല്ലേ ഞാനും ഇദ്ദേഹത്തിന്റെ ശോണിമ ആവാഹിച്ചതു പോലെ ചുവന്നിരിക്കുന്നത്. എനിക്കതു മതി. എന്നിലെ ഓർമ്മകൾക്ക് മരണമില്ലാത്ത കാലത്തോളം ചില ഇഷ്ടങ്ങൾക്കും മരണമില്ല. അതെന്നും എന്നിൽ പൂത്തുലഞ്ഞു തന്നെ നിൽക്കും. ഇദ്ദേഹം എന്നെ ഓർത്ത് വ്യാകുലചിത്തനാകാതെ കിട്ടിയ ജീവിതത്തിൽ സന്തോഷമായിരിക്കൂ... ഇനിയൊരു ജന്മമുണ്ടെങ്കിൽ...

അതുവരെ ഞാൻ കാത്തിരിക്കാം...

മിക്സർഗ്രൈൻഡർ

ജീവിതത്തിൽ എന്ത് നേടിയാലും അതെല്ലാം ഒരിക്കൽ നഷ്ടമാകുമെന്ന് ചിലർ പറയാറുണ്ട്. പക്ഷേ ഒരിക്കലും നഷ്ടമാകാത്ത ചിലതുണ്ട്.... ആഴത്തിൽ വേരൂന്നിയ ചിലരുടെ ഓർമ്മകൾ. അടുത്ത മാസം എന്റെ അമ്മയുടെ ആദ്യത്തെ ചരമവാർഷികമാണ്. നിറഞ്ഞു വന്ന കണ്ണുകളോടെ അമ്മയുടെ ഓർമ്മകളുമായി ടെറസിൽ തുണി വിരിച്ചു കൊണ്ടു നിൽക്കുമ്പോൾ ആണ് ഒരു ശബ്ദം കേട്ടത്. എന്തായാലും ഇവിടെയുള്ള മനുഷ്യൻ കുളിക്കാൻ കയറിയതു കൊണ്ട് ഒന്നും ഒപ്പിച്ചതല്ല എന്ന ഉറച്ച വിശ്വാസത്തോടെ അടുത്ത വീട്ടിലെ വീടുപണിയുടേതാകാം എന്നു കരുതി വീണ്ടും തുണികൾ വിരിച്ച ശേഷം ബക്കറ്റ് മുറ്റത്ത് വയ്ക്കുമ്പോഴാണ് മനസ്സിലായത് എന്റെ വീടിന്റെ അകത്തുനിന്നാണല്ലോ ശബ്ദം. അടുക്കള ഭാഗത്തേയ്ക്ക് നടന്ന് ഒരു പാളി കതക് മാത്രം തുറന്നപ്പോൾ അടുക്കളയിൽ നിന്നും ഭയങ്കര ശബ്ദവും പരിചിതമല്ലാത്ത വല്ലാത്ത ഒരു ഗന്ധവും. മുകളീന്ന് വീട് ഇടിഞ്ഞ് വീഴുകയാണോ എന്നു ഭയന്ന് നിർഭയ എന്ന പേരുള്ള ഞാൻ വേഗം മുറ്റത്തേയ്ക്ക് ഇറങ്ങി. അല്ല ചാടി ഓടി എന്ന് പറയുന്നതാകും ശരി. ഗയിറ്റിങ്കൽ എത്തിയപ്പോൾ റോഡിലൂടെ അടുത്ത വീട്ടിലെ സുധപോകുന്നു.

"സുധേ,"

"എന്താ ചേച്ചി? എന്തു പറ്റി? ചേച്ചിയെ അയാൾ എന്തെങ്കിലും ചെയ്തോ?"

"സുധേ എന്റെ അടുക്കളയിൽ നിന്നും ഭയങ്കര ശബ്ദം എന്താണെന്നറിയില്ല?"

"ആരെങ്കിലും ഒന്നിങ്ങോട്ട് വരണേ. ഇവിടെ എന്തോ സംഭവിച്ചിട്ടുണ്ടേ..."

സുധയുടെ ശബ്ദം കേട്ടതും അടുത്ത വീട്ടിലെ പണിക്കാരും, റോഡിൽ കൂടി പോയ ഒന്നു രണ്ടു പേരും വന്നു.

"എന്താ എന്താ? എന്തു പറ്റി?"

ഈ ചേച്ചിയുടെ വീടിനകത്ത് നിന്നും ഭയങ്കര ശബ്ദം കേൾക്കുന്നു. എന്താണെന്നറിയില്ല?അവരുടെ മക്കള് രണ്ടും വിദേശത്താണ്."

ഞങ്ങൾ നോക്കട്ടെ എന്നു പറഞ്ഞവർ വീടിന്റെ അകത്തേയ്ക്ക് പോയി. പുറകേ ഭയന്ന് ഭയന്ന് ഞങ്ങളും.

പെട്ടെന്ന് ശബ്ദം നിന്നു. പരിചിതമല്ലാത്ത വല്ലാത്തൊരു ഗന്ധവും.

"ചേച്ചി ആള് കൊള്ളാമല്ലോ! മിക്സി ഓൺ ചെയ്തിട്ടിട്ടാണോ ശബ്ദമെന്ന് പറയുന്നത്. അത് കുറേ സമയം ആയിട്ട് പ്രവർത്തിച്ച് പ്രവർത്തിച്ച് ജാറിന്റെ ബെയറിങ്ങും, മിക്സിയുടെ ജാറ് കറക്കുന്ന ബുഷും നോബും എല്ലാം തവിടുപൊടിയായി ഉരുകി. എന്തായാലും മോട്ടോർ കത്താതിരുന്നത് ഭാഗ്യം. അല്ലെങ്കിൽ അടുത്തിരിക്കുന്ന ഇൻവെർട്ടറും, ഗ്യാസും ഒക്കെ ഒന്നുണർന്ന് പ്രവർത്തിച്ച് വീട് കത്തിയേനേ. എന്തായാലും മിക്സിയല്ലേ പോയുള്ളൂ വേറെ ഒന്നും പറ്റിയില്ലല്ലോ. ചേച്ചിയുടെ ഭർത്താവ് ഇവിടെ ഇല്ലേ?"

"ഓ! അതിവിടെ ഉള്ളതും ഇല്ലാത്തതും കണക്കാ. പാവം ചേച്ചിയായത് കൊണ്ട് മാത്രം അതിനെ സഹിക്കുകയാ ആ നിർഗുണ പരബ്രഹ്മത്തെ" സുധ അത് പറഞ്ഞപ്പോൾ, സഹതാപത്തോടെ വന്നവർ,

"എന്നാൽ ശരി ചേച്ചി എന്തെങ്കിലും ആവശ്യം വന്നാൽ വിളിച്ചാൽ മതി" മിക്സിയിൽ നിന്നും കണ്ണെടുത്ത് ഏതോ വലിയ ആപത്തിൽ നിന്നും രക്ഷപ്പെട്ട വിധത്തിൽ ആശ്വാസ നിശ്വാസമുതിർത്ത് ഞാൻ യാന്ത്രികമായി തലയാട്ടി.

പറ്റിയ അബദ്ധത്തെ കുറിച്ച് സുധയോട് പറഞ്ഞു. മകളുടെ വിവാഹമായതിനാൽ മൂന്ന് ദിവസമായിട്ട് പതിവ് മീൻകാരൻ വരുന്നില്ല. ഉച്ചയ്ക്കലത്തേയ്ക്ക് ഉണക്ക ചെമ്മീൻ ചമ്മന്തി കാലാക്കാം എന്ന് കരുതി എല്ലാ കറിക്കൂട്ടും മിക്സിയിലെ ജാറിലാക്കി അടപ്പ്ലോക്ക് ചെയ്ത ശേഷം മിക്സി ഓണാക്കിയപ്പോൾ അനങ്ങുന്നില്ല. നോക്കിയപ്പോൾ കറണ്ടു പോയി. ഫോണെടുത്ത് നോക്കിയപ്പോൾ വൈദ്യുതി ഓഫീസിലെ മെസേജുണ്ട് മഴയ്ക്കു മുൻപുള്ള അറ്റകുറ്റപ്പണികൾക്ക് വേണ്ടി കുറച്ച് സമയം കറണ്ട് കാണില്ല എന്ന്. എന്നാൽ തുണി കഴുകി വിരിച്ചിട്ട് വരാം എന്നു കരുതി

പോയപ്പോൾ മിക്സി ഓൺ ചെയ്ത കാര്യം മറന്നു പോയി. അടുക്കളയുടെ ഒരു പാളി കതക് തുറന്നപ്പോഴേ ശബ്ദവും, മണവും കേട്ട് പേടിച്ചു പോയി.

"ചേച്ചി സൂക്ഷിക്കണേ. ചേച്ചിയുടെ കാര്യം ചേച്ചിക്കറിയാമല്ലോ? ആരുമില്ലാത്തതാണ്. അല്ല ഇവിടെയുണ്ടായിരുന്ന അങ്ങേരെവിടെ? ഇവിടെ ഇല്ലേ?എന്തായാലും കൊള്ളാം! ഇത്രയൊക്കെ നടന്നിട്ടും അയാൾ ഇതെവിടെപ്പോയി? ചേച്ചി കോമൺ ബാത്‌റൂമിലെ പൈപ്പും തുറന്നിട്ടിരിക്കുകയാണോ? വെള്ളം പോകുന്ന ഒച്ച കേൾക്കുന്നുണ്ടല്ലോ?"

"അല്ല സുധേ രാവിലത്തെ കാപ്പി കുടി കഴിഞ്ഞ് കുളിക്കാൻ കേറിയതാ, അതിനി ഉച്ചഭക്ഷണത്തിന്റെ സമയത്തേ പുറത്തിറങ്ങൂ. വീണ്ടും കയറും. കുറേ ദിവസമായിട്ട് കുളിഭ്രാന്താ."

"ആ നിർഗുണ പരബ്രഹ്മം അതിനകത്ത് എന്തോ ചെയ്യുവാ? വെറുതേയല്ല ചേച്ചിയെ എല്ലാവരും തലയ്ക്ക് സുഖമില്ലാത്തയാളുടെ ഭാര്യ എന്നു പറയുന്നത്. ചേച്ചി സൂക്ഷിക്കണേ ചേച്ചി കറണ്ടൊക്കെ നമുക്ക് സ്വിച്ചിൽ പിടിച്ച് ഓഫാക്കാം. ഇതുപോലെയുള്ളവന്റെ ഒക്കെ കൂടിയുള്ള ജീവിതം, പിടിച്ചാൽ നിൽക്കാത്ത സാധനാ അയാള്. അയാളെ സൂക്ഷിക്കണേ ചേച്ചി," എന്നു പറഞ്ഞ് സുധ പോയപ്പോൾ എന്നെയും എന്റെ വീട്ടുകാരെയും നുണകളുടെ കുരുക്കിൽപ്പെടുത്തിയ ഭർത്തൃ വീട്ടുകാരുടെ ചതിവും വഞ്ചനയും മൂലം മനോരോഗിയായ അയാളുടെ രണ്ട് മക്കളെ കിട്ടിയതൊഴിച്ചാൽ മിക്സിയിൽ ഇട്ടരച്ച ഉണക്ക ചെമ്മീൻ പോലെയായ നിസ്സഹായത നിറഞ്ഞ എന്റെ ജീവിതത്തെ കുറിച്ചോർത്ത് ഒരു ദീർഘനിശ്വാസത്തോടെ അടുക്കളയിലേയ്ക്ക് നടന്നു മിക്സർ ഗ്രൈൻഡർ വൃത്തിയാക്കി റിപ്പയറിംഗ് കടയിൽ കൊടുത്ത് ശരിയാക്കാൻ വേണ്ടി.

പ്രവാസി

മനസ്സറിഞ്ഞൊന്നു ചിരിക്കണം കൃത്രിമത്വം മാത്രം കണ്ട്കണ്ട് അങ്ങനെ ചിരിച്ച കാലം മറന്നു. ആർത്തലച്ച് പെയ്യുന്ന തുലാവർഷ പേമാരിയിൽ കുടയില്ലാതെ കൊതി തീരുവോളം പണ്ടത്തെപ്പോലെ നനയണം. അങ്ങനെ നനഞ്ഞ കാലം മറന്നു. പാല പൂക്കുന്ന സന്ധ്യ കളിൽ പാലപ്പൂവിന്റെ ഹൃദ്യസുഗന്ധം ആസ്വദിച്ച് കൂട്ടുകാരൊത്തൊന്നു പഴയതുപോലെ കാവിൽ ഭയമേതുമില്ലാതെ വിളക്കിടാൻ കൂടണം. അങ്ങനെ കൂടിയ കാലം മറന്നു. കുളത്തിലൊന്നു മതിവരുവോളം നിവർന്നും, മലർന്നും നീന്തിക്കുളിക്കണം. അങ്ങനെ കുളിച്ച കാലം മറന്നു. മേട നിലാവിൽ കണിക്കൊന്നയും കണിയൊരുക്കവും കണ്ടശേഷം ഉറക്കം ഊഞ്ഞാലകെട്ടിയാടിത്തുടങ്ങുന്നതുവരെ പാടവരമ്പത്തുടൊന്നു നടക്കണം. അങ്ങനെ നടന്ന കാലം മറന്നു. എന്തിനെന്നറിയാതെ ചിലപ്പോൾ പേടി തോന്നുന്ന രാത്രികളിൽ അമ്മയുടെ മടിയിൽ കിടന്ന് മുടിയിഴകൾക്കുള്ളിലൂടെ ആ കൈവിരലുകളുടെ മാന്ത്രിക സ്പർശമറിഞ്ഞ് കഥകൾ കേട്ട് എല്ലാം മറന്നുറങ്ങണം. തിരക്കൊഴിയാത്ത ജീവിത ത്തിൽ നന്നായിട്ട് ഉറങ്ങിയിട്ടേറെ നാളായി. നൻമയുടെ നാട്ടുവഴികളിലും വീട്ടിലും "ഇനിഎന്നാണ് തിരിച്ചു പോകുന്നത്" എന്ന ചോദ്യമില്ലാതെ വിരുന്നുകാരനായല്ലാതെ വീട്ടുകാരനായും നാട്ടുകാരനായും ജീവിക്കണം. അങ്ങനെയല്ലാതായിട്ട് ഏറെ നാളായി എങ്കിലും എന്റെ മോഹങ്ങളോ വ്യാമോഹങ്ങളോ അറിയില്ലെനിയ്ക്ക്, ഏറെ ഇഷ്ടപ്പെട്ടിരുന്ന എന്റെ നാടും വീടും വിട്ട് എന്റെ കുടുംബത്തെ പ്രാരാബ്ധങ്ങളിൽ നിന്നു രക്ഷ പ്പെടുത്താൻ... അരികിൽ ഉള്ള പ്രിയമേറിയവർക്ക് പ്രിയപ്പെട്ട പലതും

നേടിക്കൊടുക്കാൻ അകലേക്കുള്ള യാത്രയാണ് പ്രവാസം. എന്നെ പ്രവാസിയാക്കിയ നിങ്ങൾക്കറിയ്യോ എന്നെങ്കിലും എന്റെ മോഹങ്ങൾ പൂവണിയുമെന്ന്? എന്താ ആരും ഒന്നും മിണ്ടാത്തേ? പ്രവാസ ജീവിതം കൊതിക്കുന്ന കേരളീയർക്കിടയിൽ അതു ലഭിച്ച നീയെന്തു വിഡ്ഢി എന്ന് ചിന്തിക്കുകയാണോ? നിങ്ങൾക്കറിയില്ല സുഹൃത്തേ നമ്മുടെ നാടിന്റെ നൻമയും, വിശുദ്ധിയും, ചാരുതയും കൂടിക്കലർന്ന വില. അത് നഷ്ടപ്പെട്ടവന് മാത്രേ മനസ്സിലാവൂ... അതല്ലേ സത്യം? അതേ അതാണ് സത്യം. അത് മാത്രമാണ് സത്യം. പണമുണ്ടാക്കാനും ജീവിത സൗകര്യങ്ങൾ വർദ്ധിപ്പിക്കാനും ഉള്ള ത്വരയിൽ പ്രവാസിയായി മരിച്ചു ജീവിച്ച് ഒടുവിൽ എല്ലാം നേടിയെന്ന് നിനച്ച് ഓടിത്തളരുമ്പോൾ മാത്രം വൈകി മനസ്സിലാക്കുന്ന സത്യം...

മോഹഭംഗങ്ങളാകുന്ന നഷ്ടങ്ങളുടെ മാത്രം കണക്കുകളുടെ പരമമായ സത്യം. അത് മനസ്സിലാക്കിയിട്ടും ഇനിയും കൂടുതൽ മേൻമയിൽ ജീവിക്കാനുള്ള ത്വരയിൽ ദീപ നാളത്തെ കണ്ട് ആകർഷിതരാകുന്ന ഈയാംപാറ്റകളെപ്പോലെ യാന്ത്രിക ജീവിതത്തിലെ എല്ലാം വിരൽത്തുമ്പിൽ ആക്കുന്ന സുഖ സൗകര്യങ്ങൾ നേടാനായി എന്റെ മക്കൾ അടക്കമുള്ള പുതിയ തലമുറ വീണ്ടും വീണ്ടും പ്രവാസികൾ ആയികൊണ്ടിരിക്കുമ്പോൾ മക്കളോടൊപ്പം ജീവിക്കാൻ കൊതിച്ച പ്രവാസ ജീവിതം മതിയാക്കിയ അച്ഛനോ അമ്മയോ വീണ്ടും നാട്ടിലോ വൃദ്ധമന്ദിരത്തിലോ ഒറ്റപ്പെടുന്നു. മക്കളുടെ വരവിനായി കാത്തു കാത്ത് ഒരിക്കലും സ്വേച്ഛ പ്രകാരം ജീവിക്കാതെ തന്നെ ഭൂമിയിൽ നിന്നും വിടവാങ്ങുന്നു. കാലചക്രം പോലെ അതിനിയും തുടരും... അതുകൊണ്ട് കിട്ടുന്ന പൈസ മുഴുവൻ കുടുംബത്തിന് വേണ്ടി ചിലവഴിക്കാതെ നമുക്ക് വേണ്ടി എന്തെങ്കിലും മാറ്റിവയ്ക്കണം പ്രത്യേകിച്ചും പ്രവാസികൾ. ജീവിതത്തിന്റെ മുക്കാൽ ഭാഗവും വിദേശത്ത് ചിലവഴിച്ച ശേഷം നാട്ടിൽ വരുന്നത് രോഗങ്ങളുമായിട്ടായിരിക്കും. കിട്ടുന്നതിൽ ഇരുപത്തിയഞ്ച് ശതമാനമെങ്കിലും നമുക്കായി നീക്കിവയ്ക്കണം. മക്കൾ നോക്കുമെങ്കിൽ അതവർക്ക് ഉപകാരപ്പെടും. ഇല്ലെങ്കിൽ ആരോടും കൈ നീട്ടാതെ ജീവിക്കാം. ഓരോ പ്രവാസിയോടും എനിയ്ക്ക് പറയാനുള്ളതിതാണ്. ഞാനുമൊരു പ്രവാസിയായിരുന്നു. ജീവിതത്തിൽ ആരുടെയൊക്കെയോ ആരൊക്കെയോ ആണെന്ന് നിനച്ച് ഒടുവിൽ ആർക്കും വേണ്ടാതായിത്തീർന്ന കെട്ടഴിയാതെ തന്നെ ദ്വാരം വീണ് കാറ്റൊഴിഞ്ഞ ബലൂൺ പോലെയായിത്തീർന്ന പ്രവാസി.

ഗീതാപഠനം

കാളിംഗ് ബല്ലിലെ കിളിനാദം മുഴങ്ങിയതു കേട്ട് കതക് തുറന്ന പ്പോൾ മൈക്കിളും ജസിയും.

"ഇതാരൊക്കെയാ ഒരു മുന്നറിയിപ്പും ഇല്ലാതെ? വരൂ വരൂ..."

"കാനനേ തന്റെ ഭർത്താവിന് എന്തു പറ്റി? ഇടയ്ക്കൊക്കെ ഞങ്ങളെ വിളിച്ച് വിവരങ്ങൾ തിരക്കാറുണ്ടായിരുന്നു. താനും ഇപ്പോൾ വിളിക്കാറില്ല. അതാണ് ഞങ്ങൾ അന്വേഷിച്ച് വന്നത്. എന്തു പറ്റി നിങ്ങൾക്ക്?"

"ഒന്നുമില്ലെടോ ഞാൻ കുറച്ച് തിരക്കിലായിരുന്നു. രഘുറാം ഇപ്പോൾ ഗീതാ പഠനത്തിൽ മുഴുകിയിരിക്കുകയാണ്. അതാണ് ആരുമായിട്ടും വലിയ ബന്ധങ്ങൾ ഒന്നുമില്ലാത്തത്."

അപ്പോൾ രഘു ആദ്ധ്യാത്മികതയിലേയ്ക്ക് പോയോ? ആദ്ധ്യാത്മികത നല്ലതാണ്. ഗൃഹസ്ഥാശ്രമികൾ അത് അധികമാകാതെ നോക്കണം എന്ന് മാത്രം. ഇവിടെയടുത്തുള്ള രാമകൃഷ്ണമിഷന്റെ ആശ്രമത്തിൽ ഗീത പഠിപ്പിക്കുന്നുണ്ടോ?"

"ഇല്ലെടോ രഘുറാം ഫോണിലാണ് ഗീത പഠിക്കുന്നത്."

"അത് ശരി. താനാണ് ഞങ്ങളുടെ കൂട്ടുകാരിയെങ്കിലും തന്നേക്കാൾ അടുപ്പമാണ് രഘുവുമായിട്ട്. എന്തായാലും ഗീതാപഠനം അത് നല്ലതാണ്. ഗീതയിലെ സൂക്തങ്ങൾ ഒക്കെ എത്ര അർത്ഥസമ്പുഷ്ടവും, മഹത്തരവും ആണ്. മനസ്സിന് ലാഘവത്തവും, ആനന്ദവും ഒക്കെ ലഭിക്കും."

രഘുറാം ശരിക്ക് ആസ്വദിക്കുന്നുണ്ടെടോ ഈ ജീവിതം. അതുപോരെ എനിയ്ക്ക്? അജ്ഞാനി ജ്ഞാനിയാവാൻ ആഗ്രഹിക്കുന്നതാണല്ലോ

പ്രാപഞ്ചിക ഭാവം! സത്തും അസത്തും വേർതിരിച്ചറിയാനും, എവിടെയും തന്നിലും, നിന്നിലും മന്നിലും നീണ്ടു നീണ്ടു നീളുന്ന അനന്തമായ ഉൽപ്പത്തിയും നിലനിൽപ്പും, നാശവും വേർതിരിക്കാനാവാതെ എന്നും മനുഷ്യന് അജ്ഞേയമായിരുന്ന ജനന ജീവിത മരണങ്ങൾക്കിടയിലെ സന്തോഷം കണ്ടെത്താനുമായുള്ള തത്രപ്പാടിലാണ് രഘുറാമിന്റെ ഗീതാപഠനം."

"മലയാളം അധ്യാപികയാവാതെ മനുഷ്യന് മനസ്സിലാവുന്ന ഭാഷയിൽ പറയൂ കാനനേ."

"എന്നാൽ നമുക്ക് നമ്മുടെ പഴയ കാലത്തിലേയ്ക്ക് പോകാമെടോ മാഷേ."

പിന്നീട് കോളേജ് ജീവിതവും, അതിന് ശേഷമുള്ള ഭൗതിക ജീവിതത്തിലെ കൊച്ചുകൊച്ചു സന്തോഷങ്ങളും, കഷ്ടപ്പാടുകളും ഒക്കെ വിവരിച്ച്, നേരമ്പോക്കുകളുമായി കുറച്ചു സമയം ചിലവഴിച്ചപ്പോൾ കളിയായി ഞാൻ ചോദിച്ചു.

"അതേയ് ഒരാളുടെ മനസ്സിലിരിക്കാൻ കസേര നമ്മൾ കൊണ്ടു പോണോ? അതോ അവിടെ കിട്ടുമോ?"

"ചിരിച്ചു കൊണ്ട് ജസി പറഞ്ഞു നമ്മൾ കൊണ്ടു പോയാലും അവിടെ ഉണ്ടായാലും ഉറപ്പുള്ള കാലുകളുള്ള കസേര തന്നെ നോക്കിയെടുക്കണം. കസേരകളിക്ക് ചേരുകയും അരുത്. മനസ്സിലായോ ടീച്ചറേ എന്നു പറഞ്ഞ് ചിരിയുടെ അലകളോടെ തന്നെ മൈക്കിളും, ജസിയും യാത്ര പറഞ്ഞിറങ്ങി.

അവർ പഠന കാലത്തേ ഇണപ്രാവുകൾ ആയിരുന്നു. പിന്നീട് രണ്ടാൾക്കും ജോലിയായ ശേഷം ഇരുവീട്ടുകാരുടേയും സമ്മതപ്രകാരമുള്ള വിവാഹം. ഇപ്പോഴും വലിയ പ്രശ്നങ്ങൾ ഒന്നുമില്ലാത്ത ദാമ്പത്യം. അവരുടെ രണ്ടു കുട്ടികളും പഠിക്കുന്നു.

അവർ പോയി കഴിഞ്ഞപ്പോൾ ഞാൻ എന്നെക്കുറിച്ച് ചിന്തിച്ചു. വീട്ടുകാർ ആലോചിച്ചുറപ്പിച്ച വിവാഹം. പേരുകേട്ട തറവാട്ടു മഹിമയും, ഉന്നത ജോലിയും ഉള്ള രഘുറാം സത്സ്വഭാവി, സുമുഖൻ.

എനിയ്ക്കും, രഘുറാമിനും ആനന്ദലബ്ധിക്കിനിയെന്താ വേണ്ടത് എന്ന രീതിയിൽ എല്ലാ ആധുനിക സുഖ സൗകര്യങ്ങളും, ബാംഗ്ലൂരിൽ ഐ.ടി പ്രൊഫഷണൽസായ രണ്ട് മക്കളും. അനഘ, അനിരുദ്ധ്.

പണ്ടൊക്കെ രഘുറാം ജോലി കഴിഞ്ഞ് വന്നാൽ ഇംഗ്ലീഷ് ചാനലിലെ ഡിബേറ്റ് കാണുക പതിവായിരുന്നു. അത്താഴം കഴിക്കുന്നതും ടി.വി

കണ്ടു കൊണ്ടായിരിക്കും.

വിവാഹം കഴിഞ്ഞ സമയം മുതൽ എന്നോട് സംസാരിക്കാൻ റാമിന് വിഷയദാരിദ്ര്യം ആണ്. എന്തെങ്കിലും ആവശ്യമുള്ളത് പറയും എന്നല്ലാതെ വിമുഖതയാണെപ്പോഴും. റാം വാചാലനാകുന്നത് കൂട്ടുകാരുടേയും, വീട്ടുകാരുടേയും, മക്കളുടേയും അടുത്തായിരുന്നു. എന്റെ ബന്ധുക്കളോടും, സുഹൃത്തുക്കളോടുമൊക്കെ വളരെ മാന്യതയോടെ ഇടപെടുകയും സംസാരിക്കുകയും ചെയ്യുന്നതു കൊണ്ട് എന്നെപ്പോലെ എല്ലാം തികഞ്ഞ ഭാഗ്യവതി അപൂർവ്വമാണ് എന്നൊരു പറച്ചിൽ തന്നെയുണ്ടായിരുന്നു.

ആഗ്രഹിച്ചതൊക്കെ അകലെയാകുമ്പോഴും സ്വപ്നക്കൂടാരങ്ങൾ ഒക്കെ തകർന്നടിയുമ്പോഴും തളരാതെ നമ്മെ പിടിച്ചു നിർത്തുന്ന പ്രതീക്ഷകളുടെ പേരല്ലേ ജീവിതം?

“റാമിനെ മനസ്സിലാക്കിയ ശേഷം ഞാൻ അധികം സംസാരത്തിന് മുതിരാതെ എന്റേതായ ജോലികളിലേയ്ക്കും, വായനയിലേയ്ക്കും വ്യാപൃതയായി. വ്യക്തിത്വത്തിന്റെ സൂക്ഷ്മമായ അളവുകോലുകളിൽ ഒന്നാണ് സംസാരം. നല്ല വാക്കുകൾ കൊണ്ട് ആത്മാർത്ഥതയുള്ള സമാധാനപൂർവ്വമായ ജീവിതം കെട്ടിപ്പടുക്കാം. തോളിൽ തട്ടി പറയുന്ന അഭിനന്ദനങ്ങളേക്കാൾ ഒരു ചെറിയ വാക്കു മതിയാകും മറ്റൊരാളുടെ മനസ്സിൽ എന്നും നമ്മൾ പൂത്തു നിൽക്കാൻ.

സ്നേഹത്തോടെയാണെങ്കിൽ വിമർശനങ്ങൾ പോലും സന്തോഷത്തോടെ കേട്ടിരിക്കും. എല്ലാവരും പറയും പെണ്ണുങ്ങൾ ഭയങ്കര കോംപ്ലിക്കേറ്റഡ് ആണെന്ന്. അവരുടെ ഉള്ളിൽ എന്താണെന്ന് മനസ്സിലാവില്ല എന്നൊക്കെ. പക്ഷേ, മനസ്സുതൊട്ടൊരു സോറി പറഞ്ഞാൽ തീരാവുന്നതേയുള്ളൂ ഏതൊരു പെണ്ണിന്റേയും ദേഷ്യം...

“റാം പല വാട്സ് ആപ്പ് ഗ്രൂപ്പുകളിലും അംഗമായതോടു കൂടി മൊബൈലിലും കൂടുതൽ ശ്രദ്ധ പതിപ്പിച്ച് ഇരിക്കുന്നത് കാണാമായിരുന്നു.

ലാട്രിനിലേയ്ക്ക് പോകുമ്പോഴും, കുളിക്കാൻ പോകുമ്പോഴും ഒക്കെ ഫോണും കൊണ്ടുപോകാൻ തുടങ്ങി. പണ്ട് ആ പതിവുകൾ ഒന്നുമില്ലായിരുന്നു. ഒലീവ് ഓയിൽ ശരീരമാസകലം തേച്ചുള്ള കുളി, ടാൽക്കം പൗഡർ ഉപയോഗിക്കാതിരുന്ന റാം മുഖത്ത് എണ്ണമയം എന്നു പറഞ്ഞ് അതുപയോഗിക്കാൻ തുടങ്ങുക, നിറം വർദ്ധിപ്പിക്കുന്നതിനുള്ള ക്രീമുകൾ തേയ്ക്കുക, കൃത്യമായി ഡൈ ചെയ്യുക, മകന്റെ ടീ ഷർട്ടുകൾ

അവന്റെ അലമാരയിൽ നിന്നും തിരഞ്ഞെടുത്ത് അണിയുക, കിടക്കാൻ പോകുമ്പോഴും മുടി ഭംഗിയായി ചീകി വയ്ക്കുക, അങ്ങിനെ ഒരിക്കലും കണ്ടിട്ടില്ലാത്ത പതിവുകൾ. പ്രായത്തെ വെല്ലാനുതകുന്ന കോപ്രായങ്ങൾ ആയാണ് എനിക്കതൊക്കെ തോന്നിയത്.

വാട്സ്ആപ്പിൽ കണ്ടു, എന്നു പറഞ്ഞ് ഞങ്ങൾ ഒരുമിച്ച് ഉറങ്ങിയിരുന്ന മുറിയിൽ നിന്നും കിഴക്കോട്ട് തല വെച്ച് കിടക്കണം എന്ന് പറഞ്ഞ് മറ്റൊരു മുറിയിൽ പോയി കിടന്നു. ഞാനെന്ത് പറയാൻ?

പിന്നീട് പലപ്പോഴും ഞാൻ കണ്ടു ടി.വി ഓൺ ചെയ്ത് വച്ചിട്ടുണ്ടെങ്കിലും അതിൽ ശ്രദ്ധിക്കാതെ മൊബൈലിൽ ആണ് റാമിന്റെ ശ്രദ്ധ എന്ന്.

അരികിൽ നീ ഉണ്ടായിരുന്നെങ്കിൽ...... എന്ന ഗാനം കേട്ടു രസിച്ചിരുന്ന റാം എന്നെ കണ്ടപ്പോൾ മുഖം വല്ലാതാക്കി പെട്ടെന്നത് മാറ്റി. പിന്നീട് പലപ്പോഴായി ചില ചില പാട്ടുകളിലെ ഏതാനും വരികൾ,

“വാതിൽപ്പഴുതിലൂടെൻ മുന്നിൽ...”

“ആയിരം കണ്ണുമായ് കാത്തിരുന്നുനിന്നെ ഞാൻ...”

“നനഞ്ഞു നേരിയ... അതിൽ എന്റെ മോഹങ്ങൾ പൂവണിഞ്ഞു...”

“പ്രാണനാഥൻ എനിയ്ക്ക് നൽകിയ പരമാനന്ദ രസത്തെ പറവതിനെളുതാമോ...”

“കണ്ടു കണ്ടു കൊതി കൊണ്ടു നിന്ന...”

തുടങ്ങിയ ഗാനങ്ങൾ ഞാൻ വരുമ്പോഴേയ്ക്കും പെട്ടെന്ന് നിർത്തും. ഞാനതൊക്കെ അവഗണിച്ചു.

അത്താഴം കഴിഞ്ഞ് നടക്കാൻ പോയി വന്ന ശേഷം കൂട്ടുകാർക്കൊക്കെ ഫോൺ ചെയ്ത് പിന്നീട് T.V കണ്ടിരുന്ന് വളരെ വൈകി കിടന്നിരുന്ന റാം അതൊക്കെ നിർത്തി കുറച്ച് നാളായി പത്തരയാകുമ്പോൾ കിടക്കും. റാമിന്റെ മുറിയുടെ കതകും ലോക്ക് ചെയ്യും, റൂമിൽ കയറി കതക് ലോക്ക് ചെയ്തപ്പോൾ ഒരു ദിവസം ഞാൻ ചോദിച്ചു,

“എന്തിനാ കതക് ലോക്ക് ചെയ്യുന്നത്? ഞാൻ മാത്രമല്ലേ ഇവിടെയുള്ളൂ?”

അതിന് ശേഷം കതക് അടയ്ക്കും, ലോക്ക് ചെയ്യാറില്ല.

റാം കിടന്നതിന് ശേഷം ഞാൻ അടുക്കള തുടയ്ക്കലും, ദേഹം കഴുകലും ഒക്കെ കഴിഞ്ഞ് എന്റെ മുറിയിലേയ്ക്കും പോകും.

യൂ ട്യൂബിലെ ഗോഡ്സ് പ്രയർ ഹൗസ് എന്ന ചാനലിലെ ബൈബിൾ വചനവും, ത്രീത്വവും ചൊല്ലിയ ശേഷമേ ഞാൻ ഉറങ്ങാറുള്ളൂ.

കഴിഞ്ഞ വ്യാഴാഴ്ച ഉറങ്ങാൻ വന്ന് ഗോഡ്സ് പ്രെയർ ഹൗസ് എടുത്തപ്പോൾ അതിന് ശബ്ദം വരുന്നില്ല. വോളിയം കൂട്ടുന്ന ബട്ടണിൽ പ്രസ് ചെയ്തപ്പോൾ വേറെ എന്തൊക്കെയോ വന്ന് സംഭാഷണം മാത്രം കേൾക്കാം. ഇടയ്ക്കിടെ സമയവും വിളിച്ച് പറയുന്നുണ്ട്. ഞാനാകെ പേടിച്ച് പോയി. വേഗം റാമിന്റെ മുറിയിലെ കതകുതുറന്നപ്പോൾ കണ്ടത് കിടന്നു കൊണ്ട് റാം ക്ലാസ്സ്മേറ്റ് ഗീതയുമായി വീഡിയോ കോൾ ചെയ്യുന്നു. ഞാനത് വ്യക്തമായി കണ്ടു. റോസ് നൈറ്റിയിൽ ആയിരുന്നു അവർ. എന്നെ കണ്ടതും റാം വേഗം ഫോൺ ഓഫ് ചെയ്തു. ഞാനൊന്നും മനസ്സിലാകാത്തതുപോലെ ഫോൺ കാണിച്ചു. അപ്പോഴും എന്റെ മൊബൈലിൽ നിന്നും പതിനൊന്ന് അൻപത്തിയേഴെന്ന് സമയം പറയുന്നത് കേൾക്കാമായിരുന്നു. റാമിന് അത് ശരിയാക്കാൻ അറിയില്ല എന്നു ജാള്യതയോടെ പറഞ്ഞപ്പോൾ ഞാൻ റാമിന്റെ റൂമിന്റെ കതകടച്ച ശേഷം എന്റെ മുറിയിൽ വന്നിരുന്നു. കുട്ടികളെ വിളിച്ച് ചോദിക്കാം എന്നു കരുതിയിട്ടും കാര്യമില്ല. ഫോണിൽ നിന്നും സംഭാഷണം വരുന്നതല്ലാതെ അത് ഓപ്പൺ ആകുന്നില്ല. പിന്നീട് ഞാൻ എവിടെയൊക്കെയോ എങ്ങനെയൊക്കെയോ കുറേ സമയം പ്രസ് ചെയ്ത് കഴിഞ്ഞപ്പോൾ അത് ശരിയായി.

റാമിന്റെ ഗീതാപഠനത്തിന്റെ കാര്യം ഓർത്തിട്ട് അന്നെനിക്ക് ഉറങ്ങാൻ സാധിച്ചില്ല. ഗീത എന്നു പേരുള്ള ഒരു വിധവയാണവർ. റാമിന്റെ കോളേജ് ഗ്രൂപ്പിലുള്ള അവരെ ഞാൻ ഇവരുടെ സുഹൃത് സംഗമത്തിന്റെ ഫോട്ടോയിൽ കണ്ടിട്ടുണ്ട്. റാം ഉറങ്ങി കഴിഞ്ഞപ്പോൾ,മറ്റൊരാളുടെ അത് ഭർത്താവായാൽ പോലും ഫോൺ പരിശോധിക്കുന്നത് തെറ്റാണെന്ന് അറിയാം. എന്നിട്ടും ഞാൻ ലോക്കായിരുന്ന റാമിന്റെ ഫോണിന്റെ ലോക്കിംഗ് കോഡായിരുന്ന എസ് എന്ന ബിന്ദുക്കൾ ഉപയോഗിച്ച് തുറന്ന് നോക്കി. അതിൽ റാമും ഗീതയുമായുള്ള ചാറ്റിംഗ് കണ്ടപ്പോൾ ഞെട്ടിപ്പോയി. ഒരിക്കലും ഒരു ഭാര്യയും കാണാൻ പാടില്ലാത്ത തരത്തിലുള്ള മെസ്സേജുകൾ. പ്രതീക്ഷിച്ചതിലും അധികമായിരുന്നു അവയൊക്കെ. മക്കളുടെ ഭാവിയെ കരുതി എല്ലാം മനസ്സിലടക്കി. പിന്നീട് സമാധാനിച്ചു അവരെങ്കിലും റാമിന്റെ വാചാലതയിൽ ആഹ്ലാദിച്ച് പറയുന്നതെല്ലാം വിശ്വസിച്ച് മൂഢസ്വർഗ്ഗത്തിൽ വിരാജിക്കട്ടെ...

പിറ്റേ ദിവസം എന്റെ ഫോൺ ശരിയായോ എന്ന കാര്യത്തെകുറിച്ച് റാം ഒന്നും എന്നോട് ചോദിച്ചില്ല. എന്റെ മുഖത്ത് നോക്കാൻ അവസരം തരാതെ ഇല്ലാത്ത തിരക്കഭിനയിച്ച് പതിവിലും നേരത്തേ ഇറങ്ങി.

"അമ്മഅറിയാതെഫോണിൽപ്രസ്സ്ചെയ്തപ്പോൾഅന്ധൻമാർക്കുള്ള

ആപ്പിൽ കയറിപ്പോയതാണ് അങ്ങനെ സംഭാഷണം വരാൻ കാരണം" എന്ന് മക്കൾ പറഞ്ഞു.

എന്തായാലും പ്രാർത്ഥന ചൊല്ലാൻ ഇരുന്ന എന്റെ ഫോണിൽ അങ്ങനെ ഒരു അപ്പ് കയറി വന്നതുകൊണ്ട് റാമിന്റെ ഗീതാപഠനം കാണാൻ സാധിച്ചു. അതിന് ശേഷം റാം ബെഡ്റൂമിന്റെ കതക് അടയ്ക്കാറില്ല. ഇനി മുതൽ അവർക്ക് സൗകര്യപ്രദമായ മേച്ചിൽ പുറങ്ങളുള്ള മറ്റെവിടെയെങ്കിലും ആയിരിക്കും ഗീതാപഠനം എന്നോർത്ത് സന്തോഷിക്കുകയാണോ സങ്കടപ്പെടുകയാണോ എന്റെ മനസ്സ്? അറിയില്ലെനിയ്ക്ക്... ഒന്നു മാത്രം അറിയാം... നാം ഒരാളെ എത്രമാത്രം വിശ്വസിക്കുന്നുവോ അത്രമാത്രം ആ ഒരാൾക്ക് നമ്മെ വിഡ്ഢിയാക്കാൻ സാധിക്കും എന്നതാണ് ജീവിതം നൽകുന്ന ഏറ്റവും വലിയ പാഠം. തിരികെ വിളിച്ചാലും കയറി ചെല്ലാൻ തോന്നാത്ത ചില ഇടങ്ങൾ ഉണ്ട്. മനസ്സിനെ ആഴത്തിൽ മുറിവേൽപ്പിച്ച ചില ഇടങ്ങൾ... അപ്പോഴൊക്കെ കാറ്റിനനുസരിച്ച് ദിശമാറി സഞ്ചരിക്കുന്ന പരിമിതികളുടെ പായ്ക്കപ്പലായിമാറുന്ന ജീവിതം... എന്റെ നല്ല സമയത്തെ മാത്രമല്ല ഞാനിപ്പോൾ ഇഷ്ടപ്പെടുന്നത്. എന്റെ മോശം സമയത്തേയും ഇഷ്ടപ്പെടുന്നു. കാരണം ആ സമയത്താണ് എനിയ്ക്ക് ശരിക്കും മനസ്സിലാക്കാൻ കഴിഞ്ഞത്, ആരെയൊക്കെയാണ് ഞാൻ എന്റെ സ്വന്തം എന്നു വിളിക്കേണ്ടതെന്ന്... ഭർത്താവിൽ നമുക്ക് സ്വന്തം എന്ന അവകാശം ഉണ്ട് അദ്ദേഹത്തിൽ നിന്നും സ്നേഹം ലഭിക്കും എന്ന ആത്മവിശ്വാസം ഉള്ളപ്പോഴാണ് ഭാര്യ പിണങ്ങുകയും, വാശിയും, ദേഷ്യവും പ്രകടിപ്പിക്കുകയും ഒക്കെ ചെയ്യുന്നത്. എന്നാൽ ആ വിശ്വാസം നഷ്ടപ്പെടുന്നതോടുകൂടി പിണക്കവും വാശികളും ഒക്കെ അവസാനിപ്പിച്ച് യാന്ത്രികമായി മറ്റുള്ളവർക്ക് വേണ്ടി ജീവിതം ജീവിച്ചു തീർക്കുന്നു. കൈവിട്ട് പോയത് നഷ്ടങ്ങളാണെന്ന് ചിന്തിക്കാതെ... കൈയ്യിലുള്ളത് നഷ്ടപ്പെടുമോയെന്ന് ഭയക്കാതെ... ജീവിക്കാൻ കഴിയുമെങ്കിൽ അവിടെയാണ് നമ്മുടെ ജീവിതം സുന്ദരമാകുന്നത്... ജീവിതത്തിൽ നാം അത്ഭുതങ്ങൾക്ക് വേണ്ടി കാത്തിരിക്കരുത്... നമ്മുടെ ജീവിതം തന്നെയാണ് ഏറ്റവും വലിയ അത്ഭുതം... എന്ന് ചിന്തിച്ച് ജോലികളിലേയ്ക്ക് വ്യാപൃതയായപ്പോഴും ആരോ ഉള്ളിലിരുന്ന് ആവർത്തിച്ച് പറഞ്ഞു കൊണ്ടിരുന്നു."When we fully trust some one without any doubt, we finally get one of two results. A person for life or A lesson for life... So beware of hypocrisy..."

ഹരിതാക്ഷരങ്ങൾ

മറുപടി ഇല്ലാത്ത നീല ശരികൾ ആണ് താൽപ്പര്യമില്ലായ്മ എന്നതിന്റെ പുതിയരൂപം എന്നത് നമ്മോട് പറയാതെ പറഞ്ഞു മനസ്സിലാക്കുമ്പോൾ അത് കാണാതിരിക്കാൻ വേണ്ടി ഒരു മെസേജും അയയ്ക്കാതിരിക്കുകയാണ് വേണ്ടത് എന്നറിയാം. അതു പോലെ ഒരിക്കൽ പോലുംഫോൺ വിളിക്കാതിരിക്കുകയും, വിളിക്കുമ്പോൾ എടുക്കാതിരിക്കുകയും ചെയ്യുന്നതിനുള്ള കാരണം തിരക്കുകൾ ആണെന്നതാണ് ഇഷ്ടക്കുറവിന്റെ അഥവാ ഒഴിവാക്കലിന്റെ പുതിയരൂപം എന്നത് നമ്മോടു പറയാതെ പറഞ്ഞു മനസ്സിലാക്കുമ്പോൾ ആ തിരക്കുകൾ കേൾക്കാൻ വേണ്ടി വിളിക്കാതിരിക്കുകയല്ലേ വേണ്ടത് എന്നതും അറിയാം.

ഒരാളെ ഒഴിവാക്കുക എന്ന ലക്ഷ്യത്തിലേയ്ക്കുള്ള ആദ്യപടിയാണ് തിരക്ക്. രണ്ടാമത്തേത് അവഗണന. മൂന്നാമത്തേത് മൗനം. അത് തിരിച്ചറിഞ്ഞാൽ നാം തിരിഞ്ഞ് നടക്കണം. പിന്നീട് അവരെ ശല്യം ചെയ്യാൻ നിൽക്കരുത്. അത് നമുക്ക് എത്ര വേണ്ടപ്പെട്ടവർ ആയിരുന്നാലും സ്ഥാനം ഇല്ലെന്ന് അറിഞ്ഞാൽ പിന്നെ ഏത് സ്വർഗ്ഗത്തിൽ നിന്നായാലും ഇറങ്ങിപ്പോന്നോളണം എന്നും അറിയാം.

എന്നോട് നീ നിന്റെ ഇഷ്ടം വെളിവാക്കിയപ്പോൾ ഞാൻ വെറും സൗഹൃദം മാത്രം മതി എന്ന നിലപാടിൽ ഉറച്ചു നിന്ന് വളരെയധികം എതിർത്തിട്ടും ഒരുപാട് കാലം നീയെന്റെ കാൽപ്പാടുകളെ പിന്തുടർന്ന് ജീവിതത്തിൽ എന്ത് നേടിയാലും ആത്മാർത്ഥമായ സ്നേഹത്തേക്കാൾ വലുതായ മറ്റൊന്നുമില്ല. സ്നേഹം ഒരു വാക്കല്ല അതൊരു അനുഭവമാണ്.

അതിന്റെ അവകാശി ഇനി എന്നും നീ മാത്രമായിരിക്കും. അതിന് ആരൊക്കെ വിലങ്ങുതടിയായാലും, എന്തൊക്കെ സംഭവിച്ചാലും നീയല്ലാതെ മറ്റൊരാൾ ഇനി എന്റെ ജീവിതത്തിൽ കടന്നു വരില്ല, ആ ഒരു ഉറപ്പ് ഞാനെന്നും പാലിച്ചിരിക്കും, എന്നതുപോലെയുള്ള വാചകങ്ങളാൽ നീ എന്നിലേയ്ക്ക് ഒരിക്കലും അടർത്തിമാറ്റാനാവാത്ത വിധം ആഴ്ന്നിറങ്ങിയപ്പോൾ നീ പറഞ്ഞതെല്ലാം നിന്റെ പൗരുഷമാണെന്ന് ധരിച്ചുവശായി അഭിമാനിതയായ എനിയ്ക്ക് അവയെല്ലാം നിന്റെ അപൗരുഷേയമായിരുന്നെന്നും ഞാൻ അപമാനിതയായെന്നും മനസ്സിനെ വിശ്വസിപ്പിക്കാൻ ഇപ്പോഴും എത്ര ശ്രമിച്ചിട്ടും സാധിക്കുന്നില്ല.

നീ നിന്റെ മനസ്സിനെ സ്വതന്ത്രമാക്കാൻ തയ്യാറായപ്പോൾ എന്നെക്കുറിച്ചും എന്റെ ഹൃദയത്തെക്കുറിച്ചും ഒന്നു ചിന്തിക്കായിരുന്നില്ലേ? എന്റെ ഹൃദയം എല്ലായ്പ്പോഴും നിനക്കായ് മാത്രം സ്പന്ദിച്ച് എന്റെ ഹൃദയത്തിൽ നീ നിറഞ്ഞു നിൽക്കുകയായിരുന്നു. നിന്റെ മനസ്സിനെ എന്നിൽ നിന്നും സ്വതന്ത്രമാക്കി പറത്തി വിടുമ്പോൾ നീയറിയുക നീയായിരുന്നു എന്റെ ലോകമെന്ന്.

നമ്മുടെയൊക്കെ ജീവിതത്തിൽ നമ്മൾ നമ്മളെ തന്നെ വെറുക്കുന്നത് എപ്പോഴാണെന്നറിയുമോ നിനക്ക്? നമ്മൾ സ്നേഹിച്ചവർ നമ്മെ ഒരു കോമാളിയെപ്പോലെ ആക്കിയിട്ട് ജീവിതത്തിൽ നിന്നും ഇറങ്ങിപ്പോകുമ്പോഴാണ്. ഒത്തിരിയേറെ നൊമ്പരമാണ് അത് തരുന്നത്. സ്നേഹം പിന്നിടാനുള്ള ദൂരമല്ല. കീഴടക്കേണ്ട ഉയരവും അല്ല. ഇറങ്ങിച്ചെന്നെത്തേണ്ട ആഴത്തിലുള്ള വിശ്വാസമാണത്.

നീ എന്നിൽ പ്രണയ പുഷ്പത്തിൻ സുഗന്ധത്താൽ വസന്തം വിതറി എന്നിലെ ആശകൾ പൊഴിച്ച് നീ ശരത്കാലത്തിലേയ്ക്ക് നടന്നുപോയപ്പോൾ ഞാൻ നിനക്ക് പകർന്നുനൽകിയത് പകരം വയ്ക്കാനാവാത്ത സ്നേഹമാണ്... അത് പറന്നുപോയാലും തിരികെ വരുമെന്ന് വ്യാമോഹിച്ച് ശിശിരത്തിന്റെ കുളിർ പുതച്ച ഞാൻ ഗ്രീഷ്മത്തിന്റെ വരൾച്ചയും അറിഞ്ഞു. നിന്റെ അഭാവം എന്റെ മനസ്സിൽ വർഷമായി പെയ്തിറങ്ങിയിട്ടും നിനക്കായുള്ള കാത്തിരിപ്പിന്റെ വേവലാതി എന്നെ അറിയിച്ച് ഇന്നും നീ അവസാനിച്ചിട്ടില്ലാത്ത യാത്ര തുടരുമ്പോൾ... അഴകിനെ സ്നേഹിക്കുമ്പോഴല്ല ആഴത്തിൽ സ്നേഹിക്കുമ്പോഴാണ് ബന്ധങ്ങൾക്ക് മൂല്യമുണ്ടാവുന്നത് എന്ന് കരുതിയിരുന്ന ഞാൻ രക്ഷപ്പെടാനാവാത്തവിധം പുനർജനിയില്ലാത്ത നഷ്ടദു:ഖങ്ങളിലേയ്ക്ക് ആണ്ടു പോവുകയായിരുന്നു... അനുഭവം എനിയ്ക്ക് നൽകിയ പാഠം ആത്മാർത്ഥ സ്നേഹവും ആഴത്തിലുള്ള വിശ്വാസവും ആരിലും ഒരിക്കലും

അർപ്പിക്കരുത്, കാരണം മനുഷ്യൻ മാറും, അവന്റെ മനസ്സും...

കണ്ടുമുട്ടാനും വേർപിരിയാനും വിധിക്കപ്പെട്ട ഈ ലോകത്ത് സ്വന്തമെന്ന് പറയാൻ ഒന്ന് മാത്രം, കുറേ ഓർമ്മകൾ... അകന്നു പോകുന്നത് ബന്ധങ്ങൾ മാത്രമാണ്. ഓർമ്മകൾ അങ്ങനെ തന്നെ അണയാതെ നിൽക്കും. സുഖമായും.., നോവായും... ഓർമ്മകളായി മാറുമ്പോൾ ആണ് പലതിനും ഭംഗി കൂടുന്നത്.

സ്നേഹം എന്നത് നിനക്ക് എപ്പോൾ വേണമെങ്കിലും മായിച്ചു കളയാൻ കഴിയുന്ന മണ്ണിൽ വരച്ച രേഖകൾ പോലെയാണെന്ന് ഞാനറിഞ്ഞിരുന്നില്ല. പറ്റിക്കുകയായിരുന്നു എന്നറിഞ്ഞിട്ടും... ചതിക്കുകയായിരുന്നു എന്ന ഉറപ്പുണ്ടായിട്ടും... ഇനിയും സ്നേഹിച്ചാൽ വേദനകൾ മാത്രമേ കിട്ടൂ എന്ന് മനസ്സിലായിട്ടും...

എത്രയേറെ ചേർത്തു പിടിച്ചാലും ജീവിതത്തിലെ പ്രതിസന്ധി ഘട്ടങ്ങളിൽ കൂടെയുണ്ടാവില്ല എന്ന് മനസ്സിലാക്കിയിട്ടും...... ഒരിക്കൽ വരച്ചു ചേർത്താൽ പിന്നീടൊരിക്കലും മായ്ക്കാൻ കഴിയാത്ത ഹരിതാക്ഷരങ്ങൾ പോലെയാണ് എന്റെ മനസ്സിൽ പതിഞ്ഞു പോയ നീ...... ഇഷ്ടമായിരുന്നു എനിയ്ക്ക് നിന്നെ...

ഒരുപാടൊരുപാട്... എന്റെ പ്രാണനായിരുന്നു... ജീവിതത്തിൽ എന്തൊക്കെ ലഭിച്ചോ അതിലൊക്കെയും അമൂല്യമായിരുന്നു നീയെനിയ്ക്ക്... ഇനി എന്നും എനിയ്ക്ക് നീ അപ്രാപ്യമാണെന്ന് അറിയാമെങ്കിലും പ്രതീക്ഷകൾ അസ്തമിച്ച നോവും നൊമ്പരങ്ങളും ബാക്കിയായ എന്റെ അവസാന ഹൃദയത്തുടിപ്പിലും,

സൗഹൃദത്തിൽ നീയെന്റെ ജീവനും...

ജീവിതത്തിൽ നീയെന്റെ സ്വപ്നവും...

സ്വപ്നത്തിൽ നീയെന്റെ സ്വന്തവും ആയിരിക്കും.... ഒരിക്കൽ പച്ചകുത്തിയ ചർമ്മത്തിൽ നിന്നും പിന്നീട് ഒരിക്കലും മായ്ക്കാനാവാത്ത ആ ഹരിതാക്ഷരങ്ങൾ പോലെ...

ഈശ്വരവിശ്വാസം കൊണ്ട് ലഭിക്കുന്ന മനസ്സമാധാനം, യുക്തി കൊണ്ട് തെളിയിക്കേണ്ട ഒന്നല്ല... അനുഭവം കൊണ്ട് ബോധ്യമാകേണ്ട പ്രതിഭാസമാണത്. ആ പ്രതിഭാസത്തിന്റെ ഉറവിടത്തിലൂടെ അതായത് നാളെ മുതൽ കർത്താവിന്റെ മണവാട്ടിയാകാനുള്ള വഴിയിലൂടെ സഞ്ചരിക്കാൻ തുടങ്ങുകയാണ് ഞാൻ. അണഞ്ഞുപോകാതിരിക്കാൻ വേണ്ടി നാം ചേർത്തു പിടിക്കുന്ന വിളക്കായിരിക്കും നമ്മിൽ ഏറ്റവും അധികം പൊള്ളലേൽപ്പിക്കുന്നത്. ആയിരംതിരികൾ ഒരുമിച്ച് തെളിച്ചാലും

ആഗ്രഹിച്ചത് തെളിഞ്ഞില്ലെങ്കിൽ അതൊരു ഇരുട്ട് തന്നെയാണ്, മനസ്സിലും... ജീവിതത്തിലും... ആ ഇരുട്ടിൽ ഇനി മുതൽ ഞാനും നീയും നല്ലതുപോലെ അടുത്തറിഞ്ഞ അപരിചിതരായി മാറുകയാണ്... സ്നേഹത്തോടെ... ഇഷ്ടത്തോടെ... അതിലുപരി നിനക്ക് നല്ലതുമാത്രം വരട്ടെ എന്ന പ്രാർത്ഥനയോടെ...

അഷ്ടമിരോഹിണി

"എന്തായി? കിട്ടിയോ?"

"ആ കിട്ടിചേച്ചി. ചേച്ചിക്കോ?"

"ഒരു രക്ഷയുമില്ല മോളേ.അവർക്ക് വേണ്ടത് തെളിവാണ്."

"ഇനി എന്ത് ചെയ്യും ചേച്ചി?"

"എന്ത് ചെയ്യാനാകുട്ടി, ഇനി? വരുന്നിടത്ത് വച്ച് കാണാം."

"ഹൈക്കോടതിയിൽ അപ്പീൽ പോയാലോ ചേച്ചീ?"

"എവിടെയാണെങ്കിലും തെളിവ് സമർപ്പിക്കേണ്ടേ മോളേ? അതാണ് വക്കീലും പറയുന്നത്. കോടതിക്ക് മുഖ്യം തെളിവാണ്. അതില്ലാത്തിടത്തോളം എവിടെപ്പോയിട്ടും ഒരു കാര്യവുമില്ല. അല്ലെങ്കിൽ തൽപ്പരകക്ഷികളുടെ ഉഭയസമ്മതം ലഭിക്കണം. അതും ഇല്ല."

"അഷ്ടമിയോട് എനിക്ക് പറയാനുള്ളത് എന്തായാലും ഡിവോഴ്സ് കിട്ടി. ഇനിയെങ്കിലും വീട്ടുകാരുടേയും, ബന്ധുക്കളുടേയും അഭിപ്രായത്തിനും, ഇടുങ്ങിയ ചിന്താഗതിക്കും നിന്നുകൊടുക്കാതെ സ്വന്തം ഇഷ്ടത്തിന് ജീവിക്കണം. ജാതിയും മതവും, കുലവും നോക്കാത്ത ഒരേ ഒരു കാര്യം മനുഷ്യന്റെ അവയങ്ങളോ രക്തമോ,പണമോ സ്വീകരിക്കുമ്പോൾ മാത്രമാണ് അത് ദാനം ചെയ്യുന്നവർ ഒരു ജാതിയിലും പെടാത്ത ദൈവമാകുന്നത് അപ്പോൾ മാത്രമാണ്.. ആ ഒരു ചിന്താഗതിയോടെ മറ്റു സന്ദർഭങ്ങളിലും ചുറ്റുമുള്ളവരെ കാണാൻ ശ്രമിച്ചാൽ പല വേലിക്കെട്ടുകളും മനുഷ്യർക്കിടയിൽ നിന്നും അപ്രത്യക്ഷമായേനേ.

നിനക്കിപ്പോൾ ഒരു ജോലിയുണ്ടല്ലോ. ജാതിയും,പ്രായവും, മതവും ഒന്നും നോക്കേണ്ട. കുട്ടിയെ പ്രണയിച്ച കുട്ടിക്കായി ഇപ്പോഴും കാത്തിരിക്കുന്ന അദ്ദേഹവുമായി സംസാരിക്കണം. എത്ര കാലത്തെ പരിചയം ഉണ്ടെന്നതിലല്ല കാര്യം. മനസ്സിലാക്കുകയും, മനസ്സിലാക്കപ്പെടുകയും ചെയ്യുന്നതിലാണ് കാര്യം. കുട്ടി ഇഷ്ടമല്ലെന്നു പറഞ്ഞ ആ ആളെ ഒന്നു മനസ്സിലാക്കാൻ ശ്രമിക്കൂ. ഒരു പക്ഷേ അദ്ദേഹം കുട്ടിയെ ഹൃദയത്തോട് ചേർത്തു നിർത്തി ജീവിതകാലം മുഴുവൻ സംരക്ഷിക്കും. ജീവിതത്തിൽ നമുക്ക് വേണ്ടി സംസാരിക്കാൻ ആരുമില്ലാത്ത നിമിഷങ്ങൾ ഉണ്ടാവും. അന്ന് മുതൽ നമ്മൾ സ്വയം സംസാരിച്ച് തുടങ്ങണം. സ്വയം തീരുമാനിക്കണം. മറ്റുള്ളവർ എന്ത് ചിന്തിക്കണം എങ്ങനെ പെരുമാറണം എന്നൊന്നും പറയാൻ നമ്മൾ ആരുമല്ല പക്ഷേ മറ്റുള്ളവരുടെ ചിന്തകളോടും പെരുമാറ്റങ്ങളോടും എങ്ങനെ പ്രതികരിക്കണം എന്നത് നമ്മളാണ് തീരുമാനിക്കേണ്ടത്. ആലോചിച്ച് തീരുമാനിക്കൂ മോളേ. മുൻവിധികൾ ഉപേക്ഷിച്ചാൽ നമ്മുടെ ജീവിതത്തിൽ അത്ഭുതങ്ങൾ സംഭവിക്കാം."

"ശരി ചേച്ചി ഇനി എന്റെ ജീവിതത്തിൽ എന്ത് തീരുമാനമെടുക്കുമ്പോഴും ഞാൻ ചേച്ചിയെ വിളിച്ച് അഭിപ്രായം ചോദിച്ചിട്ടേ ചെയ്യൂ.''

അമ്മയോടൊപ്പം നടന്നു നീങ്ങുന്ന അവളെ നോക്കി കൈവീശിക്കാട്ടി ഞാനും എന്റെ ടൂവീലർ സ്റ്റാർട്ടാക്കി.

എന്തോ ഇപ്പോൾ വീട്ടിലേയ്ക്ക് പോകാൻ തോന്നുന്നില്ല. നേരേ പബ്ലിക് ലൈബ്രറിയിലേയ്ക്ക് വണ്ടിയോടിച്ചു. അപ്പോഴും അവളായിരുന്നു മനസ്സിൽ. എന്റെ വിഷമഘട്ടത്തെ തരണം ചെയ്യാൻ മനസ്സ് ശാന്തമാക്കുക എന്ന വെല്ലുവിളിയിലേയ്ക്ക് എത്തപ്പെടുവാൻ വേണ്ടി മനപ്പൂർവ്വം മനസ്സ് അവളിലേയ്ക്ക് തിരിഞ്ഞതാവാം.

ഒരു സാധാരണ കുടുംബാംഗം ആയ അഷ്ടമിക്ക് താഴെ രണ്ട് സഹോദരിമാർ. അവൾ ബി.എഡ് കഴിയാറായ സമയത്താണ് അവളുടെ അച്ഛന് കുടലിൽ ക്യാൻസർ ആണെന്നറിയുന്നത്. പെട്ടെന്നു തന്നെ അഷ്ടമിയുടെ വിവാഹം നടത്തണമെന്നായി അച്ഛനും അമ്മയും. ബി.എഡ് കോഴ്സ് പൂർത്തിയായ ഉടനെ സ്ത്രീധനം ഒന്നും ആവശ്യപ്പെടാത്ത വിദേശത്ത് ജോലിയുള്ള ശ്രീരാജുമായി അവളുടെ വിവാഹം നടന്നു.

വിവാഹത്തിന്റെ ആദ്യ നാളുകളിൽ ശ്രീരാജ് അഷ്ടമിയോട് സംസാരിച്ചിരുന്നിട്ട് ഉറങ്ങിക്കോളാൻ പറഞ്ഞു. അവധിതീരാറായിട്ടും ശ്രീരാജ് അഷ്ടമിയെ ഒന്നു സ്പർശിക്കുകയോ, സ്നേഹപ്രകടനം നടത്തുകയോ ഒന്നും ഉണ്ടായില്ല. പല ദിവസങ്ങളിൽ അഷ്ടമി കണ്ടു ഫോണിലെ

അശ്ലീലവീഡിയോകൾ കണ്ട് സ്വയംഭോഗം ചെയ്യുന്ന ശ്രീരാജിനെ.

ശ്രീരാജ് മടങ്ങിപ്പോയതിന് ശേഷം അഷ്ടമി വീട്ടിലേയ്ക്ക് വന്നു. അമ്മയോട് വിവരങ്ങൾ പറഞ്ഞു. ഡിവോഴ്സിന് അപേക്ഷിച്ചു. കോടതി അവൾക്ക് ഡിവോഴ്സ് അനുവദിച്ചു. കാരണം അവൾക്ക് തെളിവുണ്ട്. രണ്ട് മാസം ഭർത്തൃമതിയായിരുന്നിട്ടും അവളിന്നും കന്യകയാണെന്ന 'വസ്തുത അവളെ പരിശോധിച്ച ഡോക്ടർ തെളിവായി നൽകി. അവളിപ്പോൾ ഒരു സ്വകാര്യ സ്കൂളിൽ ജോലി ചെയ്യുകയാണ്.

ലൈബ്രറിയിൽ എത്തി പൗലോ കൊയ്‌ലോയുടെ വെറോണിക്ക ഡിസൈഡ്സ് റ്റു ഡൈ എന്ന പുസ്തകം എടുത്തു. തുറന്നപ്പോൾ കണ്ട വാചകം :-

'Be hold I give unto you power to tread on serpants - and nothing shall by any means hurt you.

Luke 10 - 19.

(ഇതാ സർപ്പങ്ങളെ ചവിട്ടാൻ ഞാൻ നിങ്ങൾക്ക് അധികാരം തരുന്നു. ഒന്നും നിങ്ങളെ ഒരു തരത്തിലും ഉപദ്രവിക്കില്ല.)

ലൂക്ക 10_ 19

അടുത്ത പേജ് വായിക്കാൻ എടുത്തു എങ്കിലും ഏകാഗ്രത കിട്ടാതെ എന്റെ ജീവിതകഥയിലേയ്ക്കുള്ള പ്രയാണമാരംഭിക്കുക ആയിരുന്നു മനസ്സപ്പോഴും.

എം.എസ്സി.കെമിസ്ട്രിക്ക് ശേഷം പി.എച്ച്.ഡിയും ചെയ്തു കൊണ്ടിരുന്നപ്പോൾ ആണ് പ്രമോദിന്റെ വിവാഹാലോചന വന്നത്. പയ്യനും എം.എസ്സി കണക്ക്. അദ്ദേഹവും, അച്ഛനും കൂടി ഒരു ട്യൂട്ടോറിയൽ കോളേജ് നടത്തുകയാണ്. ഭേദപ്പെട്ട കുടുംബം.

വിവാഹം ഉറപ്പിച്ച സമയത്തേ അച്ഛനും സഹോദരൻമാരും ചിരിച്ചു കൊണ്ട് പറയുന്നത് കേട്ടു.

"അദ്ധ്യാപകൻ ആണെങ്കിലും പ്രമോദ് വലിയ നാണക്കാരൻ ആണെന്ന തോന്നുന്നു.അളന്നു മുറിച്ചുള്ള സംസാരം.നമ്മുടെ സംസാരപ്രിയ രോഹിണിക്കുട്ടി കുറച്ച് കഷ്ടപ്പെടും."

അഷ്ടമിരോഹിണി ദിവസമായിരുന്നു എന്റെ വിവാഹം. വിവാഹ ശേഷം പ്രമോദ് എന്നോട് ഒന്നും സംസാരിച്ചില്ല. ചോദിക്കുന്നതിന് മാത്രം ഉത്തരം പറയും. ഒരു ദിവസം പോലും എന്റെ വീട്ടിൽ വന്ന് നിൽക്കാൻ പ്രമോദ് തയ്യാറല്ലായിരുന്നു. എന്ത് പറഞ്ഞാലും സമ്മതമോ

വിസമ്മതമോ പറയാതെ പുസ്തകങ്ങളിൽ മാത്രം നോക്കിയിരിക്കുന്ന സ്വഭാവ വൈചിത്ര്യം ആയിരുന്നു പ്രമോദിന്.

അച്ഛനും അമ്മയും രണ്ട് ചേച്ചിമാരും അവരുടെ കുടുംബങ്ങളും ഒക്കെയുള്ള ഒരു കൂട്ടുകുടുംബം. അതായിരുന്നു പ്രമോദിന്റെവീട്. അവരാരും പ്രമോദിനോട് ഒന്നും സംസാരിക്കാറില്ല.

അതിരാവിലെ അച്ഛനോടൊപ്പം ട്യൂട്ടോറിയലിലേയ്ക്ക് പോകുന്ന പ്രമോദ് രാത്രി ഒൻപത് മണിയോടെയാണ് വീട്ടിൽ എത്തുന്നത്. ഞാൻ വീണ്ടും പഠനം പൂർത്തിയാക്കാനുള്ള ശ്രമത്തിൽ ആയിരുന്നതുകൊണ്ട് പ്രമോദിന്റെ രീതി മെല്ലെ മാറ്റിയെടുക്കാം എന്നു കരുതി.

എനിയ്ക്ക് പീരിഡ്സ് ആയിരുന്ന ഒരു ദിവസം ഉറക്കമുണർന്നതു തന്നെ പ്രമോദിന്റെ ആക്രോശം കേട്ടുകൊണ്ടാണ്. വല്ലാത്ത ഒരു ഉൻമാദഭാവത്തോടെ കണ്ണിൽ കണ്ടതെല്ലാം വലിച്ചെറിഞ്ഞ് വീട്ടുകാരെ അസഭ്യം പറയുകയായിരുന്നു പ്രമോദ്. ആ വീട്ടിൽ ഉള്ളവരെല്ലാം അവരവരുടെ മുറിയടച്ച് അവിടെ നിന്നും അപ്രത്യക്ഷരായിരുന്നു.

ഞാൻ എന്താണ് കാര്യം എന്നു ചോദിച്ചിട്ടും പ്രമോദ് അത് കേട്ടതായി പോലും ഭാവിക്കാതെ ഒന്നും സംഭവിക്കാത്തതുപോലെ തയ്യാറായി.

ട്യൂട്ടോറിയലിലേയ്ക്ക് പോയി. പിന്നീട് ഞാൻ പീരിഡ്സ് ആകുന്ന സമയത്തൊക്കെ പ്രമോദിന്റെ ഉൻമാദഭാവപ്രകടനം പൂർവാധികം ശക്തമായി തുടർന്നു പോന്നു.

ഒരു ദിവസം ഞാനെന്റെ ചേട്ടനോട് പറഞ്ഞു അവിടെ വന്നൊന്നു നിൽക്കാൻ.രോഹിത്ചേട്ടൻ വന്നിട്ടും പ്രമോദ് ചേട്ടൻ ചോദിക്കുന്നതിന് മാത്രം ഒറ്റവാക്കിൽ മറുപടി പറഞ്ഞു:

ചേട്ടൻ എന്നോട് ചോദിച്ചു, “ഇതെന്താ സ്വന്തം വീട്ടിലും ഇങ്ങനെ? അളിയൻ നിന്നോടും ഇങ്ങനെ തന്നെയാണോ?”

ഞാൻ അതെയെന്നു തല കുലുക്കി. നിറഞ്ഞു വന്ന കണ്ണുകൾ ചേട്ടൻ കാണാതെയിരിക്കാൻ ബെഡ്റൂമിലേയ്ക്ക് പോയി.

ഭാര്യയുടെ മനസ്സ് മുഴുവനായി അറിയുന്ന പുരുഷനാവാൻ എന്നെങ്കിലും പ്രമോദിനാവുമോ? മിക്കവാറും പ്രമോദ് എന്നെ അറിയുന്നത് എന്റെ ഉടലഴകിലൂടെ മാത്രമാകും. വിവാഹം കഴിഞ്ഞ അന്നു മുതൽ പ്രമോദിനത് ആവശ്യമാണെന്നല്ല അത്യാവശ്യമാണ്. അപ്പോഴും സംസാരമില്ല. എന്റെ മനസ്സ് കാണാൻ മിനക്കെടാറുമില്ല. എല്ലാവരുടേയും നോട്ടത്തിൽ രോഹിണിക്ക് എന്തിന്റെ കുറവാണ്? അളവിലധികം

സാമ്പത്തിക ശേഷിയും. തറവാടിത്തവും ഉള്ള വീട്ടിലെ വിദ്യാസമ്പന്ന നാണ് അവളുടെ ഭർത്താവ്. രാവുകളിൽ അല്ലാതെ ഒരിക്കൽ പോലും അവളെ ഒന്നു ചേർത്തു പിടിക്കാത്ത, ഒരിക്കൽ പോലും സ്നേഹത്തോടെ അവളുടെ നെറുകയിൽ ചുംബിക്കാത്ത, ഇടയ്ക്ക് അവൾക്കൊന്നു ചായാനുള്ള തണൽമരമാകാത്ത, അവളുടെ കണ്ണിലെ ആഴങ്ങളിലേ യ്ക്കിറങ്ങി നോക്കാത്ത ഭർത്താവ്. എന്റെ ആ കണ്ണുകളുടെ ആഴത്തിൽ മാത്രമേ പ്രമോദിന്റേത് മാത്രമാകാൻ കൊതിക്കുന്ന രോഹിണിയെന്ന ഭാര്യയെ കാണാൻ നിങ്ങൾക്കാകൂ പ്രമോദ്. ഇപ്പോഴുള്ള നിങ്ങളുടെ സ്വിച്ചിട്ട പോലത്തെ പ്രകടനം കൊണ്ട് നിങ്ങളെന്റെ ശരീരത്തിന്റെ വെറും ഉടമസ്ഥൻ മാത്രം പ്രമോദ്... എന്നിലെ സ്ത്രീത്വത്തെ ഞാനെന്തു പറഞ്ഞാണ് ആശ്വസിപ്പിക്കുക??? ആരോടാണ് ഈ സങ്കടം ഒക്കെ ഒന്നു പങ്കുവയ്ക്കുക? പങ്കുവച്ചാൽ കുറയുന്നതല്ലേ സങ്കടം? എങ്ങനെ പറയും ഞാൻ? ആരോടാണ് പറയേണ്ടത്? ദീർഘനിശ്വാസത്തോടെ മുറിവിട്ടിറങ്ങി വന്നപ്പോൾ പോകാൻ തയ്യാറാകുകയായിരുന്നു രോഹിത് ചേട്ടൻ. വണ്ടിയുടെ അരികിലേയ്ക്ക് നടക്കുമ്പോൾ എന്നോടായി പറഞ്ഞു,

"അമിത സംസാരം ഇല്ല എന്നൊരു കുറവല്ലേ പ്രമോദിനുള്ളൂ. കേട്ടറിഞ്ഞിടത്തോളം അയാൾ നല്ലൊരദ്ധ്യാപകനും ആണ്. ഈ സ്വ ഭാവമൊക്കെ ഒരു കുട്ടിയൊക്കെ ആകുമ്പോൾ മാറും രോഹിണി. നിന്റെ ഭർത്താവിനെ ഒരിക്കൽ പോലും കുറ്റപ്പെടുത്താത്ത അയാളുടെ മൗനം പോലും മനസ്സിലാക്കാൻ കഴിയുന്ന തരത്തിലുള്ള പ്രമോദിനോടുള്ള നിന്റെ സ്നേഹമാണ് മോളേ നിന്റെ ജീവിതവിജയം. സന്തോഷമായി ട്ടിരിക്കൂ."

ഞാൻ ഗർഭിണിയാണെന്നറിഞ്ഞിട്ടും പ്രമോദിന് വലിയ ഭാവഭേദം ഒന്നുമില്ല. വീട്ടിൽ എല്ലാവർക്കും വലിയ സന്തോഷമായിരുന്നു. പിന്നീടു ള്ള ദിവസങ്ങളിൽ പ്രമോദിന്റെ ഇംഗിതത്തിന് വഴങ്ങാതിരുന്നപ്പോൾ എല്ലാ ദിവസവും രാവിലെ പ്രമോദിന്റെ ആക്രോശവും, ഉൻമാദ ഭാവ ത്തോടെയുള്ള സാധനങ്ങൾ വലിച്ചെറിയലും തുടർന്നുകൊണ്ടിരുന്നു.

പിന്നീട് ഞാനെന്റെ വീട്ടിൽ പോയി നിന്നു. കുഞ്ഞ് ജനിച്ചപ്പോൾ ആണ് പ്രമോദ് കാണാൻ വന്നത്. ഒന്നും മിണ്ടാതെ കുട്ടിയെ നോക്കി നിന്ന ശേഷം പോയി. പ്രമോദിന്റെ അഭാവം എനിക്കൊഴികെ മറ്റാർ ക്കും തോന്നലുകൾ ഉണ്ടാകാത്ത വിധത്തിൽ പ്രമോദിന്റെ വീട്ടുകാർ നന്നായി സഹകരിച്ചു.ഓരോ ചെറിയ ആവശ്യങ്ങൾക്കുപോലും പണം ചിലവഴിച്ചു.

വേദമോൾക്ക് മൂന്നുമാസം ആയപ്പോഴാണ് ഞാൻ പ്രമോദിന്റെ

വീട്ടിലേയ്ക്ക് വന്നത്. പ്രമോദ് പഴയ രീതിയിൽ നിന്നും ഒട്ടും വ്യതിചലിച്ചിട്ടുണ്ടായിരുന്നില്ല. ഒരു ദിവസം കുഞ്ഞിനെ ഉറക്കി കിടത്തിയിട്ട് കുളിക്കാൻ പോയ ഞാൻ തിരികെ വന്നപ്പോൾ കണ്ടത് പ്രമോദ് കുഞ്ഞിന്റെ കാലുകൾ അകത്തി ജനനേന്ദ്രിയത്തിൽ നാവു കൊണ്ട്...

അതു കണ്ട് വിവേചിച്ചറിയാനാകാത്ത വികാര വിക്ഷോഭത്താൽ അലറി കൊണ്ട് പ്രമോദിനെ തള്ളി മാറ്റി വേഗം കുഞ്ഞിനെയെടുത്തപ്പോൾ പ്രമോദ് മുറിവിട്ടിറങ്ങിപ്പോയി. ഇനി ഇവിടെ നിന്നാൽ ശരിയാവില്ല എന്നറിയാവുന്ന ഞാൻ കുഞ്ഞിനെയുമെടുത്ത് എന്റെ വീട്ടിലേയ്ക്ക് പോന്നു. എല്ലാ പടിയിറക്കങ്ങളും വേദനയുടേതല്ല. ചില പടിയിറക്കങ്ങളിൽ നിന്നാണ് നമ്മൾ നമ്മളാവുന്നത്.

എന്റെ വീട്ടുകാർ പ്രമോദിന്റെ വീട്ടുകാരോട് ചോദിച്ചപ്പോൾ അവർ പറഞ്ഞു. ചെറുപ്പത്തിലേ പ്രമോദിന്റെ വൈകൃതങ്ങൾക്കും, ദേഷ്യസ്വഭാവത്തിനും രഹസ്യമായി ചികിത്സ നൽകിയിരുന്നു. പിന്നീട് ഇടയ്ക്കൊക്കെയുള്ള നിയന്ത്രണാതീതമായ ദേഷ്യപ്പെടൽ മാത്രമേ ഉണ്ടായിരുന്നുള്ളൂ. അത് വിവാഹം കഴിഞ്ഞാൽ മാറും എന്നു കരുതിയത്രേ. അതിന് രോഹിണിക്ക് കുഴപ്പം ഒന്നുമില്ലല്ലോ. അവളുടെ നേരെ ഒരിക്കൽ പോലും അവൻ ദേഷ്യപ്പെട്ടിട്ടില്ല. അവൾക്കിവിടെ എന്തിന്റെ കുറവാണുള്ളത്? ഉണ്ണാനില്ലേ? ഉടുക്കാനില്ലേ?ഞങ്ങളൊക്കെ എത്ര സ്നേഹമായിട്ടാണ് അവളോട് പെരുമാറിയിരുന്നത്. ഇവിടെയുള്ളവരേക്കാൾ പഠിപ്പ് കൂടിപ്പോയതിന്റെ അഹങ്കാരമാണവൾക്ക്.

പഠിപ്പ് കൂടിയതിന്റെ അഹങ്കാരമാണത്രേ?തനിക്ക് ലഭിക്കാത്തത് മറ്റുള്ളവർക്ക് ലഭിക്കുമ്പോൾ തോന്നുന്ന വേദന അസൂയയായി പരിണമിച്ച വാക്കുകൾ ആയാണ് എനിക്കത് തോന്നിയത്. നമ്മെ മനസ്സിലാക്കാൻ കഴിയാത്തവർക്ക് മുൻപിൽ നാം എത്ര മനസ്സ് തുറന്നിട്ടും കാര്യമില്ല. അവരുടെ ശരികളായിരിക്കും അവർക്ക് എന്നും ശരി. നാം എന്നും അവരുടെ മുൻപിൽ തെറ്റുകാരായിരിക്കും.

എന്റെ കൈയ്യിൽ തെളിവുകൾ ഒന്നും ഇല്ല.പ്രമോദ് എന്നെ ദ്രോഹിച്ചതായിട്ടോ, കുഞ്ഞിനോട് കാണിച്ചതിനോ ഒന്നിനും. ഞാൻ പറഞ്ഞാലും ആരും വിശ്വസിക്കില്ല. മിണ്ടാപ്രാണി, സത്സ്വഭാവി എന്ന പരിവേഷമാണല്ലോ പ്രമോദിന്... കൂടാതെ സർവ്വസമ്മതനായ അദ്ധ്യാപകൻ കൂടിയാണല്ലോ അയാൾ. അവർ എന്നേക്കാൾ മുൻപേ ചിന്തിച്ച് നാട്ടുകാരോടും ബന്ധുക്കളോടും പറഞ്ഞു എനിയ്ക്ക് മറ്റെന്തൊക്കെയോ പ്രശ്നങ്ങൾ ആണെന്ന്. ആരും എന്നോട് പ്രശ്നം എന്താണെന്ന് ചോദിക്കാൻ ശ്രമിച്ചില്ല. അതും എന്റെ ഭർത്തൃവീട്ടുകാരുടെ വലിയവിജയം ആയി മാറി.

കുറേനാൾ വീട്ടിൽ നിന്നപ്പോൾ ആങ്ങളമാരുടെ ഭാര്യമാർക്കും അസ്വാരസ്യങ്ങൾ തുടങ്ങി. "നിന്നോടുള്ള സ്നേഹം കൊണ്ട് പറയുവാ രോഹിണി പതറി വീഴാനുള്ളതല്ല പൊരുതി നേടാനുള്ളതാണ് ജീവിതം. വേദയുടെ ഭാവിയെകരുതിയെങ്കിലും എല്ലാത്തിലും സമരസപ്പെട്ട് പ്രമോദിന്റെയടുത്തേയ്ക്ക് നീ തിരിച്ചു പോകണം" എന്ന രീതിയിലുള്ള അഭിപ്രായ പ്രകടനങ്ങളും, ഒളിഞ്ഞും തെളിഞ്ഞും ഉള്ള കുത്തുവാക്കുകളും അനിഷ്ടത്തിന്റെ ചേഷ്ടകളും. അയാളുടെയടുത്തേയ്ക്ക് പോയാൽ വേദയുടെ ഭാവി എന്താകുമെന്ന് വ്യക്തമായി അറിയാവുന്ന ഇവരൊക്കെത്തന്നെ എന്നോട് അയാളുടെ അടുത്തേയ്ക്ക് തിരികെ പോകാൻ പറയുന്നോ? ഞെട്ടലായിരുന്നു എനിയ്ക്ക്... പൂവിൽ തേനുണ്ടെന്ന് കരുതി കായ മധുരിക്കണമെന്നില്ല. അതുപോലെയാണ് വാക്കുകളിൽ സ്നേഹമുണ്ടെന്ന് നടിക്കുന്ന ചില മനുഷ്യരും എന്ന് ഞാൻ തിരിച്ചറിയുകയായിരുന്നു...

കേസ് തെളിവില്ലാതെ തള്ളിപ്പോകും എന്നറിയാമായിരുന്നു. പ്രമോദ് ജീവിച്ചിരിക്കുന്നിടത്തോളം അയാളും, വീട്ടുകാരും എന്നെ സ്വതന്ത്രയാകാൻ അനുവദിക്കില്ല. എന്തായാലും കുഞ്ഞിനെ ആരുടേയും ആശ്രയമില്ലാതെ വളർത്തിയെടുക്കണം. ഞാൻ പഠിച്ച കോളേജിൽ തന്നെ അസിസ്റ്റന്റ് പ്രൊഫസറായി ജോലി കിട്ടിയിട്ടും അത് വേണ്ട എന്നു തീരുമാനിച്ചു.

ഇൻഡോറിലെ ഒരു കോളേജിൽ ജോലി ശരിയായിട്ടുണ്ട്. ആരേയും പരിചയമില്ലാത്ത കുറ്റപ്പെടുത്തലുകളും ചോദ്യശരങ്ങളും ഇല്ലാത്ത അവിടേയ്ക്ക് കുഞ്ഞിനേയും കൊണ്ട് പോകണം എന്ന തീരുമാനത്തോടെ അവിടെയിരുന്ന് തന്നെ ടിക്കറ്റ് ബുക്ക് ചെയ്തു. അടുത്ത തിങ്കളാഴ്ച ജോയിൻ ചെയ്യണം എന്ന ചിന്തയോടെ എഴുന്നേറ്റു.

വണ്ടിയോടിച്ച് വീട്ടിലേയ്ക്ക് പോകുമ്പോഴും മനസ്സിന് അതുവരെയില്ലാത്ത ലാഘവത്വം ആയിരുന്നു. എല്ലാവർക്കും പ്രിയപ്പെട്ടതാവാൻ കഴിയില്ല. എല്ലാം തികഞ്ഞവരാവാൻ കഴിയില്ല. പക്ഷേ ഒന്നുണ്ട് അവനവന്റെ പരിമിതികൾ തിരിച്ചറിഞ്ഞ് മറ്റുള്ളവരെ ബുദ്ധിമുട്ടിക്കാതെ അവരെ മനസ്സിലാക്കി അർഹതയില്ലാത്തിടത്ത് കോമാളിയായി തുടരുന്നതിലും ഭേദം ഇറങ്ങിപ്പോകുന്നതാണ്...

ആൺ മക്കളുടേയും ഭാര്യമാരുടേയും ഔദാര്യത്തിൽ കഴിയുന്നതു കൊണ്ട് എന്റെ കാര്യത്തിൽ ഒരു ഉറച്ച തീരുമാനം പറയാനാവാതെ നിസ്സഹായരായി നിൽക്കുന്ന എന്റെ മാതാപിതാക്കളുടെ ദയനീയമുഖങ്ങൾ കണ്ടു കൊണ്ട് വേണ്ടപ്പെട്ടവരെന്നു കരുതിയിരുന്നവർ ദുർമുഖത്തോടെ ഇറക്കിവിടുന്നിടത്തോളം വേദന തോന്നില്ലല്ലോ ഞാൻ സ്വയം

ഇറങ്ങിപ്പോകുമ്പോൾ?

അവഗണിക്കപ്പെടുന്നതിൽ നിന്നും, അപമാനിക്കപ്പെടുന്നതിൽ നിന്നും എടുക്കുന്ന തീരുമാനങ്ങൾക്ക് ഒരിക്കലുമില്ലാത്ത മൈലേജായിരിക്കും... പിന്നീട് ആ അവസ്ഥ വരാൻ ഒരാളും സ്വമനസ്സാലെ ആഗ്രഹിക്കില്ല.ചിലതൊക്കെ വേദനിപ്പിക്കുന്നത് മാത്രമല്ല ഓർമ്മകളാവുന്നതും ഭാരമാണ്. ഇന്നലെയിൽ എനിക്കിപ്പോൾ നിരാശയില്ല. നാളെയിൽ വലിയ പ്രതീക്ഷയും വയ്ക്കാതെ ജീവിതം കൊണ്ടു പോകുന്ന താളത്തിനൊത്ത് സങ്കടമായാലും സന്തോഷമായാലും ഞാനും പോകുകയാണ് എന്റെയും കുഞ്ഞിന്റെയും മാത്രമായ പുതിയ ഒരു ജീവിതത്തിലേയ്ക്ക്...

എത്തിച്ചേരാൻ കഴിയാതെ തോറ്റ പോകുമെന്ന് ലോകം മുഴുവനും ഏറ്റുപറഞ്ഞാലും എത്തുമെന്നുറപ്പിച്ച് ചില ദൂരങ്ങളിലേയ്ക്ക് തളരാതെ ലക്ഷ്യത്തിലെത്തി പുഞ്ചിരിച്ചവരുടെ വാശിയുടെ പേരാണ് ആത്മവിശ്വാസം.

ആ ആത്മവിശ്വാസത്തോടെ തന്നെ ഞാനും കുഞ്ഞിനെയും എടുത്ത് എന്റെ മാതാപിതാക്കളുടെ കാൽതൊട്ടു വണങ്ങിയപ്പോൾ അച്ഛൻ പറഞ്ഞു.

“മോളേ എപ്പോഴും ഒരു നല്ല വ്യക്തിയായിരിക്കുക. അത് മറ്റുള്ളവരെ ധരിപ്പിക്കണമെന്നില്ല. മനസ്സിൽ നൻമയുള്ളവർ നിന്നെ തിരിച്ചറിയും. വ്യക്തിത്വം മറ്റുള്ളവരെ ധരിപ്പിക്കാൻ ശ്രമിക്കുമ്പോൾ അത് അഭിനയമായി മാറും.”

“ശരിയച്ഛാ.”

കുഞ്ഞിന്റെ തലയിൽ തഴുകി വിതുമ്പാൻ തുടങ്ങുന്ന അച്ഛന്റെ വിറയാർന്ന ചുണ്ടുകളേയും,നിറഞ്ഞു തുളുമ്പുന്ന അമ്മയുടെ കണ്ണുകളെയും അവഗണിച്ച് പൊട്ടി വന്ന വിതുമ്പലടക്കി ഞാനിറങ്ങി നടന്നു. ടാക്സിയിൽ എയർപോർട്ടിലേയ്ക്ക്. അവിടെ നിന്നു ഇൻഡോറിലേയ്ക്ക്...

അന്നുമൊരു അഷ്ടമിരോഹിണി ദിനമായിരുന്നു.

ഏകയായി സഞ്ചരിച്ചു തുടങ്ങിയപ്പോഴാണ് ഞാനറിഞ്ഞത് എന്നിലുണ്ടായിരുന്ന ഭയം അത് ഞാൻ തന്നെ സൃഷ്ടിച്ചെടുത്തതാണെന്ന്. വർഷങ്ങൾക്കിപ്പുറമുള്ള ഇന്ന് വേദയെ ഹയർ സ്റ്റഡീസിന് വേണ്ടി മെൽബണിലേയ്ക്ക് യാത്രയാക്കുമ്പോഴും അച്ഛൻ പറഞ്ഞു തന്ന അതേ വാചകങ്ങൾ തന്നെയാണ് ഞാനവൾക്കും പറഞ്ഞു കൊടുത്തത്. ആദ്യമായി വേദയെ പിരിയുകയാണ്. ആ വിഷമം ഉള്ളിലടക്കി വീട്ടിലേയ്ക്ക് പോകാതെ ഒരാശ്വാസത്തിനായി സ്ഥിരമായി പോകാറുള്ള

ആശ്രമത്തിലേയ്ക്ക് വണ്ടി തിരിച്ച് പ്രവേശിച്ചതും....

ശ്രമം വിജയത്തിലേയ്ക്കും, ശ്രദ്ധ പൂർണതയിലേയ്ക്കും, ക്ഷമ ഉന്നതിയിലേയ്ക്കും നമ്മെ നയിക്കും എന്ന ആപ്തവാക്യം കേട്ടു. ആശ്രമത്തിന്റെ ഉറസ്സായ സ്ഥലത്ത് ശ്രീകൃഷ്ണ വേഷം കെട്ടിയ കുട്ടികളേയും, ശ്രീകൃഷ്ണന് ജയ് വിളിച്ച് ഉറിയടിക്കുന്ന അന്തേവാസികളെയും കണ്ടു. അപ്പോഴാണ് ഓർത്തത് ഇന്നും അഷ്ടമിരോഹിണിയാണല്ലോ എന്ന്.

ചാക്രികം

വണ്ടിയിൽ ഉള്ള വിദ്യ മോളെ നോക്കി. അവൾ കണ്ണടച്ച് ചാരിക്കിടക്കുകയാണ്. ഉറക്കമാണോ എന്നറിയില്ല. ശല്യപ്പെടുത്തേണ്ട. അവളുടെ ഒന്നേകാൽ വയസ്സുള്ള കുഞ്ഞും എന്റെ കൈയ്യിലിരുന്നുറക്കമാണ്. പുറത്തേയ്ക്ക് നോക്കിയിരുന്നു. ആർത്തലച്ച് പെയ്തിരുന്ന മഴ ഇപ്പോൾ ശാന്തമായി. എന്നാലും ചന്നംപിന്നം ചാറുന്നുണ്ട്. മഴയുടെ നേർത്ത രാഗം പോലെ, പെയ്തു തീർന്നിട്ടും ബാക്കി നിൽക്കുന്ന മേഘങ്ങൾ പോലെ ചില ഓർമ്മകൾ എന്നും നമ്മുടെ കൂടെയുണ്ടാവും. വീണ്ടും വീണ്ടും ഓർത്തെടുക്കാൻ.

ജയമണി എന്നാണ് പേരെങ്കിലും വിധി വിളയാട്ടത്തിലൂടെ പരാജയമണിയാകുകയായിരുന്നു ഞാനെന്നും. എനിയ്ക്ക് ഒന്നര വയസ്സുള്ളപ്പോൾ അച്ഛൻ മരിച്ചു. അമ്മയും ഞാനും അമ്മവീട്ടിൽ അമ്മാവന്റെ കൂടെ ആയിരുന്നു. അമ്മാവൻമാരുടെ കൂടെ കഴിയുമ്പോൾ അനുഭവിക്കേണ്ട എല്ലാ വിഷമതകളും അറിഞ്ഞു തന്നെയാണ് ഞാനും വളർന്നത്. അമ്മായിക്ക് എന്റെ അമ്മ നാത്തൂൻ എന്നതിലുപരി വെറും അടുക്കളക്കാരി മാത്രമായിരുന്നു. അതറിഞ്ഞു തുടങ്ങിയ സമയം മുതൽ മനസ്സിൽ കരുതിയതാണ് നന്നായി പഠിച്ച് ജോലി വാങ്ങി സ്വന്തം കാലിൽ നിന്ന് അമ്മയെ ഈ കഷ്ടപ്പാടുകളിൽ നിന്ന് മോചിപ്പിക്കണം എന്ന്.

എം.എ കഴിഞ്ഞ് ജേർണലിസത്തിന് കിട്ടി എന്ന് പറഞ്ഞപ്പോൾ അമ്മായിയും, മക്കളും ചിരിച്ചു. എനിയ്ക്ക് ചുറ്റുമുള്ള ചിരികളൊന്നും പരിഗണിക്കപ്പെടലിന്റേതല്ല, പറ്റിക്കപ്പെടലിന്റേയും, പരിഹാസത്തിന്റേതും ആണെന്നെനിക്കറിയാമായിരുന്നു.

ജേർണലിസം പാസ്സായി കോട്ടയത്തുള്ള 'ജ്യോതിർഗമയ' എന്ന ആനുകാലിക സ്ഥാപനത്തിൽ ജോലി കിട്ടി. അമ്മയോട് അവിടെ നിന്നും മാറുന്ന കാര്യം പറഞ്ഞപ്പോൾ,

"വേണ്ട മോളേ അത് നന്ദി കേടാവും, നിന്റെ വിവാഹം കഴിയുമ്പോൾ നോക്കാം. ഒന്നുമില്ലെങ്കിലും നമ്മൾ അമ്മാവനെ ഓർക്കണമല്ലോ."

"എത്ര കാലമായി അമ്മയുടെ അടുക്കളയിലും പറമ്പിലും ആയുള്ള കഷ്ടപ്പാട്......ഇനിയെങ്കിലും അതിനൊരു മാറ്റം വേണ്ടേ അമ്മേ?"

"ഇതുമില്ലെങ്കിൽ ഞാനെന്തു ചെയ്യുമായിരുന്നു? ഈ പണികളും, നീയും ആണ് എന്റെ ജീവിതം തന്നെ മുന്നോട്ടു നയിക്കുന്നത്. അതുകൊണ്ട് ഇതൊന്നും എനിക്കൊരു കഷ്ടപ്പാടേ അല്ല." എന്നമ്മ പുഞ്ചിരിച്ചു കൊണ്ടു പറഞ്ഞപ്പോൾ എപ്പോഴും എന്നതുപോലെ പുഞ്ചിരി യാൽ വഴി മാറ്റപ്പെടുന്ന എന്റെ അമ്മയെന്ന ആ സ്നേഹസാമീപ്യത്തോട് ഞാനെതിരൊന്നും പറഞ്ഞില്ല.

മാസികയുടെ എഡിറ്റർ ആയിരുന്നു രവീന്ദ്രൻ സാർ. അദ്ദേഹം പലപ്പോഴും എന്നെ ഞാനറിയാതെ ശ്രദ്ധിക്കുന്നത് ഞാനറിഞ്ഞു. എന്റെ വിവരങ്ങൾ ഒക്കെ ചോദിച്ചു മനസ്സിലാക്കി സമയം കിട്ടുമ്പോഴൊക്കെ എന്നോട് സംസാരിക്കാൻ താൽപ്പര്യപ്പെട്ടു. മെല്ലെ മെല്ലെ ഞാനും അതുവരെ അറിയാത്ത മനസ്സിന്റെ ഏറ്റവും സുഖദമായ പ്രണയം എന്ന മേഖലയിലേയ്ക്ക് വഴുതിവീണു. ആത്മാർത്ഥ പ്രണയം ഒരു ഭാഗ്യമാണ്. ചുരുക്കം ചിലർക്ക് മാത്രം കിട്ടുന്ന അപൂർവ്വഭാഗ്യം.

അദ്ദേഹം അമ്മാവനുമായി വിവാഹമാലോചിക്കാൻ വീട്ടിൽ വന്നു. അദ്ദേഹത്തിനും അച്ഛനുമമ്മയും ഇല്ല. അമ്മാവനാണ് വളർത്തിയത്. അമ്മാവൻമാർ തമ്മിൽ സംസാരിച്ചു. നാൾ നോക്കിയിട്ട് പറയാം എന്ന് അദ്ദേഹത്തിന്റെ ശ്രീധരൻമാമൻ പറഞ്ഞു. നാൾ നോക്കിയപ്പോൾ ചേരില്ല. എനിയ്ക്ക് ചൊവ്വാ ദോഷം ഉണ്ട്. ചൊവ്വാദോഷം ഉള്ള പെണ്ണിന് അതേ ദോഷം തന്നെയുള്ള ചെറുക്കൻ തന്നെയാവണമെന്ന്.

അദ്ദേഹം അപ്പോൾ ശ്രീധരൻ മാമനോട് ചോദിച്ചത്രേ "മാമാ ഇഷ്ട മില്ലാത്ത, മനസ്സിന് തൃപ്തിയില്ലാത്ത ഒരാളുമായി ജീവിതകാലം മുഴുവൻ ജീവിച്ചെന്നു വരുത്തുന്നതിലും നല്ലതല്ലേ മനസ്സിനിഷ്ടപ്പെട്ട ഒരാളുമായി കുറച്ചു കാലമെങ്കിലും അർദ്ധനാരീശ്വരൻമാരെപ്പോലെ ജീവിക്കുന്നത്?"

പിന്നീട് ശ്രീധരൻ മാമൻ എതിർപ്പ് ഒന്നും പറഞ്ഞില്ല. എന്റെ വീട്ടിൽ അമ്മയ്ക്കൊഴികെ ആർക്കും എതിർപ്പില്ലായിരുന്നു. അമ്മ എന്നെ ഉപദേശി ച്ചു നോക്കി. അമ്മയെ കണ്ടിട്ട് പുരോഗമനചിന്താഗതിക്കാരനായിരുന്ന

അച്ഛനും നാള് ചേരാതിരുന്നപ്പോൾ ഇതേ നിലപാടായിരുന്നത്രേ. മനപ്പൊരുത്തത്തേക്കാൾ വലിയ പൊരുത്തമില്ല എന്നതായിരുന്നു അച്ഛന്റേയും അഭിപ്രായം. അകാലത്തിൽ ആ ജീവൻ പൊലിഞ്ഞു.

എനിയ്ക്കും ആദ്യമായി പ്രണയിച്ച പുരുഷനെ മറക്കാനാവില്ലായിരുന്നു. ഒന്നുകിൽ രവീന്ദ്രൻ സാറുമായുള്ള വിവാഹം, അല്ലെങ്കിൽ ജീവിതത്തിൽ അവിവാഹിതയായി കാലം കഴിച്ചോളാം എന്നുള്ള നിലപാടിലായിരുന്നു ഞാനും.

കോട്ടയത്തെ തിരുനക്കര ക്ഷേത്രത്തിൽ വച്ചായിരുന്നു വിവാഹം. ഓഫീസിനടുത്തു തന്നെ ഒരു വീട് വാടകയ്ക്കെടുത്ത് ഞങ്ങൾ അവിടേയ്ക്ക് മാറി. കൂടെ അമ്മയും. അമ്മയുടെ മുഖത്ത് അതുവരെ കാണാതിരുന്ന ആനന്ദം കളിയാടുന്നത് കണ്ട് എന്റെ മനം കുളിർന്നു. അദ്ദേഹത്തിനും അമ്മ സ്വന്തം അമ്മ തന്നെയായിരുന്നു. സ്വർഗ്ഗീയ സുന്ദര ജീവിതം എന്നൊക്കെ പറയില്ലേ അതായിരുന്നു ഞങ്ങളുടെ ജീവിതം. ഒരേമനസ്സോടെ പരസ്പരം മനസ്സിലാക്കിയുള്ള ജീവിതം. ഞങ്ങൾക്കിടയിലേയ്ക്ക് ഒരു മകൾ വന്നു, വിദ്യ. കുഞ്ഞായി കഴിഞ്ഞപ്പോൾ രവിസാറ് (ഞാനങ്ങിനെ തന്നെയാണ് ഇപ്പോഴും വിളിക്കുന്നത്) പത്ത് സെന്റ് സ്ഥലം വാങ്ങി വീട് വച്ചു. ഞങ്ങൾ അങ്ങോട്ട് മാറി.

മോൾക്ക് അഞ്ച് വയസ്സായപ്പോൾ ഒരാൺകുഞ്ഞ് കൂടി പിറന്നു. ഉണ്ണി. കുഞ്ഞിന് പത്തുമാസം തികയുന്ന ഞായറാഴ്ച എല്ലാവരും കൂടി പുറത്തുപോയി. ഭക്ഷണവും കഴിച്ച ശേഷം അമ്മുമ്മയ്ക്കും മക്കൾക്കും സെറ്റുമുണ്ടും ഉടുപ്പും ഒക്കെ വാങ്ങി. എനിയ്ക്ക് അദ്ദേഹം തന്നെ ഒരു സാരി തിരഞ്ഞെടുത്തു.

പിറ്റേ ദിവസം ഓഫീസിൽ പോകാൻ ഒരുങ്ങാതിരിക്കുന്നതു കണ്ടപ്പോൾ ഞാൻ ചോദിച്ചു.

"എന്താ എന്തു പറ്റി വരുന്നില്ലേ?"

"ഞാനിന്നില്ല, വയറിനെന്തോ വല്ലാത്ത അസ്വസ്ഥത."

"എന്നാൽ ഞാനും പോകുന്നില്ല. വാ നമുക്ക് ഹോസ്പിറ്റലിൽ പോകാം."

"അത്രയ്ക്കൊന്നുമില്ല. കുറച്ച് ജീരകവെള്ളം കുടിച്ച് റസ്റ്റെടുത്താൽ മാറും അസിഡിറ്റിയുടേതാണ്."

ഞാൻ വേഗം ജീരകവെള്ളം കൊടുത്തു. അപ്പോൾ എന്നോട് പറഞ്ഞു,

"നീ ഇന്നലെ വാങ്ങിയ സാരി ഉടുക്ക്"

"ബ്ലൗസ് തയ്പിച്ചിട്ട് ഇടാം."

"പറ്റില്ല. നീയാ കറുപ്പ് ബ്ലൗസുമായിട്ടുടുക്ക്. എനിയ്ക്ക് ഇന്ന് നീയാ സാരിയുടുത്ത് കാണണം."

ഞാനാ സാരിയുടുത്ത് വന്നപ്പോൾ നന്നായിട്ടുണ്ടെന്ന് പറഞ്ഞ് എന്നെ ചേർത്തുപിടിച്ച് നെറ്റിയിൽ ഉമ്മവച്ചു. വിടാൻ ഭാവമില്ല എന്നു കണ്ടപ്പോൾ ഇനി ഞാൻ നിന്നാൽ ശരിയാവില്ല എന്നു ചിരിയോടെ പറഞ്ഞ് നിർബന്ധപൂർവ്വം അദ്ദേഹത്തിന്റെ പിടി വിടുവിച്ച് വേഗം ഓഫീസിലേയ്ക്കിറങ്ങി.

ഉച്ചയ്ക്ക് വിളിച്ച് ചോദിച്ചപ്പോഴും ഉറക്കമാണെന്നാണ് അമ്മ പറഞ്ഞത്. അമ്മ ഒന്നു വിളിക്കൂ ഞാനൊന്നു സംസാരിക്കട്ടെ എന്നു പറഞ്ഞപ്പോൾ അമ്മ വിളിച്ചു. അനക്കമുണ്ടായിരുന്നില്ല. സൈലന്റ് അറ്റാക്കായിരുന്നു. എന്നെ സ്നേഹിച്ച് സ്നേഹിച്ച് കൊതിപ്പിച്ച് അദ്ദേഹം പോയി. അഗാധ ഗർത്തത്തിലേയ്ക്ക് വീണ അവസ്ഥയിലായിരുന്നു ഞാൻ.

രവിസാർ മരിച്ചു വീണത് എന്റെ മനസ്സിലേയ്ക്കാണ്. മനസ്സുകൊണ്ട് ഞാനദ്ദേഹത്തോടൊപ്പം ജീവിച്ചു. അദ്ദേഹത്തെ ചുംബിച്ചു, ആലിംഗനം ചെയ്തു, അപ്പോൾ എനിയ്ക്ക് തോന്നും സാറെന്റെ കൂടെയുണ്ടെന്ന് പറയുന്നതായി. കൂടെയുണ്ട് എന്ന് പറയുന്ന വാക്കിനേക്കാൾ മനോഹരമായ വാക്കില്ല എന്ന് എനിയ്ക്ക് തോന്നി. ആ വാക്ക് നല്ലൊരു ബലമാണ് സുഖത്തിലും, ദുഃഖത്തിലും, വേദനയിലും, സന്തോഷത്തിലും, എല്ലാം.

ആ ബലത്തിൽ ഞാൻ മക്കൾക്കും അമ്മയ്ക്കും വേണ്ടി ജീവിച്ചു.

ഉണ്ണിയ്ക്ക് നാലുവയസ്സായപ്പോൾ നഴ്സറിയിൽ ചേർത്തു. അന്ന് ക്രിസ്തുമസ് സെലിബ്രേഷൻ ആയിരുന്നു. അമ്മ തിരികെ വിളിച്ചു കൊണ്ടു വരുമ്പോൾ കുഞ്ഞ് അമ്മയുടെ കൈ വിടുവിച്ച് ഓടി. ഒരു സ്കൂട്ടർ വന്നിടിച്ചു. പുറമേ മുറിവുകൾ ഒന്നുമില്ലായിരുന്നു. ആശുപത്രിയിൽ എത്തിക്കുന്നതിന് മുൻപേ ഉണ്ണിയും പോയി... അച്ഛന്റെയടുത്തേയ്ക്ക്.

പിന്നെ വിദ്യയ്ക്കും അമ്മയ്ക്കും വേണ്ടി പിടിച്ചു നിന്നു.

മോൾക്ക് M.B.A കഴിഞ്ഞപ്പോൾ കുറച്ചകലെയുള്ള ഒരു ബാങ്കിൽ അസിസ്റ്റന്റ് മാനേജരായി നിയമനം കിട്ടി.

ഒരു ദിവസം ഞാനും മോളും ആയി അലമാരിയൊക്കെ അടുക്കിപ്പെറുക്കി വയ്ക്കുമ്പോഴാണ് സാറിന്റെ ഷർട്ടുകളുടെ ഇടയിലായി വച്ചിരിക്കുന്ന സാരിയും ബ്ലൗസും കാണിച്ചിട്ട് മോൾ ചോദിച്ചത് ഇതേതാമ്മേ ഈ സാരി? അമ്മ ഇതുടുത്ത് കണ്ടിട്ടേ ഇല്ലല്ലോ? എന്താ ഇത് അച്ഛന്റെ വസ്ത്രത്തിനൊപ്പം വച്ചിരിക്കുന്നത്?"

"ഇതമ്മയ്ക്ക് അച്ഛൻ അവസാനം എടുത്തു തന്ന സാരിയാണ്, അതിന്റെ ബ്ലൗസ്സ് അമ്മ തയ്പ്പിച്ച് വച്ചിട്ടുണ്ട്. ഇപ്പോൾ അമ്മയ്ക്കിത് പാകമാകുമോ എന്നറിയില്ല. എന്നാലും അമ്മ ഈ ലോകത്തു നിന്നും യാത്രയാവുന്ന ദിവസം മോളിതെന്നെ അണിയിക്കണം. ഇതുടുത്തു കൊണ്ടു വേണം അമ്മയ്ക്ക് അച്ഛന്റെയടുത്തേയ്ക്ക് പോകുവാൻ."

അവളുടെ നിറഞ്ഞ കണ്ണുകൾ കണ്ടില്ലെന്നു നടിച്ചു.

വിദ്യ ജോലി ചെയ്തിരുന്ന ബാങ്കിലെ തന്നെ മാനേജരുമായി മോൾ ഇഷ്ടത്തിലായി. ഫെലിക്സ് എന്നായിരുന്നു പേര്. മോളേപ്പോലെ തന്നെ അയാളും നിരീശ്വരവാദിയായിരുന്നു.

വിദ്യ എപ്പോഴും എന്നോടും അമ്മയോടും ചോദിക്കുമായിരുന്നു, "അമ്മയ്ക്കും, അമ്മുമ്മയ്ക്കും ഈ ദുരനുഭവങ്ങളൊക്കെ തന്നിട്ടും പോരാതെ നമ്മുടെ ഉണ്ണിക്കുട്ടനേയും കൊണ്ടുപോയില്ലേ?എന്നിട്ടും എന്തിനാ ഇനിയും എപ്പോഴും ഇങ്ങനെ ദൈവങ്ങളെ വിളിക്കുന്നത്?" എന്ന്.

ഫെലിക്സിന്റെ വീട്ടിൽ എതിർപ്പായിരുന്നു. ആരും തുണയില്ലാത്തവർ എന്ന് പറഞ്ഞപ്പോൾ

"ആരോരും തുണയില്ലാത്തവർക്കിടയിലേയ്ക്ക് എല്ലാമെല്ലാമായി കടന്നു ചെല്ലുക എന്നതാണ് ഒരു മനുഷ്യൻ അവന്റെ ആയുസ്സിൽ ചെയ്യുന്ന ഏറ്റവും നല്ല കാര്യം," എന്നു പറഞ്ഞ് ഫെലിക്സ് വീട്ടുകാരുടെ വായടച്ചപ്പോൾ... വിവാഹത്തിന് അവർ സമ്മതിക്കണമെങ്കിൽ വിദ്യ മതം മാറണം എന്ന് പറഞ്ഞു. തയ്യാറാണെന്ന് മോൾ പറഞ്ഞിട്ടും ഫെലിക്സ് സമ്മതിച്ചില്ല.

"ആത്മാർത്ഥ സ്നേഹത്തിന് സ്നേഹം എന്ന ഒരു മതവും ആണും പെണ്ണും എന്ന രണ്ടു ജാതിയുമേ ഉള്ളൂ. അതിന് വേണ്ടി നിന്റെ അസ്തിത്വവും, വ്യക്തിത്വവും ഇല്ലാതക്കേണ്ട. ലൈഫ് എന്ന ടാസ്കിൽ പ്രതിസന്ധികൾ വന്നാൽ അതിൽ നിന്നും ഹാപ്പിനെസ്സ് കണ്ടെത്തി മുന്നോട്ട് പോകാൻ ശ്രമിക്കണം, ജാതി ഏതെന്നു ചോദിച്ചാൽ അത് പറമ്പിലെ ഒരു മരമല്ലേ എന്നു ചോദിക്കുന്ന ഒരു തലമുറയുണ്ടായാലേ ലോകം നന്നാവൂ. വെളിച്ചമുള്ളിടത്ത് നിൽക്കാൻ ആർക്കും കഴിയും. നിൽക്കുന്നിടത്ത് വെളിച്ചം പകരാൻ ഉള്ളിൽ ജ്വാലയുള്ളവർക്കേ കഴിയൂ. മറ്റുള്ളവർക്ക് മാതൃക കാട്ടി വെളിച്ചം പകരുമ്പോൾ ആണ് ജീവിതം ധന്യമാകുന്നത്. അതു കൊണ്ട് നമുക്ക് ലഭിച്ച ധന്യതയിൽ ഈ ജീവിതം മനോഹരമാക്കാം വിദ്യേ."

അങ്ങനെ സ്പെഷ്യൽ മാര്യേജ് ആക്ട് പ്രകാരം അവരുടെ വിവാഹം നടന്നു.

വിവാഹ ശേഷം മോളും ഫെലിക്സും ബാങ്കിനടുത്തുള്ള വാടക വീട്ടിലേയ്ക്ക് മാറി. ഫെലിക്സ് ഒരു ദിവസം പോലും വിദ്യയെപ്പിരിഞ്ഞിരിക്കില്ലായിരുന്നു. അതുകൊണ്ട് മോളുടെ പ്രസവത്തിനു പോലും വീട്ടിലേയ്ക്ക് വിട്ടില്ല. ഞാനും അമ്മയും അവിടെ പോയി നിന്നാണ് പ്രസവ ശുശ്രൂഷ ഒക്കെ ചെയ്തത്.

അത്തം നക്ഷത്രത്തിലായിരുന്നു ക്ഷമക്കുട്ടിയുടെ ജനനം. അമ്മ പഞ്ചാംഗം നോക്കി പറഞ്ഞു. രണ്ടാം കാലിലാണ് ജനനം. പിതാവിനാണ് ദോഷം എന്ന്. ഞാൻ ഈശ്വരൻമാരോട് തേടിക്കൊണ്ടിരുന്നു ഒരനിഷ്ടവും ഉണ്ടാവരുതേ എന്ന്.

ക്ഷമ മോൾക്ക് ഒരു വയസ്സ് തികയുന്ന ദിവസം ഗംഭീര ആഘോഷമായിരുന്നു. അന്ന് ഞങ്ങളും പോയിരുന്നു.

ഒരു ശനിയാഴ്ച പയറിന് വാരം തോണ്ടിക്കൊണ്ടിരുന്നപ്പോൾ ആണ് അമ്മ പറഞ്ഞത് ഫോൺ വന്നു എന്ന്. വേഗം കൈകാൽ കഴുകി വന്നപ്പോൾ ഒന്നടിച്ച് നിന്നിരുന്ന ഫോൺ വീണ്ടും ശബ്ദിക്കാൻ തുടങ്ങി. വേഗം ഫോണെടുത്തപ്പോൾ ക്ഷമയുടെ അമ്മയല്ലേ? അമ്മേ ഞാൻ ഫെലിക്സിന്റെ സുഹൃത്ത് ഗോവിന്ദാണ്. “ഫെലിക്സിനൊരാക്സിഡന്റ് പറ്റി. അമ്മ വേഗം വരണം.”

“ഏത് ഹോസ്പിറ്റലിൽ ആണ് മോനേ?”

“വിദ്യ വീട്ടിൽ ആണ്. അതുകൊണ്ട് അമ്മ വീട്ടിലേയ്ക്ക് വന്നാൽ മതി.”

ദ്രുതഗതിയിൽ തയ്യാറായി മോൾടെ വീട്ടിലേയ്ക്കുള്ള വഴിയിലേയ്ക്ക് തിരിഞ്ഞപ്പോഴേ കണ്ടു ജനക്കൂട്ടത്തെ... തളർച്ചയോടെ വണ്ടിയിൽ നിന്നിറങ്ങുമ്പോൾ കേട്ടു,

“മരണം വന്നു വിളിക്കുമ്പോൾ

ചെന്തീപോലൊരു

മാലാഖ” എന്ന ഗാനം.

ഇന്നലെ രാത്രി ഒരു സുഹൃത്തിന് സുഖമില്ലെന്നറിഞ്ഞ് ആശുപത്രിയിലേയ്ക്ക് പോകുമ്പോൾ ബൈക്കും നിയന്ത്രണം തെറ്റി വന്ന ലോറിയുമായി കൂട്ടിമുട്ടുകയായിരുന്നത്രേ. തെറിച്ചു പോയ ഫെലിക്സിന്റെ തല ഡിവൈഡറിൽ പോയിടിച്ചു.

അസമയമായതിനാൽ ആ അവസ്ഥയിൽ എന്നെ അറിയിക്കേണ്ട എന്ന് വിദ്യ പറഞ്ഞത്രേ. പാവം കുട്ടി, അമ്മയും അമ്മുമ്മയും അതറിയുന്നതുവരെയെങ്കിലും സമാധാനമായിട്ടിരുന്നോട്ടെ എന്നു കരുതിയിട്ടുണ്ടാവും.

അതുവരെ ഒരടുപ്പവും കാണിക്കാതിരുന്ന ഫെലിക്സിന്റെ ബന്ധുക്കൾ അവിടെ ആധിപത്യം സ്ഥാപിച്ചു. ആകെത്തകർന്ന മോൾ ആരോടും ഒന്നിനോടും പ്രതികരിച്ചില്ല.

യാത്രയിലുടനീളം അവൾ നിശ്ശബ്ദയായിരുന്നു. നിശ്ശബ്ദത ചിലപ്പോൾ സ്നേഹമാണ്. മറ്റു ചിലപ്പോൾ അത് പ്രതികാരവും, പ്രതിഷേധവും, ചില സമയങ്ങളിൽ എല്ലാം നഷ്ടപ്പെട്ടവരുടെ നിസ്സഹായതയുമാണ്. ആ നിസ്സഹായതയുടെ നിശ്ശബ്ദതയിലായിരുന്നു ഞങ്ങൾ.

കുഞ്ഞുണർന്നു കരഞ്ഞു. മോളോട് ഞാൻ പാൽ കൊടുക്കാൻ പറഞ്ഞവളുടെ കൈയ്യിൽ കുഞ്ഞിനെ കൊടുത്തു. മഴ ശമിച്ചിരുന്നു എങ്കിലും ഞങ്ങളുടെ മനസ്സിൽ ദുഃഖം ഘനീഭവിച്ച പോലെ തന്നെ പ്രകൃതിയും മൂടിക്കെട്ടിത്തന്നെയിരുന്നു.

ഡ്രൈവറോട് സാധനങ്ങളൊന്നെടുത്തു വച്ചു തരാൻ പറഞ്ഞിട്ട് ഞാൻ കുഞ്ഞിനെയുമെടുത്ത് മോളോടൊപ്പം വീട്ടിലേയ്ക്ക് കയറി. അകത്തു കയറിയ മോൾ ആദ്യം ചെയ്തത് വിളക്കുവയ്ക്കുന്ന ഭാഗത്തു പോയി തൊഴുകയായിരുന്നു. അനുഭവങ്ങൾ മനുഷ്യനെ എത്ര പെട്ടെന്നാണ് മാറ്റിമറിക്കുന്നത്.

അമ്മ അവിടേയ്ക്ക് വന്നപ്പോൾ അവൾ അമ്മുമ്മയെ കെട്ടിപ്പിടിച്ച് ഹൃദയം നുറുങ്ങുന്ന വേദനയിൽ കരഞ്ഞു. കരയട്ടെ........ അടക്കി വച്ചിരുന്ന അവളുടെ ഉള്ളിലുള്ള ദുഃഖം മുഴുവനില്ലെങ്കിലും കുറച്ചെങ്കിലും അണപൊട്ടിയൊഴുക്കി കളയട്ടേ...പിന്നീടവൾ അവളുടെ മുറിയിൽ പോയി കിടന്നു.

സ്നേഹം നഷ്ടപ്പെട്ട ജീവിതങ്ങൾ ശിഖരങ്ങളും ഇലകളും നഷ്ടപ്പെട്ട മരങ്ങൾ പോലെയാണ്.

അമ്മയെ കണ്ട് കൊഞ്ചി ചിരിച്ച കുഞ്ഞിനെ അമ്മയുടെ കൈയ്യിൽ കൊടുക്കുമ്പോൾ,

"ദൈവമേ വിദ്യ മോൾടെ ജീവിതം തകർക്കാതെ ജീവിതം തീരാറായ ഈയുള്ളവളുടെ ജീവൻ നിനക്ക് എടുത്തൂടായിരുന്നോ? എന്തൊക്കെ കാണേണ്ടി വന്നെനിയ്ക്ക്. ഇനി വയ്യ ഒന്നിനും. നാലാം തലമുറയിലെ ഈ കുഞ്ഞിനെങ്കിലും ഞങ്ങളെ പിന്തുടർന്ന അനുഭവ ദോഷം വരുത്തരുതേ," എന്ന് പറഞ്ഞമ്മ ഏങ്ങലടിച്ച് കരഞ്ഞു. ഇനി നിന്നാൽ പൊട്ടിപ്പോകും എന്നറിയാവുന്ന അനുഭവങ്ങളുടെ തീച്ചൂളയിൽ എരിഞ്ഞെരിഞ്ഞ് ആരുടെ മുൻപിലും തളരാതെയും, കരയാതെയും ധൈര്യത്തിന്റെ മുഖംമൂടിയണിയാറുള്ള ഞാൻ ഒന്നു കുളിക്കട്ടെ എന്നു പറഞ്ഞ് ബാത്ത്റൂമിൽ കയറി എപ്പോഴും ചെയ്യാറുള്ളതുപോലെ ആരും കേൾക്കാതിരിക്കാൻ പൈപ്പുകളെല്ലാം തുറന്നിട്ട് ആർത്തലച്ച് കരഞ്ഞു.

വീണ്ടെടുപ്പ്

നെടുമ്പാശ്ശേരിയിൽ നിന്നും ഊബറിൽ കയറി ഇരുന്നപ്പോൾ തന്നെ സന്തോഷാധിക്യത്താൽ മനസ്സ് വല്ലാതെ തുടികൊട്ടുന്നുണ്ടായിരുന്നു. ഇരുപത്തിയെട്ട് വർഷങ്ങൾക്ക് ശേഷം ഞാനെന്റെ കേരളത്തിൽ എത്തിയിരിക്കുന്നു. പിൻസീറ്റിൽ ചാരിക്കിടന്ന് പുറത്തേയ്ക്ക് നോക്കിയെങ്കിലും മനസ്സ് മറ്റെവിടെയോ ആയിരുന്നു. ഇത്രകാലവും നഷ്ടബോധമെന്ന മൗനത്തിന്റെ കൊടുങ്കാറ്റിൽപ്പെട്ടിരുന്ന ഞാൻ ഓർമ്മകളുടെ കടലാഴങ്ങളിൽ മുങ്ങിത്തപ്പി ഓളങ്ങളിൽ ആടിയുലഞ്ഞ് ഞാൻ എന്നോട് തന്നെ എനിയ്ക്ക് ഒരിക്കലും മടുപ്പുളവാക്കാത്ത എന്റെ കഥ പറയുകയായിരുന്നു.

ചങ്ങനാശ്ശേരിയിലെ ഒരു പുരാതന ക്രിസ്ത്യൻ കുടുംബത്തിലെ ഇളയവളായ ജസീന്തയ്ക്ക് അപ്പച്ചൻ, അമ്മച്ചി, അമ്മാമ്മച്ചി, രണ്ട് ഇച്ചാച്ചൻമാർ. അപ്പച്ചൻ വക്കീലായിരുന്നു. അച്ചാച്ചൻമാരേക്കാൾ ഒരുപാടിളയതായിരുന്നു എല്ലാവരും ജസി മോളേന്നു വിളിക്കുന്ന ഈ ഞാൻ. രണ്ടച്ചാച്ചൻമാരും കുടുംബസമേതം സൂര്യൻ അസ്തമിക്കാത്ത രാജ്യത്തിലായിരുന്നു...

വീടിന്റെ തൊട്ടയൽപക്കം ഒരു വിശ്വകർമ്മ കുടുംബം ആയിരുന്നു. അവിടെ അച്ഛനും, അമ്മയും, മീരചേച്ചിയും, വേണുവും.. ഞാനും വേണുവും ഒരേ പ്രായമായിരുന്നു. ഒന്നാം ക്ലാസ്സ് മുതൽ പ്രീഡിഗ്രി വരെ ഒരുമിച്ച് പഠിച്ചവർ.

ഞാനവിടെ ചെല്ലുമ്പോഴൊക്കെ മീരചേച്ചി കാരോപ്പവും, തേൻ

കഴലും, നെല്ലിപ്പുളിയും, മാങ്ങയിൽ ഉപ്പും മുളകും തേച്ചതും, ഒക്കെത്ത രുമായിരുന്നു.

ഞാനും, വേണുവും എട്ടാം തരത്തിലായപ്പോൾ മുതൽ ഇഷ്ടത്തി ലായി. ഒൻപതാം ക്ലാസ്സിലെത്തിയപ്പോൾ മീര ചേച്ചിക്കത് മനസ്സിലായി. ചേച്ചി ഞങ്ങളെ രണ്ടാളെയും വിളിച്ച് ഉപദേശിച്ചു.

"ഇതൊരിക്കലും നടക്കാൻ പാടില്ലാത്ത കാര്യം ആണ്. ചെറുപ്പത്തി ന്റെ ചാപല്യത്തിൽ ഇങ്ങനെ ഒക്കെ തോന്നുന്നത് സാധാരണമാണ്. രണ്ടാളും മറന്നുകള."

അന്ന് ഞാനും വേണുവും തമ്മിൽ പറഞ്ഞു,

"ജീവനുള്ളിടത്തോളം കാലം നമ്മുടെ സ്നേഹവും കൂടെത്തന്നെ ഉണ്ടാവും."

ഞങ്ങൾ കൂടുതൽ കൂടുതൽ അടുക്കുകയായിരുന്നു.

പ്രീഡിഗ്രിയുടെ റിസൽട്ട് കാത്തിരിക്കുന്ന സമയത്ത് ഞാനും വേണുവും നിത്യേന കാണാറുണ്ടായിരുന്ന താഴത്തുപറമ്പിലെ വാഴക്കൂ ട്ടത്തിനിടയിൽ നിന്ന് സംസാരിച്ചത് അപ്പച്ചൻ കേട്ടു. ഞാനിതൊന്നു മറിഞ്ഞില്ല.

"ഈ പ്രാവശ്യം നമുക്ക് അച്ചാച്ചൻമാരുടെ അടുത്ത് പോകാം," എന്നു പറഞ്ഞ് അപ്പച്ചൻ ഞങ്ങൾക്ക് മൂന്നാൾക്കും പാസ്പോർട്ടെടുത്തു. വിസ ശരിയായിക്കഴിഞ്ഞ് അമ്മാമ്മച്ചിയെ നോക്കാൻ അടുത്തുള്ള കുഞ്ഞേലമ്മ ചേച്ചിയെ നിർത്തി.

ഞങ്ങൾ ലണ്ടനിലെ ഹീത്രോ എയർപോർട്ടിൽ എത്തിയപ്പോൾ ജോണച്ചാച്ചനും, ജിമ്മിച്ചാച്ചനും അവരുടെ താമസസ്ഥലമായ ഈസ്റ്റ് ഫിൻചെലിയിലേയ്ക്ക് കൂട്ടിക്കൊണ്ടുപോയി.

ഒരു മാസം കഴിഞ്ഞപ്പോൾ അപ്പച്ചനും, അമ്മച്ചിയും തിരികെപ്പോ ന്നു. ഞാൻ ജോണച്ചാച്ചന്റെ കൂടെ വീട്ടുതടങ്കലിലും.

പുറത്താരോടെങ്കിലും സംസാരിക്കാനോ, ഫോൺ ചെയ്യാനോ, കത്തയയ്ക്കാനോ ഉള്ള ഒരു അവസരവും അവരെനിയ്ക്ക് തന്നില്ല. ആ സമയത്ത് അവരോടെല്ലാവരോടും വല്ലാത്ത പകയായിരുന്നു മനസ്സിൽ.

ഒരു വർഷം കഴിഞ്ഞപ്പോൾ അവിടെത്തന്നെ സ്ഥിരതാമസമാ ക്കിയ നാട്ടുമായി യാതൊരു ബന്ധവുമില്ലാത്ത എന്നേക്കാൾ പന്ത്രണ്ട് വയസ്സ് കൂടുതൽ ഉള്ള രണ്ടാം വിവാഹത്തിനൊരുങ്ങുന്ന ജിമ്മിച്ചായ ന്റെ വോർസെസ്റ്ററിലെ കൂട്ടുകാരനുമായി എന്റെ കെട്ടുറപ്പിച്ചു. ഈസ്റ്റ് ഫിൻചെലിയിൽ (East fincheli) നിന്നും ഏകദേശം ഇരുനൂറ് മൈൽ

അകലെയുള്ള വോർസെസ്റ്റർ (worcester) എന്ന സ്ഥലത്തായിരുന്നു എന്നെ വിവാഹം ചെയ്യുന്ന ആളുടെ വീട്. അവിടെ വെച്ചു തന്നെ കല്യാണവും നടത്തി. എന്റെ കല്യാണത്തിന് അപ്പച്ചനും അമ്മച്ചിയും വീണ്ടും ഇവിടേയ്ക്ക് വന്നു.

"തോമാസ്ലീഹാ നേരിട്ട് ജ്ഞാനസ്നാനം ചെയ്ത കുടുംബമല്ലിയോ നമ്മുടേത്. ആ കുടുംബത്തിന്റെ അന്തസ്സ് നമുക്ക് കാക്കണ്ടേ. എന്റെ പൊന്നുമോൾ പഴയതൊന്നും മനസ്സിൽ വച്ചേക്കരുത്, എല്ലാം മറന്നുകള" എന്നുള്ള അമ്മച്ചിയുടെ ഉപദേശവും. ഫെനി എന്നായിരുന്നു അദ്ദേഹത്തിന്റെ പേര്.

വോർ സെസ്റ്ററിലെ മൊറോക്കൻ റെസ്റ്റോറന്റുകളിൽ ഭൂരിഭാഗവും ഫെനിയുടെ കുടുംബത്തിന്റേതായിരുന്നു. മമ്മിയും, പപ്പയും, ചേട്ടൻ ഫിഡോയും, ചേട്ടത്തി ജാക്വിലിനും, മക്കളും ബിസിനസ് രംഗത്ത്.

വിവാഹം കഴിഞ്ഞ് രണ്ടാഴ്ചയായപ്പോൾത്തന്നെ ഞങ്ങൾ മറ്റൊരു വീട്ടിലേയ്ക്ക് മാറി. മമ്മിയെയോ, പപ്പയെയോ കാണണമെങ്കിൽത്തന്നെ മുൻകൂട്ടി അപ്പോയ്ന്റ്മെന്റ് എടുത്തിട്ട് വേണമായിരുന്നു ചെല്ലുവാൻ.

എപ്പോഴും ലൈഫ് എൻജോയ് ചെയ്യണം എന്നുള്ള ചിന്താഗതിക്കാരനായിരുന്നു ഫെനി.

പൈസയുണ്ടാക്കാനുള്ള തത്രപ്പാടിൽ ഓടിനടന്ന് വല്ലപ്പോഴും മാത്രം വീട്ടിൽ കയറി വരുന്ന യാന്ത്രിക ജീവിതം. അതിനിടയിൽ ഞങ്ങൾക്ക് രണ്ട് കുട്ടികളായി. ഡാനിഷും, ഡോണിയും. എന്റെ വിരസതയ്ക്ക് അവരുടെ വരവോടു കൂടി ഒരു മാറ്റമുണ്ടായി. ഇതിനിടയിൽ ഒരു ദിവസം പോലും വേണുവിനെ ഓർക്കാതിരുന്നിട്ടില്ല. മറന്നാലല്ലേ ഓർക്കേണ്ടതുള്ളൂ.

നാട്ടിൽ നിന്നും വന്ന മൃദുല ചേച്ചി എനിക്കൊരു ഓടക്കുഴൽ തന്നു. അതെന്റെ വേണുവാണെന്നു കരുതി അതിനെ തൊട്ടു തലോടി പൊടി തുടച്ച് കാണത്തക്ക രീതിയിൽ എന്റെ അലമാരയിൽ ഭദ്രമായി വച്ചു.

മക്കൾ മുതിർന്നപ്പോൾ ഫെനി എന്നോടു പറഞ്ഞു വീടിനടുത്തുള്ള റെസ്റ്റോറന്റിന്റെ കാര്യങ്ങൾ ഞാനും നോക്കാൻ. അങ്ങിനെ ഞാനും അതിലേയ്ക്കിറങ്ങി. ആവശ്യത്തിലധികമുള്ള പണം, എന്നിട്ടും അതുണ്ടാക്കാനുള്ള മരണപ്പാച്ചിൽ. അതിനിടയിൽ ബന്ധങ്ങൾക്കൊന്നും യാതൊരു വിലയുമില്ല. തമ്മിൽ കാണുന്നത് തന്നെ വിരളം. അതേക്കുറിച്ച് ഫെനിയോട് സംസാരിച്ചാൽ അതാണ് പാശ്ചാത്യസംസ്കാരം നീയിവിടെ ജനിച്ചു വളരാത്തതു കൊണ്ടുള്ള അറിവില്ലായ്മ എന്ന് പറഞ്ഞ്

ചിരിച്ച തള്ളും. മക്കളും ഫെനിയുടെ രീതി തന്നെ അവലംബിച്ചു. മമ്മ, പപ്പ എന്ന വിളി മാത്രം അവർ മറന്നിട്ടില്ല ഭാഗ്യം!

ഇതിനിടയിൽ അമ്മാമ്മച്ചി മരിച്ചു. അപ്പച്ചനും, അമ്മച്ചിയും നാട്ടിലേതെല്ലാം വിറ്റു പെറുക്കി ജോണച്ചാച്ചന്റെ കൂടെയാണ്. ഫെനി ബിസിനസ് ടൂറിലായിരിക്കുമ്പോൾ ഇവിടെയും വന്നു നിൽക്കും. അപ്പോഴാണ് അപ്പച്ചനും, അമ്മച്ചിയും മനസ്സു തുറക്കുന്നത്.

"മക്കളുടെ കൂടെയുള്ള ജീവിതവും വിദേശവാസവും ഒന്നും വേണ്ടായിരുന്നു. മരണം വരെ നാട്ടിൽത്തന്നെ നിന്നാൽ മതിയായിരുന്നു. ഇവിടുത്തെ യന്ത്രമനുഷ്യരെപ്പോലുള്ളവരുടെ കൂടെയുള്ള ജീവിതം മടുത്തു. നാട്ടിലെ സ്നേഹമുള്ള പച്ചയായ മനുഷ്യരുടെ കൂടെ മിണ്ടീം 'പറഞ്ഞും, കണ്ടും, കേട്ടും പള്ളീം, പറമ്പും ഒക്കെയായുള്ള ജീവിതം സ്വർഗ്ഗമായിരുന്നു. ഇതിപ്പോൾ മരണത്തിനു മുൻപേ ഞങ്ങൾ നരകത്തിൽ എത്തിയതുപോലെയായി."

ആറുമാസത്തെ ഇടവേളയിൽ അവരും പോയി. ഇവിടെത്തന്നെയായിരുന്നു അടക്കം..

ഒരു ദിവസം ഫേസ് ബുക്കിൽ ആണ് ഞാൻ മീര ചേച്ചിയെ കണ്ടത്. ചേച്ചിയോട് ഞാൻ ജസിയാണെന്നു പറഞ്ഞ് ചാറ്റ് ചെയ്യാൻ തുടങ്ങി. ചേച്ചിക്ക് രണ്ടാൺ മക്കളാണത്രേ രണ്ടു പേരും കുടുംബസമേതം വിദേശത്ത്. ചേച്ചി ഒരു വർഷമായി ഒറ്റയ്ക്കാണ് താമസം. ഭർത്താവ് മരിച്ചു പോയി. എറണാകുളം സ്പൈസസ് ബോർഡിലാണ് ചേച്ചി ജോലി ചെയ്യുന്നത്. ഞാൻ വേണുവിന്റെ കാര്യം തിരക്കി. വേണു സ്റ്റേറ്റ് ബാങ്കിലെ മാനേജരാണ്. ഭാര്യ വനജ, ഒരു മകൻ. ഞാൻ വേണുവിന്റെ മൊബൈൽ നമ്പർ വാങ്ങി. വേണുവിനെ വിളിച്ചു.

"ഞാൻ തന്റെ വിളി കാത്തിരിക്കുകയായിരുന്നു. ചേച്ചി പറഞ്ഞിരുന്നു താൻ എന്റെ നമ്പർ വാങ്ങിയ കാര്യം നഷ്ടപ്പെട്ടു എങ്കിലും ഒരിക്കലും നഷ്ടപ്പെടാതെ..., നഷ്ടപ്പെടുത്താതെ... ഇന്നും മനസ്സിന്റെ മണിച്ചെപ്പിൽ താനുണ്ട്. ഒരിക്കലും മടക്കി വാങ്ങാൻ നൽകിയതായിരുന്നില്ലല്ലോ നമ്മുടെ സ്നേഹം.രണ്ടാളുടേയും ഹൃദയങ്ങളിൽ ഭദ്രമായിരിക്കേണം എന്നോതിയാണ് പരസ്പരം നൽകിയത് അതിന്നും രണ്ടാളുടേയും ഹൃദയങ്ങളിൽ ഭദ്രം."

പിന്നീട് മിക്കവാറും ദിവസങ്ങളിൽ ഞാൻ വേണുവുമായി സംസാരിക്കുമായിരുന്നു.

"വേണു ഞാൻ പഴയ ആളേയല്ല. പ്രായം എന്റെ തൊലിയുടെ സ്നിഗ്ദ്ധത ഒക്കെ നഷ്ടപ്പെടുത്തി തുടങ്ങി."

“നിനക്കെത്ര പ്രായമേറിയാലും നിന്റെ ശരീരം എത്ര ചുക്കിച്ചുളിഞ്ഞാലും നീയെന്റെ ജസി തന്നെയായിരിക്കും നിന്റെ ശരീരത്തെയല്ല ഞാൻ സ്നേഹിച്ചത് മനസ്സിനെയാണ്.”

വേണുവിന്റെ സ്വരം കേൾക്കുമ്പോൾത്തന്നെ ഇലകളും, ചില്ലകളും നഷ്ടപ്പെട്ട എന്റെ മനസ്സാകുന്ന വൃക്ഷം വീണ്ടും തളിർത്ത് പൂത്തുലയാൻ തുടങ്ങി. ഞാൻ പുനർജനിക്കുകയായിരുന്നു പണ്ടത്തേതിലും ഉത്സാഹത്തോടെ...

ഏറ്റവും അടുത്ത കൂട്ടുകാരിയുടെ മകളുടെ വിവാഹം എന്ന് ഫെനിയോട് കള്ളം പറഞ്ഞ് അനുവാദം വാങ്ങി ഒരാഴ്ചത്തേയ്ക്ക് വന്നതാണ് ഞാൻ.

“മാഡം പൈപ്പ് ലൈൻ റോഡിലെ പ്രസ് ക്ലബ്ബ് കോളനിയിലെ 66-ാം നമ്പർവീട് ഇതാണ്” എന്ന ഡ്രൈവറുടെ ശബ്ദമാണ് എന്നെ ചിന്തകളിൽ നിന്നുണർത്തിയത്.

വണ്ടിയുടെ ശബ്ദം കേട്ടതിനാലാവാം മീരേച്ചി ഓടിയിറങ്ങി വന്നെന്നെ കെട്ടിപ്പിടിച്ചു. പിന്നാലെ വേണുവും വന്നെന്റെ ചുമലിൽ ഒന്നു തട്ടി പെട്ടിയും ബാഗുമെടുത്ത് അകത്തേയ്ക്ക് കയറി.

“നിനക്ക് കുളിക്കണമെങ്കിൽ കുളിക്കൂ. ഞാൻ വെള്ളം ചൂടാക്കി വച്ചിട്ടുണ്ട്.”

“ശരി മീരേച്ചി.”

ഞാൻ കുളികഴിഞ്ഞ് വന്നിട്ടും വേണുവിനെ അവിടെയെങ്ങും കണ്ടതേയില്ല. അകത്തെ മുറിയിൽ കയറി നോക്കുമ്പോൾ കരഞ്ഞു കലങ്ങിച്ചുവന്ന കണ്ണുകളുമായി വേണു....

“രണ്ടാളും വല്ലതും കഴിക്കൂ,” എന്ന മീരേച്ചിയുടെ വിളി കേട്ടപ്പോഴാണ് എത്ര സമയമായി ഉള്ളിലടക്കിയ ഗദ്ഗദവുമായി ഒന്നും മിണ്ടാനാവാതെ ഞങ്ങൾ പരസ്പരം നോക്കി നിൽക്കുകയായിരുന്നു എന്നറിഞ്ഞത്. ഇരുപത്തിയെട്ടു വർഷം വേണുവിൽ ഒരുപാട് മാറ്റങ്ങൾ വരുത്തി. തടിച്ചിട്ടുണ്ട്, മുടിയിലും, കട്ടി മീശയിലും അവിടവിടെ നരകൾ, മുഖത്ത് പഴയതിലും ഗൗരവം.

മൂന്നു പേരും ഒരുമിച്ചിരുന്ന് പുളിശ്ശേരിയും, മീൻമുളകിട്ടതും കടുമാങ്ങയും, കടച്ചക്കത്തോരനും കൂട്ടി ഊണു കഴിച്ചു. കടച്ചക്കത്തോരൻ നിനക്കിഷ്ടമാണെന്നു പറഞ്ഞ് വേണു കൊണ്ടുന്നതാ. സീസണല്ലാത്ത ഈ സമയത്ത് എവിടുന്നൊപ്പിച്ചോ ആവോ? ആ കുപ്പിയിൽ നെല്ലിക്കാ ഉപ്പിലിട്ടതുണ്ട്. അതെടുത്തു കഴിച്ചോളൂ.”

കേൾക്കാത്ത താമസം ഞാൻ കുപ്പിയിൽ നിന്നും നെല്ലിക്കയെടുത്ത് ഒരെണ്ണം വേണുവിനും കൊടുത്തിട്ട് തിന്നാൻ തുടങ്ങി. ഞാൻ തിന്നുന്നത് വേണു കൗതുകത്തോടെ നോക്കിയിരുന്നു. അതു കഴിച്ചു കഴിഞ്ഞപ്പോൾ വേണുവിന്റേതും എനിയ്ക്ക് തന്നു. കണ്ണു നിറഞ്ഞു പോയി. സ്കൂളിൽ പഠിക്കുന്ന സമയത്തും നെല്ലിയ്ക്ക ഉപ്പിലിട്ട് വിൽക്കുന്ന പാപ്പമ്മാളുടെ കൈയ്യിൽ നിന്നും വേണു എനിയ്ക്ക് വാങ്ങിത്തരുമായിരുന്നു. ഞാൻ കഴിച്ചു കഴിയുമ്പോൾ വേണുവിന്റേതും എനിയ്ക്ക് തരുമായിരുന്നു.

കുറേ സമയം മൂന്നു പേരും കൂടിയിരുന്ന് പഴയതും പുതിയതുമായ ഒരുപാട് കാര്യങ്ങൾ സംസാരിച്ചു. മീരേച്ചി പറഞ്ഞു,

"കിടക്കാം.നാലരയ്ക്ക് അലാറം വച്ചിട്ടുണ്ട്."

നാലരയായപ്പോൾ ഞാനും മീരേച്ചിയും എഴുന്നേറ്റു. ഉറങ്ങാൻ കഴിഞ്ഞില്ല എന്നതാണ് സത്യം.

മീരേച്ചി വാങ്ങി വച്ചിരുന്ന സെറ്റുടുത്ത് വന്നപ്പോൾ ഞാൻ ഞാനല്ലാതായതു പോലെ. വേണുവും, മീരേച്ചിയും എന്നെത്തന്നെ നോക്കി നിന്നു.

ഞങ്ങൾ മൂവരും കൂടി ചങ്ങമ്പുഴ പാർക്കിനടുത്തുള്ള ചെറിയ ഗണപതി ക്ഷേത്രത്തിൽ ചെന്നു. വെളുപ്പിനെയായതിനാൽ ഭക്തരാരും ഉണ്ടായിരുന്നില്ല. മീരേച്ചി കയ്യിലിരുന്ന പൊതി വാഴയിലയിൽ വച്ച് പൂജാരിക്ക് കൊടുത്ത് പൂജിച്ച ശേഷം ദക്ഷിണ കൊടുത്ത് വാങ്ങി വേണുവിന്റെ കൈയ്യിൽ കൊടുത്തു. വേണു നടനേരെ നിന്ന് അതെന്റെ കഴുത്തിൽ കെട്ടി. മഞ്ഞളിലും,കുങ്കുമത്തിലും മുക്കിയുണക്കിയ മഞ്ഞ ചരടിൽ കെട്ടിയ മഞ്ഞൾക്കഷണം. വിശ്വകർമ്മാക്കളുടെ താലി. പിന്നെ ചെറിയ ലോക്കറ്റുള്ള മാലയും എന്റെ കഴുത്തിലണിയിച്ചു. പെട്ടെന്ന് മഴ ചാറി. മീരേച്ചി പറഞ്ഞു,

"പിതൃക്കളുടെ അനുഗ്രഹംണ്ട്. അതാ കാലം തെറ്റിയ ചാറ്റൽ മഴ."

സന്തോഷാശ്രുക്കളോടെ ഞങ്ങൾ രണ്ടാളും ചേർന്ന് നിന്ന് ഗണപതി ഭഗവാനെ വണങ്ങി. പിന്നെ മീരേച്ചിയുടെ പാദം തൊട്ടു വണങ്ങി. നിറഞ്ഞ കണ്ണുകളോടെ മീരേച്ചി ഞങ്ങളെ രണ്ടു പേരേയും അനുഗ്രഹിച്ചു. ആരും അറിയാതെയുള്ള ഞങ്ങളുടെ മാത്രം മനസ്സിന്റെ തൃപ്തിക്കുവേണ്ടിയുള്ള കല്യാണം. തിരികെ നടക്കുന്നതിനിടയിൽ,

"നിങ്ങൾ ഇനിയും നല്ല സമയത്തിനായി കാത്തു നിൽക്കരുത്. കാരണം അങ്ങനെ ഒരു സമയം ഇല്ല. ഉള്ള സമയം നല്ലതാക്കി മാറ്റുക. വീടിന്റെ താക്കോൽ ഡാഷ് ബോർഡിലുണ്ട്. ഞാനൊന്ന് ഓച്ചിറയ്ക്ക് പോകുകയാണ് ഒരുപാട് കാലായി അവിടെ കുറച്ചീസം

ഭജനം പാർക്കണം എന്ന് നിരീച്ചിട്ട്. പോയിട്ട് വരാം" എന്ന് പറഞ്ഞ് വണ്ടിയിൽ വച്ചിരുന്ന ബാഗെടുത്ത് മീരേച്ചി അപ്പോഴവിടേയ്ക്ക് വന്ന ഓട്ടോയിൽ കയറിപ്പോയി.

തിരികെ വന്ന ശേഷം ചായയിടാൻ കയറിയ ഞാൻ നോക്കുമ്പോൾ ഞങ്ങൾക്ക് രണ്ടാൾക്കും രണ്ട് ദിവസത്തിൽ കൂടുതൽ കഴിക്കാനുള്ള ഭക്ഷണം മീരേച്ചി ഉണ്ടാക്കി വച്ചിട്ടുണ്ട്. വസ്ത്രം മാറി ഭക്ഷണം കഴിച്ച് അടുത്തടുത്തിരുന്നപ്പോൾ ഞങ്ങൾ വീണ്ടും ആ പഴയ പതിനെട്ടുകാരായി മാറി. ദിവസങ്ങൾ കടന്നു പോയതറിഞ്ഞില്ല. എല്ലാ അർത്ഥത്തിലും ഞാനും വേണുവും മനസ്സുകൊണ്ടും, ശരീരം കൊണ്ടും ഒന്നായലിഞ്ഞു. ഞങ്ങൾക്ക് രണ്ടാൾക്കും കുറ്റബോധം തോന്നിയില്ല. മനസ്സെന്ന മായാജാലക്കാരന്റെ ചെപ്പടിവിദ്യ... വേണുവിന്റെ വധുവാകുന്നത് സ്വപ്നം കണ്ട എനിയ്ക്കും, എന്നെ വേണുവിന്റെ വധുവാക്കുന്നത് സ്വപ്നം കണ്ട വേണുവിനും ഒരു പാട് വൈകിയാണെങ്കിലും - ആഗ്രഹിച്ചത് സാധിച്ചു.

"എന്നും എപ്പോഴും എനിയ്ക്ക് ഏറ്റവും പ്രിയപ്പെട്ടത് എന്റെ വേണുവായിരുന്നു."

"നമുക്ക് പ്രിയപ്പെട്ടതൊക്കെ മറ്റാർക്കെങ്കിലും കൊടുത്തിട്ട് പ്രിയപ്പെട്ടതായിരുന്നു എന്ന് പറയുന്നതിൽ എന്തർത്ഥമാണുള്ളത്. മറ്റാർക്കെങ്കിലും നൽകുമ്പോൾ അത് നമുക്ക് പ്രിയപ്പെട്ടതല്ലാതാവില്ലേ" എന്ന് വേണു എന്നോട് തിരിച്ച് ചോദിച്ചു.

"മനസ്സോടെകൊടുത്തതല്ലല്ലോ നിർബന്ധപൂർവ്വം കൊടുപ്പിച്ചതല്ലേ? അന്നത്തെ ഒന്നിനുമാവാത്ത ചെറിയ പ്രായമാണ് നമ്മെ തോൽപ്പിച്ചത്."

"വളരെ അപൂർവ്വമായി മനോഹരമായി സംഭവിക്കുന്ന കാര്യങ്ങളിൽ ഒന്നാണ് പരസ്പരം മനസ്സിലാക്കപ്പെടുക എന്നത്. അത് നമ്മളിലുണ്ട്. വിലമതിക്കാനാവാത്ത സമ്മാനങ്ങളേക്കാളും... ജീവിത സൗകര്യങ്ങളേക്കാളും... സ്നേഹത്തോടെയുള്ള ഒരു വാക്കും നോട്ടവും മതി മനം നിറയാൻ. ഇരുപത്തിയെട്ട് വർഷമായി കാത്തുകാത്തിരുന്ന നമ്മുടെ മനസ്സിലെ വേഴാമ്പലിന് ഈ ജീവിത സായാഹ്നത്തിൽ മനം കുളിർക്കെ മഴ ലഭിച്ചു, ആ മഴയിൽ നനഞ്ഞു കുളിച്ച് ആവോളം ദാഹം ശമിപ്പിച്ച ആഹ്ളാദത്തോടൊപ്പം ആഗ്രഹ പൂർത്തീകരണത്തിന്റെ ആശ്വാസത്തിലാറാടിയില്ലേ നമ്മൾ രണ്ടാളും. അത്രമേൽ പ്രിയമുള്ളവർക്ക് മാത്രം ദൈവം ഒരുക്കിത്തന്നതാണത്. ഇനി എനിയ്ക്ക് മരിക്കാനും ഭയമില്ല. നിന്റെ താലി കഴുത്തിൽ അണിഞ്ഞ ശേഷം മാത്രം നിന്റെ ഭാര്യയെന്ന നിർവൃതിയിൽ ലയിക്കുക എന്നത് എന്റെ ആഗ്രഹമായിരുന്നു.

പിന്നീടത് എങ്ങനേയും നേടണം എന്ന വാശിയായി രൂപാന്തരപ്പെട്ടു. അത് സാധിച്ചു. വേണുവിന്റെ കുടുംബഭദ്രത തകർക്കാൻ ഇനി നമ്മൾ തമ്മിൽ നേരിൽ ഒരു കൂടിക്കാഴ്ച ഉണ്ടാവില്ല."

"വേണു എന്റെ കഴുത്തിൽ അണിയിച്ച ഒരു താലിയുമായി ഒരു ദിവസത്തേയ്ക്കെങ്കിലും വേണുവിന്റെ ഭാര്യയായി ജീവിക്കുക. അതായിരുന്നു എന്റെ എക്കാലത്തേയും സ്വപ്നം. എനിക്കിത് മതി എന്റെ മനസ്സിനെ തൃപ്തയാക്കുവാൻ. ഞാൻ മൂലം വേണുവിന്റെ കുടുംബ ജീവിതത്തിൽ അസ്വാരസ്യവുമുണ്ടാവാൻ പാടില്ല. മറ്റുള്ളവർക്ക് കഥകൾ മെനയാൻ ഒരവസരവും നമ്മൾ ഉണ്ടാക്കേണ്ട.അതു കൊണ്ട് Airport വരെ വേണു എന്റെ കൂടെ വരേണ്ട. ഓർമ്മകളിൽ കൂടെ ഉണ്ടായാൽ മതി. ഇനിയെങ്കിലും പഴയതുപോലെ അവസരങ്ങൾ ഉണ്ടാക്കി തോൽക്കാൻ നിന്നു കൊടുക്കില്ലെന്ന് വാശിയുണ്ടായാൽ ആർക്കും നമ്മെ തോൽപ്പിക്കാനാവില്ല."

എന്റെ കഴുത്തിൽ വേണു അണിയിച്ച ആ ചെറിയ മാലയും ലോക്കറ്റുമെന്ന അമൂല്യ സമ്മാനവുമായി... ഹെനിക്കും, മക്കൾക്കും എന്താണതിന്റെ മഹത്വം എന്നു പോലും അറിയാത്ത എന്റെ ബാഗിൽ ഭദ്രമായി വച്ചിരുന്ന 'മഞ്ഞച്ചരടിൽ കോർത്ത എന്റെ ജീവിതാഭിലാഷം ആയിരുന്ന മഞ്ഞൾത്താലിയെന്ന അമൂല്യ നിധിയുമായി... എന്റെ ജൻമ സാഫല്യവുമായി...

വേണുവിനോട് യാത്ര പറഞ്ഞ് നിറകണ്ണുകളോടെ വണ്ടിയിൽ കയറി.

Airport-ൽ ഇരിക്കുമ്പോൾ ഞാൻ മനസ്സിൽ പറഞ്ഞു,

'Distance doesn't seperate true lover's, silence does. We are the best. we can do it. God is always with us. We are the winners....

www.ingramcontent.com/pod-product-compliance
Lightning Source LLC
LaVergne TN
LVHW100812051026
849519LV00006B/2048
9789355177360